அ. முத்துலிங்கம் ஆக்கங்கள் குறித்த கட்டுரைகள்.

ஆறாம் திணையின் கதவுகள்

தொகுப்பு

ஆஸ்டின் சௌந்தர்

விஜயா பதிப்பகம்
20, ராஜ வீதி,
கோயம்புத்தூர் - 641 001.
www.vijayapathippagam.com

ஆறாம் திணையின் கதவுகள் * ஆஸ்டின் சௌந்தர் © * கட்டுரைகள் * முதல் பதிப்பு: செப்டம்பர் 2022 * பக்கங்கள்: 168 * *விஜயா பதிப்பகம்* * 20, ராஜ வீதி கோயம்புத்தூர் – 641001 * அலைப்பேசி: 0422-2382614, 9047087053 * மின்னஞ்சல்: vijayapathippagam2007@gmail.com * அட்டைவடிமைப்பு: லார்க் பாஸ்கரன் * லேஅவுட்: சந்தோஷ் கொளஞ்சி

Aaram Dhinaiyin Kadhavugal * Austin Soundar© * Essays * First Editon: September 2022 * Pages: 168 * Vijaya Pathippagam * 20, Raja St, Coimbatore – 641001 * Phone: 0422-2382614, 9047087053 * Mail ID: vijayapathippagam2007@gmail.com * Wrapper Designed by: Lark Bhaskaran * Layout Designed by: Santhosh kolanji

ISBN - 81-8446-022-8   Rs. 160

பதிப்புரை

அ. முத்துலிங்கம் அவர்களை நான் இதுவரை சந்தித்ததில்லை. அவரிடமிருந்து செய்தி பெறும் இந்த வாட்ஸ் அப்போ, மின்னஞ்சல் வசதிகளோ எனக்கு பரிச்சயம் இல்லை. ஒரு சாதா பட்டன் போனில் அவர் குரலை நான் கேட்டிருக்கிறேன். அவர் புகைப்படங்கள் மற்றும் காணொளியைக் கண்டிருக்கிறேன்.

விஜயா பதிப்பகம்– சக்தி மசாலா இணைந்து வழங்கிய 2022ம் ஆண்டின் கி. ரா. விருதினை அவர் ஏற்று, இந்தப் பரிசுக்கு அவர் ஓர் உலக அங்கீகாரத்தைப் பெற்று தந்துவிட்டார். அப்படித்தான் இதை நான் சொல்ல வேண்டும்.

அவர் கதைகளை, கட்டுரைகளை நான் வாசித்தபோது, இவரை நாம் பார்ப்போமா, எப்போது பார்ப்போம் என்று எனக்குத் தோன்றிவிட்டது. அவ்வளவு பெரிய மேதை அவர். என்ன மாதிரியான குணம்... பண்பு. அவரது விருது ஏற்புரை பேச்சை காணொளியில் கேட்டதும், வியப்பு இன்னும் கூடிவிட்டது. அந்தப் பேச்சில் அவர் ஆதங்கப்பட்டு ஒரு விஷயம் சொல்கிறார். இவ்வளவு தொன்மை வாய்ந்த, சிறப்பு மிக்க இனத்துக்கு ஒரு தனி நிலம் இல்லையே என்று. ஐயா... நம் இலக்கிய செல்வங்களை எல்லாம் வெளிநாட்டவர் வியக்கும் வகையில், அயல்மொழியில் கொண்டு சேர்க்கிற, மேன்மைமிகு சக எழுத்தாளர்களைப் பற்றி எழுதி எழுதி கொண்டாடுகிற, அவர்களுக்குப் பரிசளித்து கௌரவிக்கிற, தமிழுக்காகப் பல நாடுகளில் இருக்கை அமைத்திருக்கிற, இன்னும் அமைக்கப் பாடுபடுகிற உங்களைப் போன்ற தகைசால் பெருமக்களின் மனம்தானய்யா இப்போதைக்கு எங்கள் நிலம்.

இந்த விருதினை ஒட்டி விஜயா பதிப்பகம் தனிப்பட முறையில் அவருக்கு ஏதாவது செய்யலாம் என்று யோசித்து, அவரைப் பற்றிய அவரது எழுத்துகளைப் பற்றிய ஒரு புத்தகம் போடலாம் என்று முடிவெடுத்தோம். ஏதோ அவருக்கு நம்மாலான ஒரு எளிய பூச்செண்டு. உடனே அதற்கு சந்தோஷமாகக் கைகொடுத்தார் ஆஸ்டின் சௌந்தர்.

நம் எழுத்தாளர்களிடம் தமிழ்நாட்டு ஆட்கள் கட்டுரைகள் வாங்குவதே பிரம்ம பிரயத்தனம். இவரோ அமெரிக்காவில் இருப்பவர். பெரிய பெரிய ஆட்கள் எல்லாம் இதில் எழுதியிருக்கிறார்கள். எத்தனை விதவிதமான பார்வைகள். விஷயம் என்னவென்றால்... அப்படியெல்லாம் பார்க்க அவர் எழுத்து இடம் கொடுக்கிறது. இப்படிப்பட்ட கட்டுரையெல்லாம் வாங்க

சௌந்தர் என்ன பாடுபட்டாரோ, என்னிடம் எதுவும் சொல்லவில்லை. ஆனால், பல மாதங்கள் இதற்காக கடுமையாக உழைத்திருக்கிறார் என்பது மட்டும் புத்தகத்தில் தெரிகிறது. என்ன விசேஷம் என்றால், இவரையும் நான் பார்த்ததில்லை. காணொளியில் இவர் பேச்சை கேட்ட பிறகு முத்துலிங்கத்தை பற்றி சொன்னதுதான் இவருக்கும் பொருந்தும். ஆனால், இவரை இந்தப் புத்தக வெளியீட்டு விழாவில் நான் பார்த்திருவேன். பல இலக்கிய காரியங்களில் எப்போதும் ஓரமாகவே ஔிஞ்சிகிட்டு முகம் காட்டாம வேலை செய்கிற நம்ம ரவிசுப்பிரமணியத்தையும் இங்கே நான் சொல்லி ஆகணும்.

இவ்வளவு கால இலக்கிய பயணத்தில் நான் கண்டடைந்ததெல்லாம் இதுபோன்ற மேன்மை மிகு மனிதர்களைத்தான். அவர்கள்தான் இன்னும் எனக்குச் சொல்லித்தந்துகொண்டே இருக்கிறார்கள் பலவற்றையும். சரி... நீங்கள் உள்ளே போய் படிங்க.

நான் வரேன்.

– விஜயா வேலாயுதம்.

யாதுமாகி

எழுத்தாளர்கள் கி.ரா–வும், அ. முத்துலிங்கமும் எனது ஞானத் தந்தைகள் என்று சொல்லி நெருங்கியவர்களிடம் பெருமை கொள்வது வழக்கம். கி.ரா. வையாவது நேரில் பார்த்து இருக்கிறேன். என் அப்பாவும் உங்களைப் போல விவசாயி என்று அவரோடு உரையாடியிருக்கிறேன். அவரே எனது ஆதர்சம் என்று கட்டுரையும் எழுதியிருக்கிறேன். இரண்டாமவரை நான் பார்த்ததே இல்லை. புலம்பெயர்ந்த இடத்தில், நேர்க்கோடு போட்டது போலச் செல்லும் வாழ்க்கையென புனைவுகளைப் படைக்கும் தமிழ் வளர்க்கும் பத்திரிக்கைகள். தட்பவெப்பம், நேற்று பார்த்த சினிமா, புதிதாக வந்த ஆப்பிள் ஃபோன், மைல் கணக்கில் நீளும் பாலங்கள், சொன்னதைக் கேட்கும் டால்ஃபின்கள் என்று தட்டையாக எழுதுகிற இவர்களின் மத்தியில் புலம்பெயர்ந்த வாழ்க்கையை அச்சு அசலாகச் சொல்பவர் யார் என்ற என் தேடலில் எனக்குக் கிடைத்தவர்தான் அ.முத்துலிங்கம். அவரது படைப்புகளைத் தொடர்ந்து வாசிக்க வாசிக்க, புலம்பெயர்ந்த வாழ்வு பற்றிக் கற்க மட்டுமல்ல, மொத்த மானுடத்தைப் பற்றியும் புரிந்துகொள்ள அவரும் அவரது படைப்புகளுமே வழிகாட்டியெனக் கண்டுணர்ந்தேன்.

2003–ல் கூபர்ட்டினோ, கலிபோர்னியாவில் வசிக்கும்பொழுது பத்திரிக்கையில் செய்தி ஒன்றை வாசித்தேன். தனியாக வசிக்கும் ஒரு பாட்டியின் வங்கிக் கணக்கிலிருந்து அவர் அந்தந்த மாதங்களுக்குக் கட்டவேண்டிய மின்சாரத்துக்கும், தண்ணீருக்கும் ஆட்டோமேடிக் பேமெண்ட் வசதியில் பணம் எடுக்கிறார்கள். ஒரு சில நாட்களுக்கு அப்புறம் பணம் இல்லாமல் ஆகிவிடுகிறது. தொலைபேசியில் கூப்பிட்ட குரலுக்கு, பதிலில்லை. பூட்டை உடைத்து வீட்டிற்குள் சென்று பார்த்தால் அவர் இறந்துவிட்டது தெரிகிறது. கணினித் துறையில் வேலை பார்க்கும் எனக்கு இந்தச் செய்தி ஆட்டோமேடிக் பேமெண்ட் என்ற விஷயத்தை நினைத்தாலே வயிற்றைக் கலங்கவைத்துவிட்டது. கைவிடப்பட்டவர்களும், அன்றன்றைய சாப்பாட்டுக்கு, அன்றன்றே சம்பாதிப்பவர்களும் சுக வாழ்க்கை வாழ்பவன் கண்ணில் படுவதில்லை. ஆனால் அ.முத்துலிங்கம் கண்களில் இருந்து அவர்கள் தப்புவதில்லை. அவர்களது வேதனைகளை உள்வாங்கி எழுத அவரால் முடிகிறது.

'கடைநிலை ஊழியன்' கதையில் வரும் அப்துலாட்டி, 'கருப்பு அணில்' லோகிதாசன் போன்ற, வாழ்க்கையால் வஞ்சிக்கப்பட்டவர்களின் கதைகளைச் சொல்லி வாழ்வின் நிதர்சனங்களைப் படம்பிடிக்கிறார். ரொட்டியும் மீனுமாகச் சாப்பிடும் நேரம் அவர்களின் நினைவு வர ஒரு ரொட்டி குறைவாக இறங்குகிறது. காலை, மாலை, எனக்கு இந்த வேலை, உனக்கு அந்த வேலை எனத் திட்டமிட்டு வேலைபார்க்கும் என் போன்றோருக்கு லோகிதாசன் வாழ்க்கை கண்ணில் படுவதில்லை. தாமதமாக வேலைக்கு வரும் கடைநிலை ஊழியனிடம், காரணம்

அறிந்திட எந்தவொரு அதிகாரிக்கும் மனம் இருப்பதில்லை. அ.மு–வின் கதைகளை வாசிக்கும் வாசகனை மேலாளராக அடைபவர்கள் அதிர்ஷ்டம் வாய்க்கப் பெற்றவர்கள். அந்த மாயத்தை அவர் எழுத்து நிகழ்த்திவிடும்.

புலம்பெயர்ந்து, நினைத்த துறையில் பட்டம், கேட்டுக்கொண்டபடி சம்பளம் அப்பாடா என்று அமர வாழ்க்கை விட்டுவிடுமா என்ன? தெரிந்த நண்பரின் மனைவி ஒருவருக்கு பார்ப்பதெல்லாம் வெள்ளையாகத் தெரியும் என அவரது கண்ணின் பார்வை பழுதுபட, மருத்துவர் சொன்ன பதில் அதிர்ச்சியளிப்பதாக இருந்தது. அவர் புலம்பெயராமல் இருந்திருந்தால், இந்த பாதிப்பு வராமல் இருந்திருக்க வாய்ப்புகள் அதிகம் என்று சொன்னார். ஆப்ரிக்காவில், சங்கீதாவும், கணேசானந்தனும் பிள்ளைப் பேறு அடைவதை குடியுரிமை கிடைக்கும் வரை தள்ளிப்போடுகிறார்கள். அ.முவின் 'முழு விலக்கு' கதையில் வாழ்க்கை அவர்களுக்குக் கொடுக்கும் தீர்ப்பு வேறாக இருக்கிறது. சொந்த நிலத்திலிருந்து மொத்த வாழ்க்கையையும் பெயர்த்து எடுத்து வந்தவர்களுக்கு மட்டும் என்று இல்லை; பிடித்ததைப் பார்க்க சில நாட்கள் வருபவர்களுக்கும் நினைத்துப் பார்க்காதது நடக்கலாம். 'விசா' கதையில், கோணேஸ்வரன், இருபது வருடப் போராட்டங்களுக்குப் பிறகு, விசா கிடைத்து, தான் பார்க்க விருப்பப்பட்ட அதிசய வண்ணத்துப்பூச்சியைப் பார்க்க வருகிறார். விசா இல்லாமல் போக ஓர் இடம் இருக்க, எதற்கு இத்தனை போராட்டம் என்ற கேள்வியை முன்வைக்கும் நெகிழ்வுடன் கதை முடிகிறது.

விலகி நின்று பார்க்கும் அவரது பார்வையை ஒவ்வொரு கதையிலும் பார்க்கலாம். கல்வீட்டுக்காரி கதையில், அவள் வயிற்றுப் பசியை ஆழச் சொல்லி, அவளின் இன்னொரு பசியையும் சூட்சுமமாகக் காட்டி விடுகிறார். இந்தக் கதை பேசுவது வெகு ஆபத்தான பேசுபொருள். கல்வீட்டுக்காரியின் உடற்பசியைச் சொல்லி, அணிலை அடித்துக்கொன்றவனை வேலையை விட்டு எடுக்கும் அவள் அன்பைச் சொல்லி, எந்த ஒரு ஜட்ஜ்மென்ட்டும் இல்லாமல் அவளைப் பார்க்கும் கலைப்படைப்பைக் கொடுத்துவிடுகிறார்.

எந்தக் காலத்தில் என்ன நடந்தாலும், அந்தக் காலத்தில் வளரும் ஒரு இளைஞனாக, மாணவனாகவே கற்கவும் எழுதவும் தொடர்ந்து இயங்குகிறார். கம்ப்யூட்டரில் 486 ப்ராஸஸ்ஸர் அறிமுகம் ஆவதற்கும், ஊபர் வாடிக்கையாளர்கள் பயன்படுத்துவதற்கும், கிட்டத்தட்ட இருபது வருடங்கள் இடைவெளி. கம்ப்யூட்டர் கதையில், டைரக்டரிவாரியாக தனக்குத் தேவையான ஃபைல்களை வைத்துக் கொள்வதில் புரிதல் இல்லாமல் வரும் சிக்கல் வைத்து கதைப் பின்னல். ஊபர் கட்டுரையில், ஒரு இடத்துக்குச் செல்வதற்கு ஊபர் பிடித்துச் செல்ல எந்தப் பிரயத்தனமும் இல்லாமல் சென்றதையும், டாக்ஸி பிடித்து இருப்பிடத்துக்குத் திரும்பிவர அவர் உயிர் பிழைத்து வருவதே அரிதாகிவிட்டது என நகைச்சுவையுடனும் சொல்கிறார்.

எர்னெஸ்ட் ஹெமிங்க்வேயின் Ten Indians என்ற கதையில், நிக் என்பவனின் காதலியை இன்னொருவனுடன் அவன் அப்பா பார்த்ததாகச் சொல்ல, நிக் தலையணையில் முகத்தைப் புதைத்துக்கொண்டு எனது

இதயம் உடைந்துவிட்டது என்று புலம்புகிறான். முதல் காதல் தோல்வியை சித்திரிக்கும் சிறுகதைகளில் திரும்பத் திரும்பக் குறிப்பிடப்படும் கதை இது. அ.மு–வின் 'அக்கா' கதையில், சிறுவன், "அக்கா குப்புறப்படுத்துக் கிடந்தா; திரும்பவே இல்லை. தடவிப் பார்த்தன்; முகமெல்லாம் நனைஞ்சு கிடந்தது' என்கிறான். அக்காவின் அழுகைக்கு காரணம் புரியாத சிறுவனின் பார்வையில் சொல்லப்படும் அ.மு–வின் இந்த ஆரம்பகாலக் கதையும் முத்திரைக் கதையே. முப்பத்தைந்து முப்பத்தாறு வருடங்களுக்குப் பிறகு, 'உடும்புரித்தன்ன வென்பெழு மருங்கிற் கடும்பின் கடும்பசி' என புறநானூறு படிக்க, ஒன்றுவிட்ட அக்காவின் காதலை மீண்டும் சிறுவனின் பார்வையில் 'உடும்பு' கதையில் பதிவு செய்கிறார்.

நான் சிறுவனாக வானம் பார்த்த பூமியில் வாழ்ந்தபொழுது, உணவு அருந்தும்போது குடிப்பதற்கு ஒரு செம்பில் நல்ல தண்ணீர், சாப்பிட்டு முடித்ததும் கை கழுவ இன்னொரு செம்பில் உப்புத் தண்ணீர். என் சகோதரி மூன்று கிலோமீட்டர் சென்று நல்ல தண்ணீர் கொண்டு வரவேண்டும். இதில் எங்கே ஒரே தண்ணீரை குடிப்பதற்கும், கை கழுவவும் பயன்படுத்துவது? 'ஒட்டகம்' சோமாலியாவில், மைமுன் ஒரு குடம் தண்ணீர் எடுக்க ஒரு நாளைக்கு பதினாறு மைல் நடக்கிறாள். அவள் தண்ணீர் சுமக்கும் கஷ்டத்துக்குத் தீர்வாக தனது காதலைத் துறந்து 50 வயது மாப்பிள்ளையை மூன்றாம் தாரமாக மணம் செய்துகொள்ள சம்மதிக்கிறாள். அ.மு–வின் கதைகளில் எனக்கு மிகவும் அணுக்கமானது இது என்றால், 'பருத்திப் பூ' வேறு ஒரு வகையில் அணுக்கமானது. சுடான் நாட்டின் கெஸூ ரா நீர்ப்பாசனத்துறையின் நீர்வள நிபுணராக தண்ணீர் பங்கீட்டைக் கண்காணிக்கும் பொறுப்பு வகிக்கும், கதையின் நாயகன் குணசிங்கம். தண்ணீர் அதிகம் செலவாகாமல் இருக்கும்பொருட்டு, ஷவரில் குளிக்காமல், வாளியில் தண்ணீர் பிடித்துக் குளிப்பார். என் தந்தையும் அமெரிக்காவில் எங்களுடன் இருக்கும்பொழுது இப்படித்தான் குளித்தார். இப்படி அவர் கதைகளை வாசிப்பவர்களின் உள்ளிருக்கும் வெவ்வேறு கதைகளின் கதவுகளைத் திறந்து வைத்துவிட்டுச் சென்றுவிடுகிறார். நாம் வந்து தேடினால் அவரைக் காணவில்லை. எங்கோ இருக்கை அமைக்க விருது கொடுக்க யாருக்கும் தெரியாமல் உதவப் போய்விடுகிறார். ஒரு மனிதன் எப்படி தொடர்ந்து இவ்வளவு நல்ல காரியங்களைச் செய்துகொண்டே இருக்கமுடியும் என்று நாம் ஆச்சர்யப்படுகையில், 'ஹலோ எப்படி இருக்கிறீங்க. ஸோ பிஸி இல்ல. அதான் உங்களக் காணலை. வேலை வேலை என்று இருக்காமல் உடம்பையும் கவனித்துக்கொள்ளுங்கள்' என்று பரிவுடன் ஒரு கரிசனக் குரல் அலைபேசி வழியே. மறுபடியும் அ.மு–வைக் காணவில்லை. எவ்வளவு பேர்கள்... எவ்வளவு கதைகள்... எவ்வளவு பணிகள் அவருக்கு!

'அ.முத்துலிங்கம் கதைகள் – அணுக்கமான நண்பர்கள்' என்று தலைப்பிட்டு அ.மு–விற்கு எனது எளிய வாசிப்பனுபவத்தை அனுப்பி வைத்தேன். அதை வாசித்துவிட்டுத்தான் முதன்முதலில் அவர் என்னை அழைத்தார்.

அதன் பின் வாரம் ஒரு முறை நடந்த உரையாடல்களில் தன்னை முன்னெடுக்காமல் தமிழை முன்னெடுக்கும் ஆளுமையாக அவரை நான்

அறிந்துகொண்டேன். அவரின் கதைகளை, நானோ எனது நண்பர்களோ மொழியாக்கம் செய்கிறோம் என்று அணுகுவோம். மற்ற தமிழ் எழுத்தாளர்களின் படைப்புகளை அடையாளப்படுத்தி அவற்றை மொழியாக்கம் செய்யச் சொல்லி, அன்புடன் கேட்டுக்கொள்வார். மொழியாக்கம் செய்து அனுப்பும் படைப்புகளை உடனுக்குடன் வாசித்து, அவரது கருத்துக்களைப் பரிமாறுவார். வளர்ந்த பிறகு அடிபட்ட பிறகு அனுபவத்துக்குப் பிறகு பலருக்கும் பண்பு வரும். ஆனால் அ.மு. ஐயா பிறக்கும்போதே அப்படித்தான் பிறந்திருப்பார் போல.

அவரை நான் அணுக அணுக, ஆங்கிலத்தை தாய்மொழியாகக் கொண்டாலும், தமிழை விரும்பிப் பேசுபவர்கள் எனக்கு அறிமுகமானார்கள். அவர்கள் இவரை அப்பா என்று அன்புடன் விளிப்பதைப் பார்த்து மெய்சிலிர்ப்பேன். அனைவரையும் கனிவுடன் வழிநடத்தும் இனிய தந்தை ஒருவர், இதைச் செய் என்று கேட்டுக்கொண்டால், மறுக்கும் மக்கள் உண்டா என்ன? தமிழ் இலக்கியத் தோட்டம் (கனடா), ஹார்வர்ட் தமிழ் இருக்கை, டொரான்டோ தமிழ் இருக்கை என அவர் தமிழ்த்தொண்டு தொடர்வதில் ஆச்சர்யம் எதுவும் இல்லை.

பரந்த வாசிப்பு. அம்மாவிடம் கற்றுக்கொண்ட கம்பராமாயணம் மஹாபாரதம் கதைகள் தொடங்கி நோபல் பரிசு பெற்ற அலிஸ் மன்றோ வரை தொடரும் நேர்காணல்களில் விரியும் அறிவின் விஸ்தரிப்பு, அவரது படைப்புகளில் வாசகனுக்குக் கிடைக்கிறது. சில எழுத்தாளர்களைப் பற்றிய அவதானிப்புகள் வெவ்வேறு வாசகர்களிடம் வெவ்வேறாக இருக்கும். இந்தத் தொகுப்பில், இருக்கும் ஒவ்வொரு கட்டுரையிலும், அ.மு–வைப் பற்றி ஒருமித்த அவதானிப்பாக இருப்பதைப் பார்க்கலாம். கதையின் பெயர்கள் சரியாகக் குறிப்பிடப்பட்டிருக்கின்றனவா, கொடுக்கும் தகவல்களுக்கு சரியான தரவுகள் உள்ளனவா என்ற எனது கேள்விகளுக்கு எல்லாம் போதிய ஒத்துழைப்பு கொடுத்த அனைத்து எழுத்தாளர்களுக்கும் எனது நன்றியும் வந்தனங்களும்.

இதில் பங்களித்த எழுத்தாளர்கள் பலரையும் பெரும்பாலோனோர் அறிவார்கள். ஆனாலும் புலம்பெயர்ந்த வாசகர்கள் அறிந்துகொள்ளும்பொருட்டு, ஒவ்வொரு கட்டுரையாளரைப் பற்றியும் ஒரு சிறிய அறிமுகக் குறிப்பு கொடுக்கப்பட்டுள்ளது.

உயிர் என்று ஒன்று இருந்தால் போதும். மரம், அணில், பறவை, விலங்கு, தன் மொழி பேசுபவன், வேற்று மொழி பேசுபவன் என்று வேற்றுமை எதுவும் பார்க்காமல் விலகி நின்று கண்காணித்து தமது படைப்புகளின் வழியாக மானுடத்தை எடுத்துச் செல்பவர். யாதுமாகி நின்றாய் எந்தையே எனப் போற்றி, கி.ரா. விருது பெறும் இந்த நன்னாளில், அறியாச் சிறுவனாய் அறிமுகமில்லா வனத்தில் கால்சராயை இழுத்து விட்டுக்கொண்டு வியர்த்து விறுவிறுக்க மூச்சிரைக்க ஓடி ஓடி ஐயாவிற்காகக் கொய்து வந்த சில பூக்கள் இவை.

அன்புடன்,
ஆஸ்டின் சௌந்தர்.

பொருளடக்கம்

1. சில ஆச்சரியங்கள் சில முறுவல்கள் சில அதிர்வுகள்
   - ஜி.குப்புசாமி — 11

2. புதுமையும் புன்னகையும்
   - பாவண்ணன் — 18

3. நடுவே கடல்
   – அருண்மொழி நங்கை — 32

4. தமிழுக்குள் உலகைக் கொண்டுவந்த கதைசொல்லி
   - ஆசைத்தம்பி — 39

5. கச்சியப்பர் ஸ்ட்ராடஜி
   - பாரதி பாஸ்கர் — 47

6. உலகம் யாவையும்
   - ஜெயமோகன் — 52

7. தர்மனின் கண்கள்
   – ஆர். காளிப்ரஸாத் — 61

8. ஆறாம் திணையின் கதவுகள்
   - கருணாகரன் — 70

9. சமர்ப்பணங்கள்
   - லோகமாதேவி — 80

10. எல்லாம் கடந்த புன்னகை
    – ராஜன் சோமசுந்தரம் — 93

11. உலக நிலக்காட்சிகளின் ஊடே...
    - சு.வேணுகோபால் — 95

12. "போ" எனும் மந்திரச்சொல்
    - ஸ்வர்ணவேல் ஈஸ்வரன் ... 115

13. amuttu@gmail.com
    – தமிழ்மகன் ... 124

14. மண்ணைச் சுமக்கும் மொழி
    – அமுது ஜோசப் சந்திரகாந்தன் ... 129

15. எழுத்தாளர் என்கிற ஜாடை
    - யுகபாரதி ... 141

16. Take A Bow
    – R.S. Saha ... 166

1

சில ஆச்சரியங்கள் சில முறுவல்கள் சில அதிர்வுகள் – ஜி.குப்புசாமி

அ.முத்துலிங்கம் அவர்களின் எழுத்து முதன்முதலாக எனக்கு அறிமுகமானது இரண்டாயிரங்களின் தொடக்கத்தில்தான் என்று சற்று கூச்சத்துடன் ஒப்புக்கொள்ளவேண்டியிருக்கிறது. அதற்கு நாற்பது ஆண்டுகளுக்கு முன்பாகவே எழுதத் தொடங்கியிருந்தவர் அவர். ‘அக்கா’, ‘திகடசக்கரம்’, ‘வம்ச விருத்தி’, ‘வடக்கு வீதி’ என நான்கு தொகுப்புகளும் வெளிவந்திருக்கின்றன. ஆனால் இந்த ஆச்சரியகரமான எழுத்தாளரை பற்பல வருடங்கள் கழித்து, ஒரு சிறுகதையின் மூலமாக அல்லாமல் ஒரு கட்டுரையின் மூலமாகவே எனக்குத் தெரிய வந்திருக்கிறது. அதற்கு அவர் பொறுப்பல்ல. தமிழக வாசகர்களுக்கு இலங்கை எழுத்துக்களின் மீது இரண்டாயிரத்துக்கு முன்பிருந்த அசட்டைதான் காரணம்.

நான் முதலில் வாசித்த அவருடைய கட்டுரை எனக்கு ஏற்படுத்திய வியப்பு இன்னும் நினைவில் இருக்கிறது. வியப்பு என்றுகூடச் சொல்ல முடியாது; மிக இனிமையான அதிர்ச்சி என்றே சொல்லவேண்டும். அதுகாறும் டென்னிஸ் விளையாட்டை, டென்னிஸ் வீரர்களை (வீராங்கனைகளை) அந்தளவுக்கு நிபுணத்துவத்தோடு, நுட்பமாக, இலக்கியத் தரத்தோடு தமிழில் எழுதியவர்கள் இல்லை. அக்கட்டுரை ஸெரினா வில்லியம்ஸுக்கும் ஜெனிஃபெர் கேப்ரியாட்டிக்கும் இடையே நெருப்புப் பொறிபறக்க நடந்த ஒரு போட்டியைப் பற்றியது. விளையாட்டு என்றாலே ஆர்வம் காட்டக்கூடாத, எழுதக்கூடாத ‘சப்ஜெக்ட்’ என்று நம்புகிறவர்கள் பெரும்பாலான தீவிரத் தமிழ் எழுத்தாளர்கள். ஆனால் இவர் அதுவரை மகளிர் டென்னிஸ் எப்படி ஆடப்பட்டு வந்தது, இப்போது புதிதாக வந்திருக்கும் பெண்கள்

எப்படி முரட்டுத்தனமாக விளையாடுகிறார்கள் என்றெல்லாம் ஒரு தேர்ந்த விளையாட்டு விமர்சகர் போல, அதுவும் இவ்வளவு ரசனைபூர்வமாக எழுதியிருக்கிறாரே என்பதால் உண்டான அதிர்ச்சி அது.

இப்படிப்பட்ட சுவாரஸ்யமான எழுத்தாளர் நிச்சயமாக தமிழ்நாட்டைச் சேர்ந்தவராக இருக்க முடியாது என்று அப்போது எனக்குத் தோன்றிய எண்ணம் சீக்கிரத்திலேயே உறுதியானது. அதற்கடுத்து கொஞ்ச நாட்களிலேயே 'மகாராஜாவின் ரயில் வண்டி' வெளியானது. அவர் மீது ஏற்பட்டிருந்த வியப்பு ஒவ்வொரு சிறுகதையிலும் கூடிக்கொண்டே சென்றது. எதை எழுதினாலும் அதை மிக உயர்ந்த தளத்தில் சுவாரஸ்யமாக எழுதுவதென்பது நவீன இலக்கியவாதிகள் எல்லோருக்கும் கைவருகிற விஷயமல்ல. கதை விவரிப்புகளில் மிக நுட்பமான நகைச்சுவை, சற்று அப்பாவித்தனமான தொனியில் எங்கும் விரவியிருப்பது மிகவும் ரசமாக இருந்தது. இரண்டு வருடங்கள் கழித்து 'அ.முத்துலிங்கம் கதைகள்' என்ற 'பாரிய' தொகுப்பு வெளியானதும், இதற்காகவே சென்னை சென்று 'தமிழினி'யில் வாங்கினேன். அலுவலகத்துக்குச் செல்லும்போது புத்தகத்தைக் 'காவியபடியே' சென்றேன். போய்வருகிற மூன்று மணிநேர பஸ் பிரயாணத்தில் ஒரே வாரத்தில் (உடன் வரும் பயணிகளுக்குத் தெரியாமல் அவ்வப்போது வாய்க்குள் சிரித்துக்கொண்டும், சில நேரங்களில் ஜன்னலுக்கு வெளியே தலையைத் திருப்பி வாயைத் திறந்து சிரித்தபடியும்) படித்து முடித்தேன். முத்துலிங்கத்தின் கதைகள் ஒன்றும் நகைச்சுவைக் கதைகள் அல்ல. சுந்தர ராமசாமியிடம் பளிச்சிடும் பகடியும், அசோகமித்திரனில் வெளிப்படும் உள்ளடங்கிய கிண்டலும் முத்துலிங்கத்திடம் வேறு வடிவம் பெறுகின்றன. இவர் வாசகனிடம் எழுப்புவது 'அயற்பாணியிலான முறுவல்'; Stoic hu—mour என்று சொல்லலாம்.

தமிழின் 'சர்வதேச' எழுத்தாளர் என்ற அடைமொழி அதன் உண்மையான பொருளில் அ.முத்துலிங்கத்தைப் போல வேறு யாருக்கும் பொருந்தாது. பணி நிமித்தமாக அவர் சென்ற பல்வேறு நாடுகளின் – பெரும்பாலும் மூன்றாம் உலக நாடுகள் – குறிப்பாக வறுமைக் குறியீட்டின் உச்சத்தில் இருக்கும் பாவப்பட்ட நாடுகளின் யதார்த்தங்கள் அ.மு.வின் கதைகளில் காணக்கிடைக்கின்றன. அந்நாடுகளில் புழங்கும் விநோத வழக்கங்களும், நாம் இதுவரை அறிந்திடாத கலாச்சார நிகழ்வுகளும், அம்மனிதர்களின் குணவிசேஷங்களும் தமிழ் வாசகனுக்குப் புதிய வாசல்களைத் திறந்து காட்டுகின்றன.

எல்லாக் கதைகளிலும் ஏதோவோர் அம்சம் நம் புருவங்களை உயர்த்துகிறது. ஒரு கதையில் வேரோடு பிடுங்கிய சோளப்பயிரை அசைத்துத்தான் அயலூர்க்காரர்களை சோமாலியர்கள் வரவேற்பார்கள் என்று தெரியவருகிறது. இன்னொன்றில் பிள்ளையை அடகு வைக்கிறார்கள். யூதர்களின் சம்பிரதாயப்படி உடையின் கிழிசலைத் தைத்து அணியக்கூடாது என்பதையும், அவர்கள் வெள்ளி இரவு தொடங்கி சனி இரவு வரை அடுப்பு பற்றவைப்பதில்லை என்றும் தெரிந்துகொள்கிறோம். ஒரு கதையில் கனடா நாட்டின் சூப்பர் மார்க்கெட் வாயிற்காவலனாக இருப்பவர் சோமாலியாவில் மந்திரியாக இருந்தவர் என்ற வரியில் திடுக்கிட வைப்பவர், அடுத்த வரியில் 'சோமாலியாவில் மந்திரியாக இருந்தவர்களின் தொகை ஏறக்குறைய சோமாலியாவின் சனத்தொகையில் பாதியாக இருக்கும்' என்று எழுதும்போது புன்னகைக்க வைக்கிறார்.

அ.மு.வின் கதைகளில் இடம்பெறுகின்ற புலம்பெயர்ந்த இலங்கைத் தமிழர்களில், உரிய அனுமதி பெற்று, குடியுரிமை வாங்கி, ஓரளவுக்கு – அல்லது நல்ல வசதியாக இருப்பவர்களும் இருக்கிறார்கள்; ஒரு நாளில் காலை ஏழு மணியிலிருந்து மாலை நான்கு மணிவரை ஒரு தொழிற்சாலையிலும், ஐந்திலிருந்து இரவு ஒன்பது மணி வரை சூப்பர் மார்க்கெட்டிலும் வேலை பார்க்கும் எளியவர்களும் வருகிறார்கள். நல்ல வேலையில் அமர்ந்து, அந்நாட்டைச் சேர்ந்தவரையே மணந்து மேலைநாட்டினராகவே எண்ணத்திலும் செயலிலும் வாழத்தொடங்கிவிட்டவர்களும் வருகிறார்கள். அயற்சூழல் அவர்களின் குணாம்சங்களை விநோதமாக மாற்றியிருப்பது தெரிகிறது; ஐந்து வயதுக் குழந்தையை பொறுப்பேயில்லாமல் சூப்பர் மார்க்கெட்டுக்கு வெளியே விட்டுவிட்டு நிதானமாக அவர்களால் ஷாப்பிங் செய்ய முடிகிறது. தாயைக் காணாமல் அழுகின்ற குழந்தையைத் தேற்றி, அவளை வெளியே வரவழைத்து ஒப்படைப்பவன் மீது பிள்ளைக் கடத்தல்காரன் என்று குற்றம் சுமத்த முடிகிறது. குடியேறிய நாட்டில் யூதன் ஒருவனை மணந்துகொண்டு வாழ்பவளுக்கு, தன்னுடைய தாய் யூத சம்பிரதாயங்கள் தெரியாமல், தள்ளிவைக்கப்பட்ட உணவை மகனுக்குக் கொடுத்துவிட்டதால் அவரை வீட்டில் வைத்துக்கொள்ள ஒப்பாமல் முதியோர் இல்லத்தில் குற்றவுணர்ச்சி இல்லாமல் சேர்த்துவிட முடிகிறது.

ஈழப்போர் தொடர்ந்த வருடங்களில் அனாதைகளாக்கப் பட்டவர்கள், வீடிழந்தவர்கள், உயிரிழந்தவர்களின் கதைகள் அவ்வப்போது வந்து தமிழக வாசகனுக்கு அவனது இயலாமையையும், குற்றவுணர்வையும் அடிக்கோடிட்டுக் காட்டிச் செல்கின்றன,

கதையை மேலே தொடரவிடாமல் ஸ்தம்பிக்கவைக்கின்றன – 'மண்ணெண்ணெய் கார் காரன்' கதையைப் போல.

ஈழப்போராளிகள் அ.மு.வின் பல சிறுகதைகளில் வந்தாலும், 'எல்லாம் வெல்லும்' சிறுகதையில் ஒரு சைனியமே வருகிறது. அனைவருமே பெண்புலிகள். துர்க்கா, அகிலா, சோதியா, நித்தியா, அபிராமி, சுகன்யா, கன்னிகா, குழலி, சுவர்ணலதா, அருள்மதி, மாலதி, சிறிதேவி, அகல்மதி, செவ்வானம், மொழியரசி, விதுஷா, தமிழ்ச்செல்வி, மோகனா... இவர்களில் சிலர் அங்கங்களை இழந்தவர்கள், மருத்துவம் படித்தவர்கள், பறவையியல் அறிந்தவர்கள், மிகத் திறமையாக ஆயுதங்களைக் கையாளத் தெரிந்தவர்கள், அச்சமென்பதை அறியாதவர்கள், ஒரே இலக்கைக் குறிவைத்து உயிரைப் பணயம் வைத்துப் போராடியவர்கள். சூழ்ச்சிகளாலும், கைவிடல்களாலும், துரோகங்களாலும் இவர்கள் வீழ்ந்திருந்தாலும், இவர்களின் வீரமும், இலட்சியதாகமும் இக்கதையில் சாஸ்வதமடைந்திருக்கின்றன.

ஆனால் என்னை எப்போதும் வேதனையில் ஆழ்த்தும் சிறுகதை 'கறுப்பு அணில்'. இக்கதையில் குண்டு எதுவும் வெடிக்கவில்லை, யாருக்கும் ரத்தம் வழியவில்லை, யாரும் செத்துப்போகவில்லை, கதை நிகழ்வதே இலங்கையில் அல்ல; ஆனால் வாசிப்பவர் மனத்தில் மௌனமாக அறைகிற கதையாக இருக்கிறது இது. துப்புரவுப் பணியாளனாக இருப்பவன் அவன். வாக்குவம் கிளீனரால் அலுவலகங்கள், வீடுகளை சுத்தம் செய்யும் வேலை. அவனை அலட்சியமாக நடத்தும் மேலதிகாரிகள், அவன் குடியிருக்கும் ஒற்றை அறை, பிரிக்கப்படாமல் கிடக்கும் அவன் அம்மாவின் கடிதம் என்று உணர்ச்சிவசப்படாத தொனியில் அவன் சூழலை அ.மு. சித்திரித்து வருவது உலகெங்கும் புலம்பெயர்ந்து ஒண்டியிருக்கும் ஆயிரக்கணக்கான துரதிருஷ்டர்களின் கதை. 'அம்மாவின் கடிதத்தில் இருக்கும் தகவல்களைத் தாங்கிக்கொள்ளும் பலத்தை அவன் இன்னும் சேகரிக்கவில்லை' என்ற வரியின் nonchalant தொனி உண்டாக்கும் அதிர்வு சாதாரணமானதல்ல. மிகக் கடுமையான பனிப்பொழிவு. வேலைக்குச் செல்ல முடிவதில்லை. அவனது சீட்டு கிழிக்கப்படலாம். சன்னலுக்கு வெளியே கார்கள் உறைபனியால் வெள்ளித் தொப்பிகள் அணிந்திருக்கின்றன. தரை உயர்ந்துகொண்டே வருகிறது. அவனுக்கும் உலகத்துக்கும் இருந்த ஒரே தொடர்பான அந்த சன்னலும் அரைவாசி பனியில் மூழ்கி, இன்னும் சிறிது நேரத்தில் கல்லறை போல ஆகிவிடப்போகிறது அவனது அறை. 'அவனுக்கு மூச்சு முட்டியது. வாய்விட்டுக் கத்தவேண்டும் அல்லது கூரையைப் பிய்க்கவேண்டும் என்று தோன்றியது' என்ற வரியும்,

பக்கத்து வீட்டு சீனர்களின் அந்தஸ்தைக் காட்டும்படியாக இருக்கும் கறுப்பு பாலித்தீன் குப்பைப் பைகளை அவன் அறைக்கு எடுத்து வந்து அதன் மீது ஏறிக் குதித்து குப்பைகளைச் சிதறடிக்கும் காட்சியும் எப்போதும் ஞாபகத்தில் பளிச்சிட்டுக் கொண்டிருக்கின்றன.

போராளியாக இருந்து அகதியாக வந்தவனின் துயரம் 'நிலம் எனும் நல்லா'ளில் வலுவாகப் பதிவாகியிருக்கிறது. இயக்கத்தில் சேர்ந்து, தனி நாட்டுக்காகப் போராடி, போரில் தோற்று, பெற்றோர் வாழும் கனடாவுக்குக் குடியேறினாலும் புதிய தேசத்தில் அவனால் ஒட்ட முடிவதில்லை. பெற்றோரின் புதிய செல்வச் செழிப்பு அருவறுக்கச்செய்கிறது. பனிச்சேற்றில் புதைந்து மடிகிறான். தன் இனத்தின் சுதந்திர நிலத்துக்காகப் போராடியவனுக்கு அயல்தேசத்தில் ஆறடி நிலம் சொந்தமாகிறது.

'சூனியக்காரியின் தங்கச்சி'யிலும் ஓர் அகதி வருகிறான். போர்வீரனாக இருந்தவன் என்று எழுதுகிறார். இயக்கத்தைச் சேர்ந்தவனாக இருப்பான் என்று நினைத்தால், அவன் இலங்கை ராணுவத்திலிருந்து தப்பி வந்த சிங்களன் என்பதை அறியும்போது திடுக்கிடுகிறது."நான் சம்பளத்துக்காக அரசப் படையில் சேர்ந்து போர் புரிந்தேன். என் எதிராளி ஓர் இலட்சியத்துக்காகப் போராடினான். அவனுக்கு உயிர் ஒரு பொருட்டில்லை. நானோ கேவலமாக இன்னொரு நாட்டில் தஞ்சம் புகுந்திருக்கிறேன்," என்கிறான். உண்மைக் கலைஞனால் எதிலும் இன்னொரு பக்கத்தையும் பார்க்க முடியும் என்பதற்குச் சான்று இக்கதை.

தமிழில் எழுதப்பட்ட உன்னதமான கதைகளைத் தொகுத்தால் முத்துலிங்கத்தின் பல கதைகள் இடம்பெற்றுவிடும். ஒரு நல்ல சிறுகதை வாசகனின் கற்பனையில்தான் முழுமை அடைகிறது. அ.மு.வின் பல கதைகளின் முடிவுகள் பல வாசல்களைத் திறந்து வைத்துக்கொண்டிருக்கின்றன. 'தீர்வு' கதையில் அவன் என்ன முடிவெடுத்தான் என்று தெரிவதற்கு ஒரு வரி முன்பாகவே கதை முடிந்துவிடுகிறது. 'அது நான்தான்' என்ற கதையின் முடிவில் எது பொய் எது உண்மை என்று வசந்தகுமாரனைப் போலவே நமக்கும் உறுதியாகத் தெரிவதில்லை.

*

எவ்வளவு காத்திரமான கதை என்றாலும் அ.மு.வின் வரிகளில் பளிச்சிடும் கவித்துவமிக்க, அலட்டிக்கொள்ளாத நகைச்சுவை அந்த வரிகளை எப்போதும் மறக்கவிடாமல் செய்துவிடுகின்றது.

'மிஸஸ் ஜோர்ஜ் கண்டிப்பானவர் - அவருடைய கண்கள் மூக்குக்குக் கீழே தென்படுவதைப் பார்த்துப் பழக்கப்படாதவை'. (மகாராஜாவின் ரயில் வண்டி)

'உருளைக்கிழங்குகளை எடுத்துவிட்ட உருளைக்கிழங்கு சாக்கு போல அவர் உடம்பு சுருங்கி இருக்கும்'. (தொடக்கம்)

'அவர் பேசத் தொடங்கும்போது அவருடைய குரல் சுத்திகரிக்கப்பட்ட பின்பே வெளியே வரும். அவனுக்கு எங்கே தான் விடும் சுவாசக்காற்றின் மிச்சத்தை அவர் சுவாசித்துவிடுவாரோ என்ற பயத்தில் மூச்சு முட்டும்'. (கறுப்பு அணில்)

'பெரிய விருட்சம் ஒன்று சுருங்கிச் சுருங்கி மறுபடியும் விதையானது போல, நாலு அறை, நிலவறை, மாடி கொண்ட பெரிய வீட்டுச் சாமான்களை சுருக்கி 20 கிலோவாக சூட்கேஸில் அடைத்து வைத்திருந்தார்.' (இலையுதிர் காலம்)

'அம்மாவுக்கு மூன்று மொழிகள் தெரியும். அவருடைய கிராமத்து ஃபுலானி மொழி. குறுக்கு மூளை அப்பாவிடம் பேசும் ரிம்னி மற்றும் கிரியோல். அம்மா மூன்று மொழிகளிலும் அவனிடம் மௌனம் சாதித்தார்.' (தீர்வு)

'கூழாங்கற்களை வாய்க்குள் நிறைத்துக்கொண்டு "குலேபகாவலி" என்று சொன்னால் ஒரு சத்தம் உண்டாகுமே, அதுதான் அவர் பெயர். அது என் வாயில் நுழையாது, எழுத்திலும் எழுத முடியாது.' (புளிக்கவைத்த அப்பம்)

'ஒரு வேலைக்காரனுக்குக் கொடுக்கும் புன்னகை அவளிடமிருந்து வெளியே வந்தது.' (நிலம் எனும் நல்லாள்)

'மீன் வெட்டும் பலகை போல அவள் முகத்தில் தாறுமாறாகக் கோடுகள்.'

*

எந்தப் பத்திரிக்கையைப் பிரித்தாலும் அ.முத்துலிங்கம் அவர்களின் கதையோ, கட்டுரையோ வெளிவந்திருந்தால், முதலில் படிக்கத் தொடங்குவது அதைத்தான் என்றாகியிருக்கிறது. அவரிடமிருந்து இன்னும் பற்பல ஆண்டுகளுக்கு பல நூறு கதைகள் வந்துகொண்டே இருக்கவேண்டும். அவற்றை வாசித்து நாங்கள் முறுவலித்துக்கொண்டும், நெகிழ்ந்து கொண்டும், அதிர்ந்துகொண்டும், ரகசியமாகக் கண்ணீர் உகுத்துக்கொண்டும் இருக்கவேண்டும்.

(ஜி. குப்புசாமி – மொழிபெயர்ப்பாளர். ஓரான் பாமுக் எழுதிய 'என் பெயர் சிவப்பு', 'பனி', ஜான் பான்வில் எழுதிய 'கடல்', அருந்ததி ராய் எழுதிய 'பெருமகிழ்வின் பேரவை', ரேமண்ட் கார்வர் சிறுகதைகள், ஹாருகி முரகாமி என்று பல முக்கியமான எழுத்தாளர்களையும் நூல்களையும் ஆங்கிலத்திலிருந்து தமிழுக்கு மொழிபெயர்த்தவர்.)

2

புதுமையும் புன்னகையும் – பாவண்ணன்

எங்கள் பள்ளிக்கூட நாட்களை நினைக்கும்போதெல்லாம் என் நினைவுக்கு வரும் ஒரு பெயர் ராஜசேகர். என்னைவிட சற்றே உயரமானவன். நன்றாக மரம் ஏறுவான். அதைவிட நன்றாகக் கதைசொல்வான். நாங்கள் ஐந்தாறு பேர் எப்போதும் அவனையே சூழ்ந்திருப்போம். அவன் சொல்லும் கதைகளைக் கேட்கத் தொடங்கிவிட்டால் வீட்டிலிருந்து பள்ளிக்குப் புறப்பட்டதும் தெரியாது, வந்து சேர்ந்ததும் தெரியாது. நேரம் பறந்துவிடும். அவன் சொல்லும் கதைகள் அந்த அளவுக்கு சக்தி கொண்டவை.

"தூங்கும் நேரத்தில் மந்திரவாதியின் வாய் திறந்திருந்தது" என்று அவன் சொல்லமாட்டான். மாறாக, கதையோடு கதையாக, "சின்னதா ஒரு ஸ்டூல் போட்டு உக்காந்து ரெண்டு கையாலயும் தினத்தந்தி பேப்பர விரிச்சி படிக்கலாம். அந்த அளவுக்கு அகலமா அவன் வாய் திறந்திருந்தது" என்று அவன் சொல்வான். "ஒருவர் செய்வதுபோல இன்னொருவருக்குச் செய்ய வராது" என்று சொல்லவேண்டிய இடத்தில், "மாடும் தவளையும் ஒரே கொளத்துல தண்ணி குடிச்சாலும் மாடு கூட தவள போட்டி போடமுடியுமா?" என்று முழக்கி நீட்டுவான். கற்பனைக்காக ஒருகணமும் அவன் யோசித்ததே இல்லை. தானாகவே அருவி மாதிரி இயற்கையாக அவனிடமிருந்து வெளிப்படும்.

ஒருநாள் வகுப்பறையில் நடைபெற்ற ஒரு நிகழ்ச்சி எனக்கு நன்றாக நினைவில் இருக்கிறது. அன்று திருத்தப்பட்ட கணக்குத்தேர்வுத் தாட்களை வகுப்பில் ஒவ்வொரு மாணவரையும் பெயர்சொல்லி அழைத்து கொடுக்கத் தொடங்கினார் ஆசிரியர். ராஜசேகருடைய பெயர் சொல்லப்பட்டதும் அவன் எழுந்து சென்று அவர் முன்னால் நின்றான். நூற்றுக்கு எழுபது என்று சொன்னபடி அவனிடம்

விடைத்தாளைக் கொடுத்தார் ஆசிரியர். என்னமோ நூறுமீட்டர் ஓட்டப்பந்தயத்தில் முதலாவதாக வந்து வெற்றிக் கோப்பையைப் பெற்றுக்கொள்ளும் பெருமிதத்துடனும் புன்னகையுடனும் அந்த விடைத்தாளைப் பெற்றுக்கொண்டான் ராஜசேகர்.

"இது என்னடா மார்க்கு, எப்ப பார்த்தாலும் எழுபது, அறுபது, அறுபத்தஞ்சிதானா? எப்பதான்டா நூறு வாங்குவ?" என்று கேட்டார் ஆசிரியர். அதற்கு ராஜசேகர் உற்சாகம் குன்றாத தன் குரலில், "முயற்சி செஞ்சிட்டேதான் இருக்கேன் சார். சீக்கிரமா வாங்கிக்காட்டறேன் சார்" என்று பதில் சொன்னான். "அதான்டா எப்ப வாங்குவன்னு கேக்கறேன்?" என்று மீண்டும் கேட்டார் ஆசிரியர். அக்கணமே அடக்கமாக மிக இயல்பான தொனியில், "நூறு லட்சியம் சார். எழுபது நிச்சயம் சார்" என்றான். அதைக் கேட்டதும் ஒருகணம் ஆசிரியர் உறைந்து, பின் மீண்டு சிரிக்கத் தொடங்கினார். சிரித்துச்சிரித்து அவர் கண்களில் நீர் நிறைந்துவிட்டது. கைக்குட்டையை எடுத்து ஒருமுறை துடைத்துக்கொண்டார். அப்போதும் அவரால் சிரிப்பைக் கட்டுப்படுத்த இயலவில்லை. புன்னகையுடன் அவன் தோளைத் தொட்டுத் தட்டிக்கொடுத்து, "போடா போடா" என்று அனுப்பிவைத்தார். அன்று முழுக்க அவர் அவன் சொற்களை நினைத்து நினைத்துப் புன்னகைத்துக்கொண்டே இருந்தார். அவன் பக்கமாகத் திரும்பும்போதெல்லாம் அவருக்கு சிரிப்பு வந்துகொண்டே இருந்தது. அவரால் அடக்கவே முடியவில்லை. அந்தக் காலத்தில் 'லட்சியம், நிச்சயம்' மேடைப்பேச்சில் உலாவந்த பிரபலமான அடுக்குமொழிச் சொல். அதைத்தான் தனக்குப் பொருத்தமான வழியில் ராஜசேகர் பயன்படுத்திக்கொண்டான். ஐம்பதாண்டுகளுக்குப் பிறகும் அந்தப் புன்னகைத்தருணங்கள் என் நினைவில் இன்னும் மங்காமல் பதிந்துள்ளன.

புன்னகைக்கும்படி பேசுவது ஒரு கலை. இயற்கையாகவே கற்பனையூறும் மனம் அதற்கு வேண்டும். புதிய கோணத்தில் சிந்திக்கும் ஆற்றல் வேண்டும். எல்லோருக்கும் அது சாத்தியமாவதில்லை. நகைச்சுவை என்பதையே பிறரை இழித்தும் பழித்தும் ஏளனம் செய்தும் மலினப்படுத்தியும் சொல்லும் உரையாடல் துணுக்காகவும் சுயகிண்டலாகவும் மாறிவிட்ட இன்றைய சூழலில் புன்னகைக்கு ஒரு மறுவரையறை தேவைப்படுகிறது. புன்னகைக்க வைக்கும் கலையில் சொல்லும் தொனியும் சொல்லும் கோணமும் மிகமுக்கியமானவை.

நண்பன் ராஜசேகர் பள்ளிப்படிப்பைத் தாண்டவில்லை. கிராமத்தில் இருபது முப்பது கிலோமீட்டர் சுற்றளவுக்குள்ளேயே ஒரு

வாழ்க்கையை வாழ்ந்துவிட்டான். இப்போதும் ஊருக்குச் சென்றால் திரௌபதை அம்மன் கோவில் திடலோரம் அரசமரத்தடியில் அல்லது ஏரிக்கரையோரம் புளியமரத்தடியில் அவனைப் பார்க்கிறேன். அவனைச் சுற்றி அவன் சொல்லும் கதைகளைக் கேட்பதற்காக ஆறேழு பேர் அமர்ந்திருக்கிறார்கள். ஒருமுறை அவனை நெருங்கிப் பார்த்துப் பேசிவிட்டுத் திரும்பினேன். "அண்ணன் பேசறத இன்னைக்கு முழுக்க கேட்டுக்கொண்டே இருக்கலாம். பசி, கவலை, துக்கம் எல்லாமே பறந்து போயிடும். வீட்டுக்குப் போயி பொண்டாட்டி புள்ளைங்ககிட்ட கூட சொல்லலாம். நெனச்சி நெனச்சி சிரிச்சிகிட்டே இருக்கலாம்" என்று அவனுக்கு அருகில் இருந்தவர்கள் சொன்னார்கள்.

தன் தனித்தன்மையை பள்ளிக்காலத்திலிருந்தே அவன் பாதுகாத்துப் பேணி வருவதைப் பார்க்க மகிழ்ச்சியாக இருந்தது. அவனைச் சுற்றி இருந்த உலகம் எவ்வளவோ மாறிவிட்டது. ஆனால் இந்த உலகத்தில் எதன் மீதும் அவனுக்கு வருத்தமில்லை. தவறிப்போன வாய்ப்புகளைப் பற்றியோ வாழமுடியாத வாழ்க்கையைப் பற்றியோ ஏக்கமும் இல்லை. எந்தப் புகாரும் இல்லாமல் ஒவ்வொரு தருணத்தையும் புன்னகையோடு கடந்துசெல்லும் ஆற்றல் அவனிடம் குடிகொண்டிருக்கிறது.

அவனைச் சந்தித்துவிட்டுத் திரும்பும்போதுதான் இலக்கியம் வழியாக அறிந்துகொண்ட புன்னகை மிக்க தருணங்களை அசைபோடத் தொடங்கினேன். இளம்வயதில் படித்த பம்மல் சம்பந்த முதலியாரின் ஹாஸ்யக்கதைகள் தொகுப்பு நினைவுக்கு வந்தது. அதில் இடம்பெற்றிருந்த ஒவ்வொரு கதையும் புன்னகைக்க வைப்பவை. வீடு, மருத்துவமனை, நீதிமன்றம், கடைத்தெரு என எல்லா இடங்களிலும் நிறைந்திருக்கும் புன்னகைத் தருணங்களையெல்லாம் அத்தொகுதியில் காணமுடியும். ஆயினும் அவையனைத்தும் கதைத் தருணங்கள் வழியாக பெருகும் புன்னகையே தவிர, விவரணையால் உருவாகும் புன்னகையல்ல. புதுமைப்பித்தன் எழுதிய கடவுளும் கந்தசாமிப்பிள்ளையும் போன்ற சிற்சில சிறுகதைகளில் கூட புன்னகைக்க வைக்கும் பல வரிகளைக் காணமுடியும். ஆனால் பாத்திரங்களின் குணவிசேஷங்களுக்கும் கதைத் தருணங்களின் குணவிசேஷங்களுக்கும் அழுத்தம் கொடுத்து எழுதும் சிற்சில கூடுதல் வரிகள் வழியாக புதுமைப்பித்தன் அப்புன்னகையைச் சாத்தியப்படுத்துகிறார். ஏனைய வரிகளில் படிந்திருக்கும் கசப்பும் விமர்சனமும் விரக்தியும் ஆவேசமும் அந்தப் புன்னகையின் வெளிச்சத்தை சட்டென மங்கவைத்துவிடுகின்றன. அவரைத்

தொடர்ந்து எழுத வந்த பெரும்பாலான சிறுகதையாளுமைகளும் அதே வழியைத் தொடர்ந்தனர்.

அழகிரிசாமி, ஜெயகாந்தன், புதுமைப்பித்தன், அசோகமித்திரன், சுந்தர ராமசாமி கதைத்தொகுதிகளை நூலகத்தில் தேடித்தேடிப் படித்துக்கொண்டிருந்த என் இளமைக்காலத்தில் தற்செயலாக அக்கா என்னும் சிறுகதைத்தொகுதியை எடுத்துச் சென்று படித்தேன். அதன் ஆசிரியர் அ.முத்துலிங்கம் என்பவர் யார் என்பதே அன்று எனக்குத் தெரியாது. அந்தத் தலைப்பு எனக்கு மிகவும் பிடித்திருந்ததால் எடுத்துவந்தேன். வீட்டுக்கு வந்ததும் அக்கதையைத்தான் தேடிப் படித்தேன். அது தொகுப்பின் கடைசிக் கதையாக அமைந்திருந்தது. தொகுப்புக்கே தலைப்பாக அமைந்த சிறுகதையை தொகுப்பின் கடைசியாக ஏன் வைத்தார்கள் என்பதைப் புரிந்துகொள்ள இயலாமல் கதையைப் படித்தேன்.

கதை என்னைத் திகைக்கவைத்துவிட்டது. ஒரு கல்யாண வீடு. எல்லோரும் சிரித்து கொண்டாட்டமாக இருக்கிற சூழல் ஒரே கணத்தில் போர்க்களமாக மாறிவிடுகிறது. அந்த அக்காவின் தம்பி அக்காவையே படமாக வரைந்திருக்கும் சொந்தக்கார இளைஞரைப் பார்க்கச் செல்கிறான். அக்காவுக்கு அந்தப் படம் மகிழ்ச்சியைக் கொடுக்கும் என நம்பி அதை எடுத்துவருகிறான். சிறுவனிடம் படத்தைக் கொடுக்கும் இளைஞன், ஒரு கடிதத்தையும் கொடுத்து அனுப்புகிறான். துரதிருஷ்டவசமாக அந்த வீட்டு அப்பாவின் பார்வையில் எல்லாமே சிக்கிவிடுகின்றன. எல்லாரையும் அடித்துத் துவைத்துவிடுகிறார் அவர். இன்பமயமானதாகத் தொடங்கிய ஒருநாள் துன்பமயமானதாக முடிவடைந்துவிடுகிறது. அந்தச் சிறுவனுக்கு தான் செய்தது என்ன என்றே புரியவில்லை. அப்பாவியான அவன் பார்வையிலிருந்துதான் கதை விரிகிறது.

மனத்தைப் பாரமாக்கும் அக்கதையைப் படித்துக்கொண்டு போகும்போது சட்டென ஒரு வரியைப் படித்துவிட்டு என்னையறியாமல் புன்னகைத்துவிட்டேன். மாபெரும் சோகத்துக்கு நடுவில் அப்படி புன்னகைப்பது தப்பல்லவா என எனக்குள் கேட்டுக்கொண்டேன். ஆனால் தப்பில்லாத வகையில்தான் அந்த வரிகள் அமைக்கப்பட்டிருந்தன. அவை இல்லாமல் போனாலும் கூட அந்தக் கதையின் ஓட்டத்துக்குக் குறைவிருக்காது. ஆயினும் அந்தக் கூடுதல் வரிகளால் கதைக்கு ஒரு மெருகு கூடி இருந்தது என்பதுதான் உண்மை. அந்தச் சிறுவனின் அப்பாவித்தனத்தைப் புரிந்துகொள்ள அவ்வரிகள் துணைபுரிந்தன. "அம்மா வெங்காயம் வெங்காயமா உரிக்கிறாள். அவளுக்கு கண்ணீரே வரவில்லை. நான்

ஒண்டுகூட உரிச்சி முடியல்லை. அழுகை அழுகையா வந்தது" என்று சிறுவனின் எண்ண ஓட்டமாக அமைந்திருந்தன அவ்வரிகள். புன்னகைக்காமல் அவ்வரிகளைப் படிக்கமுடியுமா, என்ன? அதற்கு அடுத்த வரியில்தான் அவன் அப்பா அவனையும் அக்காவையும் அடித்து மிதிக்கும் காட்சியைக் காட்டுகிறார் முத்துலிங்கம்.

அதற்கு அடுத்த நாள்தான் மற்ற கதைகளைப் படித்தேன். என் எதிர்பார்ப்பை நிறைவேற்றுவதுபோல எல்லாக் கதைகளிலும் புன்னகைக்க வைக்கும் ஒன்றிரண்டு வரிகள் இருந்தன. கோடைமழை என்கிற கதையில் தன் பிறந்த ஊரான கொக்குவில் பற்றிய விவரணை இடம்பெற்றிருந்தது. அது சின்ன ஊருமல்ல, பெரிய ஊருமல்ல என்பதற்குப் பதிலாக ஒரு பாத்திரம் வேறொரு வகையில் நீட்டி முழக்கிச் சொல்லியிருந்தது. அந்த நீட்டலிலும் முழக்கத்திலும்தான் புன்னகை அடங்கியிருந்தது. "இலங்கையின் தேசப்படத்தை மேசையின் மீது வைத்து, அதிலே யாழ்ப்பாணம் இருக்குமிடத்தைத் தேடிக் கண்டுபிடித்து, அதற்குள் சிகப்புப்பென்சிலால் பெரிய புள்ளி போட்டு இதுதான் கொக்குவில் என்று பீற்றிக்கொள்ளும் அளவுக்கு பிரபலமானது அல்ல. அதே நேரத்தில் தேசப்படத்தைப் பிரிக்காமலும் சிவப்புப்பென்சிலால் கோடு இழுக்காமலும் இது கொக்குவில் என்று சொல்லாமலும் விடக்கூடிய அளவுக்குப் பிரபலமற்றது என்றும் கூற முடியாது". இந்த விவரணைகள் கதைமையத்துக்கு உதவியானதாக இல்லாமல் இருக்கலாம். ஆனால் கதையை வாசிக்கத் தேவையான ஊக்கத்தையும் சுவாரசியத்தையும் தாராளமாக வழங்கின.

அதே தொகுப்பில் அனுலா என்றொரு கதையில், "காதல் என்பது எப்போது உதயமாகிறது என்று யாராலும் கூறமுடியாது. இரவிலிருந்து பகல் பிறப்பதுபோல ஏதோ ஒரு கணத்தில் காதல் பிறந்துவிடுகிறது" என்றொரு குறிப்பையும் பார்த்தேன். ஒரு பொன்மொழியின் தோற்றத்தில் அமைந்துள்ள இந்த விவரணையைப் படித்துக் கடந்தபோது உருவான புன்னகை நெஞ்சில் நிரந்தரமாகப் படிந்துவிட்டது.

அக்கா தொகுப்பில் அக்கா கதையைத் தவிர கோடைமழை, ஊர்வலம் என மேலும் இரு சிறுகதைகள் எனக்கு மிகவும் பிடித்திருந்தன. கோடைமழை கதையில் முக்கியமான பாத்திரம் சின்னாச்சிக்கிழவி, கருமி. வட்டிக்கு ஆசைப்படுபவள். கடன் கேட்டு வருகிறவர்களிடம் தன்னிடம் இல்லை என்பதுபோல பஞ்சப்பாட்டு பாடிவிட்டு யாரிடமோ வாங்கி வருவதுபோல போக்கு காட்டி பணம் கொடுப்பவள். அவளிடம் ஒருவன் ஒருநாள் அவசரமாகப் பணம் வேண்டும் என்று சொல்லி ஒரு நகையைக்

கொடுத்து பணம் பெற்றுச் செல்கிறான். சில மாதங்கள் கழித்து, கிழவியின் மகள் பண உதவிக்காக வந்து நிற்கிறாள். எங்கிருந்தாவது வட்டிக்கு வாங்கிக் கொடுக்கும்படி சொல்கிறாள். ஏற்கனவே அடகு வாங்கியிருக்கும் நகையை இன்னொருவரிடம் அடகு வைத்து பணம் பெற்று மகளிடம் கொடுத்து கூடுதல் வட்டி பெறலாம் என்ற பேராசையோடு, அந்த நகையை எடுத்துக்கொண்டு வெளியே செல்கிறாள். அப்போதுதான் கோடை மழை பிடித்துக்கொள்கிறது. மழையில் மடியில் வைத்த நகை நனைந்துபோகிறது. அதை எடுத்துப் பார்க்கும் கிழவிக்கு அது தங்கமல்ல, பித்தளை என்பது உறைக்கிறது. மழை நகையில் பூசிய சாயத்தை மட்டுமன்றி, மனத்தில் பூசியிருக்கும் சாயத்தையும் அம்பலப்படுத்துகிறது. வாழ்வின் நெருக்கடித் தருணங்களை பணமீட்டும் தருணமாக ஒவ்வொருவரும் நினைக்கத் தொடங்கினால் வாழ்க்கையின் சாரமாக எஞ்சுவதுதான் என்ன என்கிற கேள்வியை நோக்கி அழைத்துச் செல்கிறது கதை. இக்கதையில் படித்துப் புன்னகைக்கும் வகையில் தனிவரிகள் எதுவும் இல்லை. ஆனால் முழுக் கதையையும் வாசித்துமுடித்த பின்னர் நமக்குள் எழும் புன்னகையை ஒருவராலும் மறைத்துக்கொள்ள முடியாது. ஏமாற்றுவதை வழக்கமாகக் கொண்ட ஒருவர் ஏமாந்து நிற்பதைப் பார்க்கும்போது உருவாகும் புன்னகை அது.

ஊர்வலம் சிறுகதையும் வாழ்க்கையின் சாரத்தை முன்வைத்தே ஒரு கேள்வியை எழுப்புகிறது. சாந்தினியும் மாணிக்கமும் ஒரே பள்ளியில் ஒன்றாகப் படித்தவர்கள். இருவரும் ஒருவரையொருவர் விரும்புகிறார்கள். ஊர்க்கோடியில் இருக்கும் அரசமரத்தடியில் பெயர்களை இணைத்துச் செதுக்கிப் பார்த்து மகிழ்ச்சியடைகிறார்கள். பள்ளிப்படிப்புக்குப் பிறகு படிக்க வாய்ப்பில்லாத மாணிக்கம் தபால்காரனாக வேலைக்குச் செல்கிறான். கல்லூரியில் சேர்ந்து பட்டப்படிப்பு படித்து முடிக்கும் சாந்தினி அங்கேயே இன்னொருவனைக் காதலிக்கிறாள். பட்டப்படிப்புத் தகுதியில் பழைய காதல் மூழ்கிவிடுகிறது. திருமண ஊர்வலம் அதே கிராமத்தில் அதே அரசமரத்தடியில் உள்ள பிள்ளையாரைக் கும்பிடுவதற்காக வருகிறது. தபால்காரக் காதலனும் தொலைவிலிருந்து பார்க்கிறான். இறந்தகாலக் காதலையும் மறக்கமுடியாமல் நிகழ்காலக்காதலையும் விடமுடியாமல் உறைந்துபோகிறாள் சாந்தினி. சின்னாச்சிக்கிழவியைப் போலவே சாந்தினியும் இன்னொருவகையில் பேராசைக்கு இரையானவள். பேராசை பிழை எனத் தெரிந்தபோதிலும் மீண்டும் மீண்டும் பேராசை மானுடரை ஏன் அலைக்கழித்துக்கொண்டே இருக்கிறது என்பது முக்கியமான கேள்வி. அக்கா தொகுதி முழுக்க இப்படிப்பட்ட விசித்திர மனிதர்களைப்பற்றிய கதைகள் அடங்கியிருந்தன.

வாசிப்பு பெருகிய ஒரு புள்ளியில் மனம் வெடித்த ஒரு தருணத்தில் நானும் சிறுகதைகளை எழுதத் தொடங்கினேன். ஐந்தாறு ஆண்டுகளுக்குப் பிறகு என்னுடைய முதல் தொகுதி வெளிவந்தது. கதைகளின் நுட்பங்களும் விதவிதமான சட்டகங்களும் பிடிபடத் தொடங்கின. நீண்ட இடைவெளிக்குப் பிறகு ஒரு சென்னைப் பயணத்தில் வம்சவிருத்தி தொகுதியை வாங்கிவந்து படித்தேன். ஒருகணம் அக்கா தொகுதியை நினைத்துக்கொண்டேன். அதை எழுதிய முத்துலிங்கம் வேறு, வம்சவிருத்தியை எழுதிய முத்துலிங்கம் வேறு என்று சொல்லும் அளவுக்கு முற்றிலும் புதிதாக இருந்தது. புதிய களம், புதிய மொழி, புதிய மனிதர்கள் என எல்லாமே புதிதாக அமைந்திருந்தன. கதையாக்கத்தில் முத்துலிங்கத்திடம் நிகழ்ந்திருக்கும் பாய்ச்சலை என்னால் உணரமுடிந்தது. முத்துலிங்கம் புன்னகைக்க வைப்பவர் மட்டுமல்ல, பல புதுமைகளையும் முன்வைப்பவர் என்பதைப் புரிந்துகொண்டேன். அப்போதுதான் அவர் வெளிநாட்டில் உயர்பதவி வகிப்பவர் என்பதையும் உலகநாடுகளில் சுற்றிவரும் வாய்ப்புகள் நிறைந்தவர் என்பதையும் தெரிந்துகொண்டேன்.

கூர்மையான ஒரு பொறியியல் நுட்பம் அவருடைய எல்லாச் சிறுகதைகளிலும் தொழிற்பட்டிருப்பதை வியப்போடு பார்த்தேன். அறிந்த கிராமம், அறிந்த நகரம், அறிந்த மனிதர் என்னும் எல்லைகளைக் கடந்து உலகின் எந்தப் பகுதியிலும் நிகழ்வதற்குச் சாத்தியமான வகையில் அவருடைய கதைகள் அமைக்கப்பட்டிருந்தன. பல நாடுகளில் பணியாற்றக் கிடைத்த வாய்ப்பு பலவிதமான நிலப்பகுதிகளைப் பற்றிய தகவல்களைத் தொகுத்துக்கொள்ள அவருக்கு உதவியாக அமைந்திருந்தது. பாகிஸ்தான், ஆப்பிரிக்கா, அமெரிக்கா, கனடா என பல நாடுகள் அவருடைய கதைக்களங்களுக்காகத் தேர்ந்தெடுக்கப்பட்டிருந்தன. புதிய நிலப் பின்னணி, புதிய கதைக்களம், புதிய மனிதர்கள் என ஒவ்வொரு சிறுகதையும் வியப்பளித்தது.

ஒரு தருணம், ஒரு நிகழ்ச்சி, ஒரு முரண் என கதைக்கென வகுக்கப்பட்டிருந்த கட்டுப்பாடுகளை மிக எளிதாகக் கடந்து சென்றன அவருடைய கதைகள். பின்னிப்பின்னி நீண்டு செல்லும் ஒரு கோடு போல அவருடைய கதைகள் அமைந்திருந்தன. ஒவ்வொரு கதைக்கும் மிகப்பொருத்தமான சட்டகத்தை அவர் தேர்ந்தெடுத்திருந்தார். கண்ணைக் கவரும் விதத்தில் வசீகரமான வகைகளில் ஆயத்த ஆடைகளை உருவாக்கும் தொழில்நிபுணரைப்போல, படிக்கப்படிக்க ஆர்வத்தைப் பெருகவைக்கும் பலவிதமான கதைச்சட்டகங்களை அவர் தனக்குத்தானே உருவாக்கிக்கொண்டார். அவர்

எடுத்துக்கொள்ளும் மையத்துக்கு அவர் வகுப்பதே கால எல்லை என்பது நியதியாக மாறிவிட்டது. இப்படி ஒவ்வொரு கூறையும் தனக்குச் சாதகமாக மாற்றிக்கொண்ட கலைஞர்கள் வேறு யாராவது இருக்கிறார்களா என்று தெரியவில்லை.

துரி என்னும் முதல் சிறுகதையைப் படித்தபோது எழுந்த பரவசம் இன்னும் என் மனத்தில் அப்படியே நீடிக்கிறது. முதலில் அந்தத் தலைப்பு எனக்குப் புரியவில்லை. பல கணங்கள் அதன் பொருள் என்னவாக இருக்கும் என நினைத்துநினைத்து, கதையைப் படிக்காமலேயே குழம்பிக்கொண்டிருந்தேன். அந்தத் தலைப்புக்குக் கீழே நாயின் ஓவியத்தைப் பார்த்த பிறகே என் குழப்பம் நீங்கியது. கதையின் முதல் பத்தியைப் படித்ததுமே என் ஐயம் முற்றிலும் விலகியது. துரி என்பது ஒரு நாயின் பெயர். துரியோதனன் என்று முதலில் சூட்டி துரி என்று பிறகு அழைக்கிறார்கள். அதுவும் அமெரிக்காவில் வளர்க்கும் நாய். அந்த வீட்டின் பெற்றோரைவிட அவர்களுடைய மகன்தான் அந்த நாயை மிகவும் செல்லமாக வளர்க்கிறான். அவன் பள்ளிக்கல்வியை முடித்து பல்கலைக்கழகத்துக்குச் சென்றுவிடுகிறான். அவனைப் பிரிந்த துயரத்தில் நாய் முதலில் வாட்டம் கொள்கிறது. பிறகு மெல்ல மெல்ல வேறு விஷயங்களில் மனத்தைத் திசைதிருப்பி இயல்பான நிலைக்குத் திரும்புகிறது.

நாய் வளர்க்கும்போது கிட்டும் சின்னச்சின்ன அனுபவங்களின் பதிவாக கதை வளர்கிறது. ஒருநாள் அந்த நாய்க்கும் ஒரு தேவாங்குக்கும் நடைபெற்ற மோதலை விவரிக்கிறது கதை. வீட்டுக்குப் பின்னால் இருக்கும் சுவரில் ஏற்படுத்தப்பட்ட ஓட்டை வழியாக பின்பக்கக் காட்டுக்குள் சென்று திரும்ப நாய்க்கு வழங்கப்பட்டிருக்கும் சுதந்திரத்தை முன்வைக்கிறது. மெல்ல மெல்ல அது வீட்டுக்கும் காவலாகிறது. காட்டுக்கும் காவலாகிறது. இறுதியாக அங்கே குருவிகளின் தாகம் தணிவதற்காக வைத்திருக்கும் தண்ணீர்த்தொட்டியை இரவுதோறும் உள்ளே நுழைந்து பாழாக்கும் றக்கூன் என்னும் ஒருவகை நரியின் அத்துமீறலைச் சித்திரிக்கிறது. தக்க தருணத்துக்காகக் காத்திருக்கும் நாய் ஒருநாள் அந்த றக்கூனுடன் மோதுகிறது. மரமேறத் தெரிந்த றக்கூன் மரத்திலேறி நின்றுகொண்டு நாயின் மூர்க்கத்தைத் தூண்டுகிறது. ஒவ்வொரு நாளும் றக்கூனின் வரவை மோப்பம் பிடித்து உணர்ந்துகொள்ளும் நாய் அக்கணமே ஓடி அதைத் தாக்கத் தொடங்குகிறது. தண்ணீர்த்தொட்டியை நோக்கி வரும் நேரத்தை றக்கூன் எப்படி மாற்றிக்கொண்டாலும் அது நாய்க்குத் தெரிந்துவிடுகிறது. ஒருநாள் அதிகாலை நேரத்தில்

றக்கூன் நுழைவதைப் பார்த்துவிட்டு நாய் துரத்திக்கொண்டு ஓடுகிறது. வழக்கமாக மரத்திலேறித் தப்பிக்கும் றக்கூன் அன்று திசைமாறி வேலியைக் கடந்து தெருவை நோக்கி ஓடுகிறது. ஆத்திரம் கொண்ட நாயும் தெருவில் அதைத் துரத்திக்கொண்டு பாய்கிறது. றக்கூன் சாலையைக் கடந்து தப்பித்துவிட, எதிர்பாராத விதமாக அந்தப் பக்கமாக வந்த காரில் நாய் அகப்பட்டுக்கொள்கிறது. இடது தொடையில் அடிபட்டு விழுந்துவிடுகிறது. நாய்க்கும் றக்கூனுக்கும் இடையில் நடைபெறும் மோதல், பீமனுக்கும் துரியோதனனுக்கும் நிகழும் மோதலைப்போலவே இக்கதையில் சித்திரிக்கப்பட்டிருக்கிறது. தொடையில் அடிபட்டு இறப்பாய் என்று தெரிந்திருந்தால் துரியோதனன் என்று பெயர்சூட்டாமல் இருந்திருப்பேன் என்று கலங்குகின்றனர் பெற்றோர். ஒரு நாயைப்பற்றிய கதையை இந்த அளவுக்குப் பாசப்போராட்டம் நிறைந்த கதையாக முத்துலிங்கத்தால் மட்டுமே எழுதமுடியும். வீடு, வீட்டையொட்டிய காடு என்னும் வாய்ப்புகளுக்காக அமெரிக்கப்பின்னணி உதவுகிறது.

வம்சவிருத்தி என்னும் தலைப்புக்கதை பாகிஸ்தான் நிலப்பின்னணியில் அமைந்திருக்கிறது. அங்கே வாழும் அஸ்காரி குடும்பத்தைப்பற்றிய கதை அது. அஸ்காரிக்கு முதல் மனைவி வழியாக ஆறு குழந்தைகள் பிறக்கிறார்கள். ஆறும் பெண் குழந்தைகள். இரண்டாவதாக ஒரு திருமணம் செய்துகொள்கிறார். அவருக்கும் பெண் குழந்தையே பிறக்கிறது. அல்லாவின் கருணையை வேண்டி ஹஜ் யாத்திரை செல்கிறார். திரும்பி வந்த பிறகு அவளுக்கு ஆண் குழந்தை பிறக்கிறது. வம்சத்தை விருத்தி செய்ய வந்த குழந்தை. ஆனால் ஊரும் உலகமும் அவன் ஆண்மகன் என்பதை ஏற்றுக்கொள்ள அவனுக்கு வேட்டைக்கலை தெரிந்திருக்கவேண்டும். பன்னிரண்டு வயது முடிந்த பிறகு காட்டுக்குச் சென்று ஒரு விலங்கை வேட்டையாடி எடுத்துவர வேண்டும். அது காலம்காலமாக அக்கிராமத்தில் கடைபிடிக்கப்பட்டு வரும் நியதி. எந்த விலங்கை வேண்டுமானாலும் கொல்லலாம். ஆனால் அஸ்காரி தன் மகன் ஒரு வரையாட்டைக் கொல்ல வேண்டும் என்று எதிர்பார்க்கிறார். குறிப்பிட்ட நாளில் மகனிடம் துப்பாக்கியைக் கொடுத்து காட்டுக்கு அழைத்துச் செல்கிறார். நீண்ட அலைச்சலுக்குப் பிறகு சிறுவன் ஒரு வரையாட்டைக் கொன்று ஆண்மகன் என தன்னை நிறுவிக்கொள்கிறான். அந்த ஆடு, இந்த உலகத்தில் பாகிஸ்தான் வடமலைப் பகுதியில் மட்டுமே வாழும் அபூர்வ இன வகையைச் சேர்ந்தது. தன் வம்சம் தழைக்கவேண்டும் என்பதற்காகப் புறப்பட்ட ஒரு மனிதனின் வேட்டை, அபூர்வ ஆட்டின் வம்சத்தில் ஓர் ஆடு இறப்பதற்குக் காரணமாகிவிடுகிறது.

சவாலான முரணைக் களமாகக் கொண்ட இச்சிறுகதையை, மிகவும் கச்சிதமாக எழுதியிருந்தார் முத்துலிங்கம். ஆண் குழந்தைக்கு ஆசைப்படும் ஒரு தகப்பனைப்பற்றிய கதையைப் போல எளிமையாகத் தொடங்கி மனிதனுக்குள் உறைந்திருக்கும் மனிதாபிமானமற்ற அப்பட்டமான சுயநலத்தையும் கருணையின்மையையும் உணர்த்தும் புள்ளியில் முடிவடைகிறது.

அதற்குப் பிறகு வெளிவந்த முத்துலிங்கத்தின் சிறுகதைத்தொகுதிகள் அனைத்தையும் வந்த வேகத்தில் வாங்கிப் படித்துவிடுவது வழக்கமாகிவிட்டது. திகடசக்கரம், வடக்குவீதி, மகாராஜாவின் ரயில்வண்டி, அமெரிக்கக்காரி, குதிரைக்காரன், பிள்ளைக்கடத்தல்காரன், ஆட்டுப்பால் புட்டு என எல்லாத் தொகுதிகளிலும் என் மனம் கவர்ந்த பல சிறுகதைகள் அடங்கியிருந்தன. ஒவ்வொரு சிறுகதையிலும் அவர் பயன்படுத்திக்கொள்ளும் தகவல்கள் அனைத்தும் புதுமையானவை. இன்னொருவர் வழியாக நாம் கேட்டறியாதவை. ஒவ்வொரு தகவலும் ஆப்கானிஸ்தான், தாய்லாந்து, ஐரோப்பா, ஆப்பிரிக்கா, அமெரிக்கா என பல தேசங்களுடன் தொடர்புடையவை. அவற்றை சுவாரசியமான கதைத்தருணங்களோடு இணைத்து வழங்குவதில்தான் முத்துலிங்கத்தின் கலை சுடர்விடுகிறது. அவருடைய உலகப்பயணமும் மனிதர்களின் உறவும் நட்பும் எல்லா எல்லைகளையும் கடந்து சிந்திக்கவும் கதைகளுக்குத் தோதாக விரிவுபடுத்திக்கொள்ளவும் அவருக்கு உதவியிருக்கின்றன.

ஒரு தகவலை முதன்மைப்படுத்துவதிலும் அதை கதையின் மையத்தோடு இணைக்கும் புள்ளியை உருவாக்குவதிலும் முத்துலிங்கம் ஈடு இணையற்றவர். அவருடைய கலையுள்ளம் அந்த இணைப்பை அழகாக உருவாக்குகிறது. ஒருமுறை கூட அவருடைய முயற்சி தோல்வியடைந்ததில்லை. சரியான வேகத்தில் சென்று இலக்கை ஊடுருவி நிற்கிற அம்பைப்போல, அவருடைய கதைகளும் இலக்கைத் தொட்டு நிற்கின்றன.

குதிரைக்காரன் சிறுகதையில் பிலிப்பினோ என்கிற மார்ட்டின் என்கிற ஒருவன் நாடோடியாக சொந்த நாடான பிலிப்பைனை விட்டு வெளியேறி வேலைக்கான வாய்ப்பைத் தேடி வரும் தருணத்திலிருந்து தொடங்குகிறது. கடைசியாக அவன் ஓகொன்னார் பண்ணையில் வேலைக்குச் சேர்ந்துகொள்கிறான். இரண்டாயிரம் ஏக்கர் பரப்பளவு கொண்ட அந்தப் பண்ணையில் வேலியைச் செப்பனிடுபவனாகவும் குதிரைகளைப் பராமரிப்பவனுக்கு உதவியாளனாகவும் வேலை செய்கிறான். பண்ணைக்காரரின் அனுமதியோடு அவன் தன்னோடு

கொண்டு வந்த ஓர் அஸ்பென் செடியை அந்தப் பண்ணையில் நடுகிறான். அஸ்பென் செடி மெல்ல மெல்ல மரமாக ஓங்கி வளர்கிறது. தன்னைத்தானே இனப்பெருக்கம் செய்துகொள்ளும் செடிவகை என்பதால் ஒரு காடு போலவே அது வளர்ந்துவிடுகிறது. அபூர்வமான அஸ்பென் செடி பற்றிய தகவல்தான் இக்கதையை எழுதத் தூண்டியிருக்கவேண்டும். அஸ்பென் செடியையும் மார்ட்டினையும் ஒரு கோட்டில் கொண்டுவந்து இணைக்கிறார் முத்துலிங்கம். காற்று வீசாதபோதும் நடுங்கி அசையும் அஸ்பென் செடியைப்போலவே அவன் தலையும் நடுங்கியபடியே இருக்கிறது. ஏசுவைக் காட்டிக்கொடுத்த யூதாஸ் தூக்குமாட்டித் தற்கொலை செய்துகொள்ளத் தேர்வு செய்த மரம் அஸ்பென் மரம். அந்தக் கணத்திலிருந்து அஸ்பென் மரம் நடுங்குகிறது என்பது பரம்பரைக்கதை.

குதிரைக்காரனின் கதையை இரு பகுதிகளாக எழுதியிருக்கிறார் முத்துலிங்கம். ஒரு பகுதி சித்திரிப்புத்தன்மையோடும் இன்னொரு பகுதி எழுத்தாளருக்கு மார்ட்டினுக்கும் பண்ணையாரின் மகளுக்கும் பிறந்த பெண்ணுடன் நிகழும் நேர்காணலாகவும் அமைந்துள்ளது.

துர்கா என்கிற போராளியைப்பற்றிய கதையான எல்லாம் வெல்லும் கதையில்கூட முத்துலிங்கம் ஆறுமணிக்குருவி என்னும் அரிய வகைக் குருவியொன்றைப் பற்றிய தகவலைப் பகிர்ந்துகொள்கிறார். கதையின் அமைப்பில் அதற்கு ஒரு முக்கியத்துவத்தை அழகாக உருவாக்குகிறார். பிரிகேடியர் துர்கா பறவைகள் மீது ஆர்வமுள்ளவர். காட்டில் பறக்கும் நூறு அரியவகைப் பறவைகளின் படங்களைத் தொகுத்து தலைவருக்கு பிறந்தநாள் பரிசாக அளிக்கிறார். ஒவ்வொரு பறவையின் பெயரையும் சொல்லும் தலைவர் ஒரு பறவையின் படத்தைப் பார்த்துவிட்டு உற்சாகத்துடன் பேசுகிறார். அவர்தான் அது அதிகாலை ஆறுமணிக்குப் பறந்துசெல்லும் பறவை என்று குறிப்பிடுகிறார். எல்லாம் வெல்லும் என்று முழக்கமிட்டபடி போர்முனைக்குச் செல்லும் துர்கா ஒருநாள் அதிகாலையில் நடைபெறும் போரில் குண்டடி பட்டு இறந்துவிடுகிறாள். அவள் வாழ்வின் இறுதிக்கணத்தில் பார்க்கும் தொலைவில் பறவைக்கூட்டமொன்று பறந்துசெல்கிறது. அந்தக் கூட்டத்தில் ஆறுமணிப்பறவை இருக்கிறதா என தேடியலைந்து உறைகின்றன அவள் கண்கள்.

சுவருடன் பேசும் மனிதர் சிறுகதையின் வழியாக நாம் தெரிந்துகொள்ளும் தகவல் அராமிக் என்னும் மொழியைப் பற்றியதாக அமைந்திருக்கிறது. அராமிக் என்னும் மொழியில்தான் அந்தக் காலத்தில் இயேசு பேசினார். அந்த மொழியைப் பேசுகிறவர்கள்

குறைந்துகொண்டே வருகிறார்கள். இந்த எளிய தகவலை உள்ளடக்கமாகக் கொண்டு இப்படி ஒரு சிறந்த சிறுகதையை எழுதுவது முத்துலிங்கத்துக்கு மட்டுமே சாத்தியம். கனடாவுக்கு வந்த ஒருவர் தலைமுடியை வெட்டிக்கொள்ள முடிதிருத்துநரைப் பார்க்கச் செல்லும் புள்ளியிலிருந்து கதை தொடங்குகிறது. வழக்கமான முடிதிருத்துநரிடம் செல்வதை அவருடைய மனம் விரும்பவில்லை. அதனால் புதிய இடத்தைத் தேடிச் செல்கிறார். அந்தப் புதிய முடிதிருத்துநரிடம் உரையாடும் போக்கில் அவரைப்பற்றிய தகவல்களை பேசிப்பேசித் தெரிந்துகொள்கிறார். அவர் ஈராக்கிலிருந்து கனடாவுக்குக் குடியேறியவர். பாரசிக மொழியில் பொறியியல் பட்டம் பெற்றவர். கனடாவில் அதற்கு மதிப்பில்லை என்பதால் முடிவெட்டும் தொழிலை உள்ளார்ந்த விருப்பத்தோடு செய்கிறார். அவருடைய தாய்மொழியான அராமிக் மொழியை 'ஆபத்தில் இருக்கும் மொழி' என்று அறிவித்துவிட்டார்கள். அது அழியக்கூடாது என்பதற்காக அவர் தினந்தோறும் தனிமையில் சுவரோடு அராமிக் மொழியில் உரையாடுகிறார். தான் பேசும் ஒவ்வொரு நிமிடமும் தன் மொழி வாழ்வதாக நம்புகிறார். அந்த உரையாடல் கட்டமைப்பிலேயே எல்லாத் தகவல்களும் இடைச்செருகலாக வந்துவிடுகின்றன. புதுமைதான். ஆனாலும் புதுமையெனத் தோன்றாதபடி முன்வைக்கப்பட்டு விடுகின்றன.

இந்தச் சிறுகதையிலும் அவருடைய புன்னகை வரிகள் தவறாமல் இடம்பெறுகின்றன. தொடர்ந்து உரையாட வழியில்லாமல் எரிச்சலுடன் வெளியேறும் பெண்ணைப்பற்றிக் குறிப்பிடும்போது, 'ஒரு குதிரை பக்கவாட்டில் நகர்வதுபோல அவள் நகர்ந்து வெளியேறினாள்' என்று எழுதியிருக்கும் வரியைப் புன்னகையின்றி படிக்கமுடியாது. 'கோபத்தில் எரிச்சலுடன் கீழே விழுந்த முடியை திரும்பவும் ஒட்டமுடியாது, மொழியும் அப்படித்தான். பூமியிலிருந்து ஒரேயடியாக மறைந்துவிடும்' என்ற வரியைப் படித்ததுமே, கதையோடு ஒட்டிப்போகிற மாதிரி எவ்வளவு அருமையாக முத்துலிங்கம் எழுதியிருக்கிறார் என்று தோன்றுகிறது.

மயானப்பராமரிப்பாளர், ஆதிப்பண்பு, பொற்கொடி பார்ப்பாள், வேட்டைநாய், புகைக்கண்ணர்களின் தேசம், கடவுச்சொல், அது நான்தான், இலையுதிர்காலம் — எல்லாமே எனக்கு மிகவும் பிடித்த சிறுகதைகள். அகதிகளைப்பற்றி முத்துலிங்கம் எழுதிய கதைகள் என தனியாக ஒரு தொகுப்பையே உருவாக்கலாம். அனைத்துமே ஏதோ ஒருவகையில் சிறப்பானவை. அகதிகளைப்பற்றிய கதைகளாக இருந்தாலும் சரி, அயல்நாட்டினரைப்பற்றிய கதைகளாக

இருந்தாலும் சரி, புதிய புதிய ஊர்களும் நாடுகளும்தான் அவருடைய கதைகளின் பின்புலக்காட்சிகளாக அமைந்திருக்கின்றன. உலகத்தின் பல்வேறு நகரங்கள் முத்துலிங்கத்தின் கதைகளில் நிறைந்திருக்கின்றன. அந்த நகரங்கள் சார்ந்து திரட்டியெடுக்கும் தகவல்களில் கதையின் மையத்துக்கு இசைவான தகவலை மட்டுமே முத்துலிங்கம் தேர்ந்தெடுத்துக்கொள்கிறார், அவற்றையே கதைகளின் அடித்தளமாக அமைக்கிறார். எல்லாச் சிறுகதைகளிலும் அவர் உருவாக்கிய ஒருசில புதுவழக்குச்சொற்கள் நிறைந்திருக்கின்றன. 'முகம் சாத்திவைத்த கதவுபோல இருந்தது', 'ஒரு பறவை தலையைத் தூக்குவதுபோலத் தூக்கி சாய்வாக அவனை ஆச்சரியத்தோடு பார்த்தாள்', 'சுருண்டுபோய் இருக்கும் ஒரு பாம்பைப் பார்ப்பதுபோல எட்டத்தில் நின்று தொலைபேசியைப் பார்த்தாள்', 'இவள் வளரவளர குதிரைவால் போல இவளுடைய புத்தி கீழே போகிறதே, இவளை என்ன செய்வது' என்று அடுக்கிக்கொண்டே போகலாம். இவற்றை வெறும் சொல்வழக்காக மட்டுமல்லாமல், கதைப்பாத்திரங்களின் முகங்களை நினைவில் நிறுத்தும் வழியாகவும் அமைத்துக்கொள்கிறார் முத்துலிங்கம். அந்த முகத்தை நினைத்துக்கொண்டால் போதும், முழுக் கதையையும் அந்த நினைவே இழுத்து வந்துவிடும்.

புதிய நாடு, புதிய மனிதர்கள், புதிய வாழ்க்கை, புதிய பின்னணி என்ற சட்டகத்தின் வழியாக முத்துலிங்கம் தன் கதைகளை முன்வைத்தாலும் அவை ஏதோ ஒரு வகையில் மானுடத் துயரத்தை, இழப்பை, வலியை, வேதனையை, சிக்கலை, பெருமூச்சுகளை, மகிழ்ச்சியைத்தான் அறிமுகப்படுத்துகின்றன. அவற்றின் வழியாக நம்மால் முத்துலிங்கத்தை இன்னும் நெருக்கமாகப் புரிந்துகொள்ள முடிகிறது. முத்துலிங்கத்தின் கதைகளை நெருக்கமாக வாசிக்கும் ஒரு வாசகன் அவர் எழுத்தின் வழியாகத் தீட்டியிருக்கும் மனிதர்களை நேசிக்கத் தொடங்குகிறான். நேசிப்பதன் வழியாக நேசத்தை வளர்த்துக்கொள்கிறான்.

முத்துலிங்கத்தின் கதைகளில் மனிதர்கள் தயக்கமின்றி உரையாடும் தருணங்கள் ஏராளமாக உள்ளன. யாரும் யாரையும் தவிர்ப்பதில்லை. இயல்பாகவே ஒருவரிடம் இருக்கும் முன்முடிவுகளையும் தயக்கங்களையும் இது தகர்த்துவிடுகிறது. ஒருவர் தன் எண்ணங்களையும் விருப்பங்களையும் உரையாடல் வழியாகவே சிறப்பான வகையில் முன்வைக்கமுடியும். கதைகளில் அமைக்கப்பட்டிருக்கும் உரையாடல்கள் வழியாக, பல்வேறு உலகக்காட்சிகளை, வாழ்வியல் முரண்களை, உணர்ச்சி மோதல்களை நிறுவிக் காட்டுகிறார் முத்துலிங்கம். அப்படி ஒரு தருணத்தை, சொந்த

வாழ்வில் தான் இதற்கு முன்பு எங்கோ நிகழ்த்திய உரையாடல் வழியாக அறிந்துவைத்திருக்கும் வாசகர்கள் முத்துலிங்கத்தின் கதைகளோடு உடனடியாக இணைந்துகொள்வார்கள். அவர்களே முத்துலிங்கத்தின் முதன்மை வாசகர்கள்.

ஒரு கதையின் கலைமதிப்பு என்பது அதில் இடம்பெற்றிருக்கும் பாத்திரங்களும் அவர்களுடன் தொடர்புடைய நிகழ்ச்சிகளும் அவ்விரண்டு புள்ளிகளையும் இணைக்கும் கருத்தோட்டமும் சரியான அளவில் சேர்வதால் உருவாகிறது. அது ஒரு வெற்றிகரமான சட்டகம். அப்படி திரண்டு உருவாகும் மதிப்பின் வழியாகவே ஒரு படைப்பு சிறந்த படைப்பாக ஒரு சூழலில் நிலைத்து நிற்கிறது. விண்ணை நோக்கி செயற்கைக்கோள்களைச் செலுத்தும் அறிவியலாளர்களைப்போல தேர்ச்சியான தொழில்நுட்பத்துடன் ஒவ்வொரு படைப்பையும் உருவாக்கி வாசகர்களுக்கு அளித்துக்கொண்டே இருக்கிறார் முத்துலிங்கம்.

(பாவண்ணன் – இதுவரை 13 சிறுகதைத் தொகுதிகள், 3 நாவல்கள், 3 குறுநாவல்கள் தவிர, கட்டுரைத் தொகுப்பு, மொழிபெயர்ப்பு நூல்கள் எனப் பல நூல்களை எழுதியுள்ளார்.)

3

நடுவே கடல் – அருண்மொழி நங்கை

அ.முத்துலிங்கம் இந்தியா பற்றி எழுதியதில்லை. தமிழகம் அவருடைய களமே அல்ல. ஈழப் படைப்பாளிகளில் ஒருவராகவே அவர் வரையறை செய்யப்படுகிறார். ஆனால் நான் உட்பட தமிழ் வாசகர்கள் பெரும்பாலும் அவரை ஈழப் படைப்பாளிகளின் வரிசையில் வைப்பதில்லை. அதேசமயம் தமிழகப் படைப்பாளிகளின் வரிசையிலும் அவர் இல்லை. அவ்வாறென்றால் அவருடைய நிலம் எது? அவருடைய வேர்கள் எங்கே விரவியுள்ளன?

மனித மனமும் பிரக்ஞையும் வாழும் மண்ணோடும் சூழலோடும் பிணைக்கப்பட்டவை. பிரக்ஞை முதலில் தொட்டுணரும், கண்டுணரும், முகர்ந்தும், கேட்டும் உணரும் அனைத்தும் அவனைச் சூழ்ந்தவையே. இதையே அகம் காலத்தாலும், இடத்தாலும் பிணைக்கப்பட்டுள்ளது என்று அறிஞர்கள் கூறுகின்றனர். எனவே ஒரு சமூகத்தின் பிரக்ஞையின் கூர்முனையெனத் திகழும் படைப்பாளியும் அவ்வாறே. அவனைச் சூழ்ந்த மண்ணை, இயற்கையை, பருவ காலத்தை, மனிதர்களையே படைக்கிறான். திரும்பத் திரும்ப அவன் அகம் சென்று படியும் இடம் அதுவே.

மகத்தான படைப்பாளிகள் மனித குலத்தின் ஆதாரச் சிக்கல்களைப் பேசுவதற்கு ஒரு நிலத்தை, ஒரு பண்பாட்டை மாறாத களமாகக் கொண்டிருக்கிறார்கள். அது அவர்களின் அரங்கு. அவர்களின் நிலம் நங்கூரம் போல் நிலையாகப் பிணைக்கிறது. உதாரணமாக, தாரா சங்கர் பானர்ஜி, பிபூதிபூஷன் பந்த்யோபாத்யாய போன்ற வங்கப் படைப்பாளிகளையோ, சிவராம காரந்த், எஸ்.எல்.பைரப்பா போன்ற கன்னடப் படைப்பாளிகளையோ சொல்லலாம். தகழி சிவசங்கரப் பிள்ளையை ஆலப்புழையில் இருந்தும் தி.ஜானகிராமனை தஞ்சையிலிருந்தும் பிரிக்கமுடியாது.

அவ்வாறு, மாபெரும் மானுட நாடகத்தின் அரங்கமாக ஆகும்போது நிலம் ஆழ்ந்த பொருள்கொள்கிறது. அவ்வாறு அல்லாமல் வெறும் கதைப்புலமாக, ஆசிரியர் அறிந்த பின்புலமாக மட்டுமே நிலைகொள்ளும்போது நிலம் ஒரு சிறையாக ஆகிறது. ஆசிரியனின் புனைவை அழுத்தும் ஒரு பாறாங்கல்லாக மாறுகிறது.

புலம்பெயர் எழுத்தாளர்களில் மிகப் பெரும்பான்மையானவர்கள் தங்கள் இளம்பருவ, வளரிளம் பருவ வாழ்க்கையையும், அது நிகழ்ந்த நிலத்தையும் மட்டுமே எழுதுவதை நாம் பார்க்கலாம். புலம்பெயர்ந்து வாழ நேரிடும் அனேக படைப்பாளிகள் அங்கு சென்று வாழும் நிலத்தையோ, மனிதர்களையோ, அப்பண்பாட்டையோ துளியும் பிரதிபலிப்பதில்லை. அவர்களின் அகம் கதவுகளை உட்பக்கமாகத் தாளிட்டுக் கொள்கிறது. அப்படி மீறி பதிவு செய்பவரிலும் சுற்றுலாப் பயணிகள் வெளிநாட்டினரை வேடிக்கை பார்க்கும் ஒரு பார்வை மட்டுமே உள்ளது.

ஏனென்றால் அப்படைப்பாளிகள் மானசீகமாக பிறந்த மண்ணை விட்டு வெளியேறவில்லை. அவர்களின் நனவிலியை அறிந்த நிலமும், மனிதர்களும் நனைத்த சாக்குத்துணி போல் மூடிக் கொண்டுள்ளனர். புதிய மண்ணை, அதன் மனிதர்களை, பண்பாட்டை அவர்களின் அகம் ஏற்றுக்கொள்ளவில்லை. ஆகவே ஒரு கட்டத்தில் எழுத்து என்பதே கடந்தகால ஏக்கம் என ஆகிறது. கெட்டிப்பட்டுப்போன அந்த உணர்வுநிலை சிதறடிக்கப்படுவதே இல்லை.

அ.முத்துலிங்கம் நிலம் கடந்த படைப்பாளி. உலகநிலத்தில் வாழ்பவர். வெவ்வேறு நாடுகளின், பண்பாட்டின், சூழலின் கதைகளை எழுதியுள்ளார்.

பொதுவாக மனிதனின் தன்னிலை என்பது தன்னுடைய பண்பாடே, தன் நடைமுறைப் பழக்கவழக்கங்களே, தன் மொழியே உலகிலேயே உயர்ந்தது என்னும் உணர்வுதான். அவ்வுணர்வு ஓர் உயர்ந்த பண்பாகவும் விழுமியமாகவும் முன்வைக்கவும் படுகிறது. மக்கள் திரளின் உணர்வாக ஆகிறது. ஆனால் தன் ஆளுமையின் பெருமிதத்தை உணராத, சுயமதிப்பில்லாத ஒருவரே தன் இனத்தின், குலத்தின், மொழியின், நாட்டின் பெருமையைத் தன்னுடையதெனக் கொள்வார். மெய்யான அறிவுஜீவி எப்போதும் கூர்தீட்டி வைத்திருக்கும் நுண்ணுணர்வால் தன்னைச் சார்ந்த இவை அனைத்தின் மேலும் ஒரு விமரிசனத்துடன் இருப்பார். அதன் போதாமைகளையும், கீழ்மைகளையும் உணர்ந்திருப்பார்.

ஆனால் படைப்பாளி இவ்விரண்டிற்கும் இடைப்பட்ட ஒரு மனநிலையில் இருப்பார். பற்று உணர்வுரீதியாக அவரை ஆள்கிறது. அறிவார்ந்த அணுகுமுறை அவரை சமநிலையில் வைத்திருக்கிறது. அந்தச் சமநிலையே இலக்கியப் படைப்புக்கு கட்டுப்பாடான வெளிப்பாட்டை அளிக்கிறது. அ.முத்துலிங்கத்தின் கலை அத்தகையது.

சாமானியன் பிற பண்பாட்டை நேரிடும்போது அதுவரை தனக்கு வழிவழியாகச் சொல்லப்பட்ட மதிப்பீடுகள், ஒழுக்க வரையறைகளின் அடிப்படைகளைக் கொண்டே அதைப் பரிசீலிக்கிறான். இந்த சரி— தவறுகள் அவன் பார்வைக் கோணத்தில் ஒரு குறுகலைத் தருவது மாத்திரமல்ல, எதையும் திறந்த மனத்துடன் அணுக முடியாமல் செய்துவிடுகிறது. இதற்கு படைப்பாளிகளும் விலக்கல்ல.

ஆனால் முத்துலிங்கம் ஒரு குழந்தை திறந்த மனத்துடன் புதிய பண்பாட்டை நேரிடுவதுபோல் எதிர்கொள்கிறார். அதை உற்சாகமான மொழியில் பதிவுசெய்கிறார். வெளியில் இருந்து வேடிக்கை பார்க்கும் பார்வை அல்ல அவருடையது. அப்பண்பாட்டின் சாரத்தை தன் திறந்த கண்களால், ஆர்வம் வற்றாத அகத்தால் பார்த்து அள்ளிக் கொள்கிறார். அதற்கும் நமக்கும் உள்ள ஒரு உலகளாவிய பொதுமை அவரது நுண்ணுணர்வுக்கு மட்டுமே தட்டுப்படுகிறது. அதனாலேயே முத்துலிங்கம் மிக, மிக தனித்துவம் பெற்ற படைப்பாளியாகிறார்.

எல்லா மனிதர்களையும் இணைக்கக்கூடிய உலகளாவிய விழுமியம் என்ன என்றால் பெரும்பாலானவர்கள் மானுடநேயம், அன்பு, கருணை, இரக்கம் என்று கூறுவார்கள். இவையனைத்தையும்விட மனிதனை அடிப்படையில் ஒன்றிணைக்கக்கூடியது சுவை. சுவை என்பது ருசி மட்டும் அல்ல; ரசனை, அழகு, காட்சி துய்ப்பு அனைத்துமே அடங்கும். சுவையின் நுண்ணிய பேதங்களுக்கு அடியிலுள்ள ஒருமையே மனிதனை அடிப்படையில் ஒன்றிணைக்கின்றது. ஏனென்றால் சுவை உடல்சார்ந்தது, மானுட உடல் ஒன்றே. உடலில் இருந்து அது உள்ளத்துக்குச் செல்கிறது. பண்பாடாக ஆகிறது.

ஆகவேதான் அ.முத்துலிங்கம் கதையில் உயர்தர ஐரோப்பிய வைனை ஒரு ஜப்பானியன் மெய்மறந்து சுவைக்க முடிகிறது, ஆப்பிரிக்க உணவை வேறு தேசத்தவன் லயித்துச் சாப்பிடுகிறான். காபூல் திராட்சையின் சாறு அந்நிலத்தின் அடையாளமாக ஆகிறது. ஒரு உள்வட்டாரத்தின் பாடலை, நடனத்தை வேறு தேசத்தவன் ரசிக்கமுடிகிறது. பெண்ணழகுகள் எத்தனை விதமானவை. முத்துலிங்கம் குறைவான சொற்களில் காட்டும் பெண்களில் எத்தனை

வகைகள்... மஞ்சள் இனத்தவர், கறுப்பினம், வெள்ளையர், மத்திய ஆசியர் என எல்லா வகையினரும் உள்ளனர். மிகச் சிறு உடலமைப்பு கொண்ட மஞ்சள் இனத்திலிருந்து ஓங்கு தாங்காக, நாவல்பழக் கருமையின் பளபளப்புடன் இருக்கும் ஆப்பிரிக்க இனப் பெண்கள் வரை. பொன்னிறக் கூந்தல் முதல் கறுத்துச் சுருண்ட பாம்புகுட்டி கூந்தல் அழகி வரை. அந்தச் சுவையறிதல் வழியாகவே அ.முத்துலிங்கம் உலகை தரிசிக்கிறார். அவருடைய கதைகள் காட்டுவது உலகின் சுவையை; மானுடரின் சுவை என்னும் ஒற்றைச்சரடை.

ஆனால் அ.முத்துலிங்கம் வெறுமே வேடிக்கை பார்ப்பதில்லை. தான் உணர்ந்த சுவைப்புள்ளியை குறியீடாகவோ அல்லது படிமமாகவோ மாற்றுகிறார். அப்போது அச்சுவை அப்பண்பாட்டின் வெளிப்பாடாக ஆகிறது. அப்பண்பாடு பல்லாயிரமாண்டுகளாகத் திரட்டி எடுத்தது அந்தச் சுவையைத்தான் என்று தோன்றுகிறது. அதுதான் அவர் கதைகளுக்கு மேலதிகமான ஆழத்தையும், ஒரு கவித்துவத்தையும் தருகிறது.

உதாரணமாக 'குதம்பேயின் தந்தம்' கதையில் கொல்லப்பட்டு ட்ரக் வண்டியில் ஏற்றப்பட்ட பெரும் யானை மல்லாக்க தன் கால்களை வானை நோக்கி விரித்தவாறு கிடப்பது அவருக்கு சிலுவையில் அறையப்பட்ட யேசுவாக தோற்றமளிக்கிறது. உலகின் பாவங்களுக்காக தன் புனித ரத்தத்தை சிந்தியவன். 'பூமாதேவி' கதையில் எல்லா அழுக்குகளையும் வெளுக்கும் பொது உபயோகத்துக்கு வைக்கப்பட்டிருக்கும் மாபெரும் வாஷிங் மெஷின் பூமித்தாயாக உருவெடுக்கிறது. அழுக்குகளைச் செரித்து சுத்தப்படுத்தி நமக்கு தூய்மையாக்கி அளிப்பவள். அதிலும் கதைசொல்லியும் அவர் மகளும் ஒரு குறிப்பிட்ட மெஷினில் மட்டுமே அவர்கள் துணிகளைத் தூய்மை செய்கின்றனர். அந்த இயந்திரத்திற்கு அவர்களோடு ஒரு உயிர்ப்புடன் கூடிய நிலைத்த பந்தம் வந்துவிடுகிறது.

'கறுப்பு அணில்' கதையில் தரைக்கு அடித்தளத்தில் ஒரு பெருச்சாளியின் வாழ்க்கைக்கு நிகரான வாழ்க்கை வாழ்ந்து கொண்டிருக்கும், கிட்டத்தட்ட தன்னிரக்கத்தின் உச்சிக்குப் போய் உலகமே தன்னைக் கைவிட்டு விட்டதாக உணரும் ஒருவன் தன் தளத்தின் சாளரம் வழியாக பார்க்கிறான். வெளியே தோட்டத்தில் பாய்ந்து செல்லும் அதுவரை அவன் பார்த்திராத கறுப்பு அணிலைக் கண்ட அந்த கணத்தில் அவன் மனம் மலர்கிறது. அதோடு தன்னை இணைத்துப் பார்த்துக் கொள்கிறான். வாழ்க்கையே திருப்பிப் போடப்பட்டதுபோல் உணர்கிறான். இனி அவன் வாழ்வில் சோர்வில்லை, கழிவிரக்கமில்லை; அவன் வேறு ஒருவனாகிவிட்டான்.

பாத்திரங்களின் நீட்டிக் கொண்டிருக்கும் காதுகளை மடக்கி விடுவதன் மூலம் அதிகமான பாத்திரங்களை கப்பலில் ஏற்றலாம் என அறிபவனின் கதையில் அந்த சிறு மடங்கிக்கொள்ளுதல் ஒரு குறியீடாகிறது. மனிதர்கள் ஒருவருடன் ஒருவர் இணக்கமாக இயைந்து, மற்றவர்களோடு பொருத்திக் கொண்டு, முட்டிக்கொள்ளாமல் இருப்பது வழியாக அடையும் ஒரு நிலையை அது குறிப்பதாகவும் கொள்ளலாம். முத்துலிங்கத்தின் தரிசனமே அதுதானா?

'தொடக்கம்' கதையில் ருஷ்யாவின் வடமூலையில் இருந்து ஆப்பிரிக்காவுக்கு வலசை வரும் Saker Falcon கதைசொல்லியின் கண்ணாடியில் மோதி அர்த்தமற்று இறக்கிறது. 'விருந்தாளி' கதையின் தொடக்கத்தில் வரும் ஆதியாகமத்தின் வரிகள் கதையை முடிவில்லா காலத்துடன் இணைக்கின்றன.

கொஞ்சம் தண்ணீர் கொண்டு வரட்டும், உங்கள் கால்களைக் கழுவி, மரத்தடியில் சாய்ந்து கொண்டிருங்கள். நீங்கள் உங்கள் இருதயங்களைத் திடப்படுத்தக் கொஞ்சம் அப்பம் கொண்டு வருகிறேன். அப்புறம் நீங்கள் உங்கள் வழியே போகலாம். மாட்டு மந்தைக்கு ஓடி, ஒரு நல்ல இளங்கன்றைப் பிடித்து வேலைக்காரன் கையிலே கொடுத்தான். அவன் அதைச் சீக்கிரத்தில் சமைத்தான். வெண்ணையையும், பாலையும், சமைப்பித்த கன்றையும் எடுத்து வந்து அவர்கள் முன்பாக வைத்து அவள் நின்று கொண்டிருந்தாள். அவர்கள் புசித்தார்கள்.— ஆதியாகமம் 18.

உங்கள் எளியவர்களுக்குச் செய்தது எனக்குச் செய்தது போல என்னும் கிறிஸ்துவின் வரியுடன் கதையை இணைக்கிறது இந்த முகப்புவரி. டால்ஸ்டாயின் புகழ்பெற்ற குட்டிக்கதையை நினைவூட்டுகிறது. இதயம் கனிந்து ஒரு அன்னை சொல்வதுபோல.

'விருந்தாளி' கதையில் நீண்ட பயணத்தில் சிக்கான செம்மண் புழுதி படிந்த தலையும் அழுக்கு உடையுமாக ஒருவர் வருகிறார். முன்பின் அறிந்திராதவர். அவருக்குச் சமைக்க கதைசொல்லி வேலைக்காரனைப் பணிக்கிறார். வேலைக்காரன் சனூசி அன்று அம்ருதமாகச் சமைக்கிறான். அளவான வெந்தயம் இட்டு வெந்தயக் குழம்பு மணக்க, ஆப்பிரிக்க முறைப்படி வைத்த இறைச்சியும், ருசிக்கும் சம்பலுமாக. அவன் கைகளிலும் புகுந்த தாய்மையும், கருணையும்தான் அதற்குக் காரணம். இருப்பதிலேயே உயர்தர கபெர்னெ சாவினொன் வைனை அவரோடு பகிர்கிறார்; சுவைக்கிறார்கள். டேப் ரிகார்டரில் காருக்குறிச்சி சக்கனி ராஜ, நட்டநடு நிசியில் ஆப்பிரிக்கக் காட்டில் மரவீட்டில் இவர்களுக்காக வாசிக்கிறார். கண்ணீர் உருண்டோடுகிறது,

கரகரப்ரியாவில் மனம் நெகிழ்ந்து. இறுதியில் உருதுக் கவிதை ஒன்று வாசிக்கிறார்கள். வாழ்வின் உன்னத சுவைகள் எல்லாம் ஒன்றாகும் தருணம்.

அ.முத்துலிங்கம் அடிப்படையில் ஒரு மனிதாபிமானி; நம்பிக்கைவாதி. மனிதனின் நேர்நிலைத் தன்மையைச் சொல்லக் கூடியவர். அவரைப் படிப்பது எப்போதுமே சோர்வூட்டக் கூடியது அல்ல. எல்லா வாசிப்புகளுமே நிறைவூட்டும் அனுபவமாகவே இருக்கின்றன. உற்சாகமான கதைகள். நவீனத்துவக் கதைகளில் காணப்படும் இருண்மை, எதிர்மறைத் தன்மை அனேகமாக முத்துலிங்கம் கதைகளில் இல்லை எனலாம். மனிதனின் எல்லா இன்னல்கள், கீழ்மைகள், சிறுமைகள், இவற்றுக்கு அப்பால் பரிமாறிக் கொள்ளக்கூடிய புன்னகை அவருடைய எல்லாக் கதைகளிலும் உள்ளன. ஒரு புன்னகையால், மௌனத்தால், கண்ணசைவால் சரிசெய்து கொள்ளக்கூடியவைதான் எல்லாம். அதற்கு அவ்வளவு முஷ்டி பிடிக்கத் தேவையில்லை என்பது போல, ஒரு நல்ல சுவையால் மானுடம் எல்லா பேதங்களையும் கடந்து இணைந்துவிடலாம் என்பதுபோல.

விதிவிலக்காக, மனிதனின் இருட்டையும் கசப்பையும் சொல்லக்கூடிய 'கொழுத்தாடு பிடிப்பேன்' போன்ற சிறுகதைகளையும் அவர் எழுதியுள்ளார்.

கலாசாரங்களுக்கு இடையே உள்ள பொதுமையை அவர் கதையில் இயல்பாக எப்படி சாதிக்கிறார்? தன் மரபின் வேரிழைகளை அவர் தான் எதிர்கொள்ளும் பண்பாட்டின் வேர்களுடன் பின்னிக்கொள்கிறார். இதை ஊடுபாவாக நெய்யும் ஒரு அழகிய மொழியின் தறி அவரிடம் உள்ளது. அவருடைய சுவை தொன்மையான தமிழிலக்கியங்களிலும் தோய்ந்தது. ஆகவே அது ஓர் இக்கட்டில் கச்சியப்பரின் கந்த புராணத்தை நினைவுக்குக் கொண்டுவருகிறது. 'ஒரு சாதம்' கதையில் அவ்வையார் வரப்புயர என்று மட்டும் சொல்லி நிறுத்தி, எப்படி என்று மன்னன் கேட்டதும் வரப்பை சிறிது உயர்த்தினால் அது எப்படி அரசனையே உயர்த்தும் என்று விளக்குவதைக் கூறுகிறார். கணிப்பொறியின் பிழையை நாட்கணக்காக அறிய முயலும் நாயகனின் சாகசத்துக்கு கள்ளிருக்கும் மலர்க்கூந்தல் ஜானகியின் மேல் ராவணன் மறைத்து வைத்த காதலைத் தேடிப் போகும் ராமனின் அம்பை உதாரணமாகச் சொல்கிறார்.

சிறுத்தொண்டர் புராணம், சிற்றிலக்கியங்கள், கலிங்கத்துப் பரணி, கம்பனின் வரிகள், கபிலன், சங்கக் கவிதை, மஹாபாரதக்

கதை மாந்தர்கள் என்று அ.முத்துலிங்கத்தின் கதையுலகம் இலக்கியக் குறிப்புகளின் களமும் கூட. அதே இயல்பு கெடாமலே ஆப்பிரிக்கப் பழமொழியும் ஆற்றில் ஆழம் பார்க்க இரண்டு காலையும் விடாதே, ஒரு காலை மட்டும் விடு முட்டாளே, கிரேக்க புராணத் தொன்மங்களும், பல தேச நாட்டுப்புறக் கதைகளும், அமெரிக்க, தென்னமெரிக்க எழுத்தாளர்களும் ஊடாகச் செல்கின்றனர். இந்த ஊடுபிரதித் தன்மையை [Intertextuality] அவர் எழுத்தின் தனித்தன்மை எனலாம்.

பல மொழிகளின் சாராம்சமான துளிகளைச் சேகரித்து வைத்த அழகிய தடாகம் என அவர் ஆழ்மனதைச் சொல்லலாம். எட்ட நிற்கும் மரத்தின் வேர்கள் பூமிக்கு கீழ் உரசிக் கொள்வதைப் போல அவருக்குள் உலகப் பண்பாடுகள் அனைத்தும் கைகோர்த்துக் கொள்கின்றன. இந்நூற்றாண்டின் உலகமனிதனின் ஆழம் அவருடைய புனைவுலகு.

(அருண்மொழி நங்கை விமர்சகர், எழுத்தாளர். அவரது தளத்தில் எழுதிய தன்வரலாற்றுக் குறிப்புகள் 'பனி உருகுவதில்லை' என்ற தலைப்பில் தொகுப்பு நூலாக வெளிவந்து வாசகர்களின் கவனத்தைப் பெற்றது.)

4

தமிழுக்குள் உலகைக் கொண்டுவந்த கதைசொல்லி – ஆசைத்தம்பி

தமிழர்களின் புலம்பெயர்வு ஈராயிரம் ஆண்டுகளுக்கு முன்பே தொடங்கிவிட்டது. அவர்களோடு தமிழும் புலம்பெயர்ந்திருக்கிறது. இயேசு பிறப்பதற்கு முன்பே எழுதப்பட்ட ஹீப்ரு விவிலியத்திலும் தமிழ்ச் சொற்கள் இடம்பெற்றிருக்கின்றன. அகில் என்ற மரம் ஹீப்ருவில் அகலிம் என்றும் மயிலைக் குறிக்கும் தோகை என்ற சொல் ஹீப்ருவில் தோக்கி என்றும் மாறியிருக்கிறது என்று சொல்கிறார் இஸ்ரேலைச் சேர்ந்த இந்தியவியல் அறிஞர் டேவிட் ஷுல்மன். தமிழில் புலம்பெயர்வு குறித்த இலக்கியப் பதிவுகளுக்கு ஈராயிரம் ஆண்டு மரபு உண்டு. புலம்பெயர்வின் துயரை சத்திமுத்தப் புலவர் பதிவுசெய்திருக்கிறார். பண்டைய தமிழகத்துக்குள்ளும் இந்தியாவிலும் வெவ்வேறு அரசுகள் இருந்தபடியால் ஒரு பிரதேசத்திலிருந்து இன்னொரு பிரதேசத்துக்குத் தமிழர்கள் பொருள்தேடிச் சென்றதும் புலம்பெயர்வுதான். இன்று ஒருவர் தமிழ்நாட்டிலிருந்து ஜமைக்காவுக்கு எளிதில் சென்றுவிட முடியும். ஆனால், முன்பு ஒருவர் காவிரிக் கரையிலிருந்து கங்கைக் கரைக்குச் செல்வது அவ்வளவு எளிதாக இருந்ததில்லை. அப்படியும் தமிழர்கள் அப்போதே உலகின் பல்வேறு இடங்களுக்குச் சென்றிருக்கிறார்கள். தமிழர்கள் அளவுக்கு இப்படி பல்வேறு இடங்களுக்கு விரவியும் சிதறியும் தற்போது காணப்பட்டிருக்கும் பிற இனங்களைக் காண்பது அரிது. இதற்கு, திரவியத் தேடலைவிட அரசியலே கடந்த இரண்டு நூற்றாண்டுகளுக்கும் மேல் காரணமாக இருந்திருக்கிறது. கரும்புத் தோட்டங்கள், தேயிலை—காப்பித் தோட்டங்கள், சுரங்கப் பணிகள், ரயில் பாதைகள் போடுதல் உள்ளிட்டவற்றுக்காக, தமிழர்களை ஆங்கிலேயர்கள் உலகமெலாம்

கொத்தடிமைகளாகக் கொண்டுசென்றனர். தென்னாப்பிரிக்காவில் காந்தியின் சத்தியாகிரகத்தின்போது அவருக்கு உறுதுணையாக நின்றவர்களில் 90% பேர் தமிழர்களே. சுபாஷ் சந்திர போஸின் இந்திய தேசிய ராணுவத்துக்காக, தமிழ்நாட்டிலிருந்து ஆயிரக்கணக்கில் தமிழர்கள் சென்றது போல, மலேசியா, சிங்கப்பூர், பர்மா போன்ற நாடுகளிலிருந்தும் கணக்கற்ற தமிழர்கள் சென்றதோடல்லாமல் உயிரையும் அர்ப்பணித்துள்ளனர். சமீப காலத்தில் தமிழர்களின் புலம்பெயர்வு பெருமடங்கு அதிகரித்ததற்கு இலங்கையில் நடைபெற்ற உள்நாட்டுப் போர் முக்கியக் காரணம். இப்படி பல நூற்றாண்டுகளாக புலம்பெயர்ந்த தமிழர்கள் தமிழையும் தமிழ் வாழ்க்கையையும் உலகத்துக்குக் கொண்டுசென்றது போல் உலகத்தைத் தமிழுக்கும் தமிழ் வாழ்க்கைக்குள்ளும் கொண்டுவந்துகொண்டிருக்கிறார்கள். அவர்களில் அ.முத்துலிங்கம், ஷோபாசக்தி போன்றோர் மிகவும் முக்கியமானவர்கள்.

அ.முத்துலிங்கத்தின் புலம்பெயர்வுக்கு ஈழப்போர் காரணம் கிடையாது என்றாலும் அவர் தன் தாய்நாட்டுக்குத் திரும்பும் முடிவை எடுக்காமல் இருந்ததற்கு அது முக்கியக் காரணமாக இருக்கலாம். அ.முத்துலிங்கத்துக்கும் ஏனைய ஈழத் தமிழ் எழுத்தாளர்களுக்கும் இடையே முக்கியமான வேறுபாடு ஒன்று உள்ளது. பெரும்பாலானோரது எழுத்துகளில் ஈழ நினைவுகளும் தற்போது புலம்பெயர்ந்து வாழும் ஒரு நாட்டின் அனுபவங்களும் பதிவாகியிருக்கும். அ.முத்துலிங்கம் ஐ.நா.தொடர்பான பணியில் இருந்தவர் என்பதால் ஒரு நாடல்ல, உலகின் பல நாடுகளின் அனுபவங்கள் அவருடைய எழுத்துகளில் பதிவாகியிருக்கின்றன. அவர் அளவுக்கு இப்படி உலக நாடுகளின் அனுபவங்கள் பிறிதொரு ஈழத் தமிழ் எழுத்தாளரின் எழுத்தில் மட்டுமல்ல, தமிழ்நாட்டிலிருந்து சென்றிருக்கும் எழுத்தாளர்களின் எழுத்திலும் பதிவாகியிருக்குமா என்பது சந்தேகமே! அந்த வகையில் தமிழுக்குக் கிடைத்திருக்கும் உலகக் கதைசொல்லி அவர். ஏனையோர் தமிழை, தமிழ் வாழ்க்கையை உலகுக்குச் சொல்லிக்கொண்டிருக்க, இணைகோடாக உலகைத் தமிழுக்குக் கொண்டுவந்து சேர்த்துக்கொண்டிருக்கிறார் அ.முத்துலிங்கம். இது தமிழின் களத்தை விரிவாக்குகிறது, பன்மைத்தன்மை கொண்டதாக ஆக்குகிறது. இதனால் தமிழ் வாழ்க்கையை அ.முத்துலிங்கம் சொல்லவில்லை என்று அர்த்தம் இல்லை. தொடக்க காலத்தில், தமிழ்நாட்டு வட்டார எழுத்துகளைப் போன்று செறிவான வட்டாரப் பண்புகளைக் கொண்ட கதைகளை அ.முத்துலிங்கம் எழுதியிருக்கிறார். காதல், இசை,

சடங்குகள் எல்லாவற்றிலும் இலங்கையின் வடக்குப் பகுதிக்கே உரிய மொழி—கலாச்சாரப் பண்புகள் சேர்ந்தே அவரது தொடக்க காலக் கதைகளில் வெளிப்படுகின்றன. அந்த மாதிரி கதைகளையே அ.முத்துலிங்கம் முழுக்க எழுதியிருந்தாலும் அந்த வகைமையில் உயரிய இடத்தைத் தொட்டு அதற்காகவும் முக்கியமான சாதனையாளராக மதிக்கப்பட்டிருந்திருப்பார். ஆனால், அப்படி எழுதுவதற்குப் பலர் இருந்திருக்கிறார்கள்/ இருக்கிறார்கள். அ.முத்துலிங்கம் தனது எழுத்து வாழ்க்கையின் இடைக்காலத்திலிருந்து தற்போதுவரை எழுதிக்கொண்டிருப்பதைப் போல எழுதுவதற்கு வேறு யாரும் இல்லை. அதனால்தான் அவர் தமிழுக்கு அவ்வளவு முக்கியமானவர் ஆகிறார்.

இலங்கையில் அ.முத்துலிங்கம் பிறந்த ஊரான கொக்குவில்லில் பயணிக்கத் தொடங்கும் அவரது கதைகளின் ஜிபிஎஸ் புள்ளியின் நகர்வு ஆப்கானிஸ்தான், கனடா, பாகிஸ்தான், ஸ்வீடன், சியரா லியோன், அமெரிக்கா, பிரான்ஸ், மேற்கு ஆப்பிரிக்கா, சூடான் என்று ஏராளமான நாடுகளுக்குப் பயணிக்கிறது. அவர் வேலை பார்த்த நாடுகள், குறுகிய பயணமாகச் சென்ற நாடுகள் என்று மட்டுமல்லாமல் அங்கெல்லாம் சந்திக்கக் கிடைக்கும் அவர் சென்றிராத நாட்டுக்காரர்களின் மூலமாகவும் ஒட்டுமொத்த உலகின் கதை வரைபடம் உருவாகிறது. ஒட்டுமொத்தத் தொகுப்புகள், அதற்குப் பிந்தைய தொகுப்பு எல்லாவற்றையும் சேர்த்து 1,500 பக்கங்களுக்கும் மேல் விரியும் முத்துலிங்கத்தின் கதையுலகில் எப்படியும் நூறு நாடுகளைச் சேர்ந்த கதைகள், மனிதர்கள், சிறு குறிப்புகளாவது இடம்பெற்றிருக்கும். அனுபவங்கள் முத்துலிங்கத்துக்கு, தாமே வந்துசேர்வதுடன் அவற்றைத் தேடிச் செல்வதில் முத்துலிங்கத்துக்கும் தீராத வேட்கை. முத்துலிங்கம் தனது கட்டுரைத் தொகுப்புக்கு எழுதியிருக்கும் முன்னுரை ஒன்றை சமீபத்தில் படித்தேன். அனுபவங்களை வேட்டையாடும் எழுத்தாளர் டேவிட் ஓவன் பற்றி அதில் எழுதியிருப்பார். துப்பாக்கிக் குண்டு தடுப்பு ஆடைகளைத் தயாரிக்கும் தொழிற்சாலையில் அங்கே தயாரிக்கப்படும் ஆடைகளைத் தொழிலாளர்களை அணியச் செய்து அவர்கள் மேல் உண்மையான துப்பாக்கியால் சுட்டுப் பரிசோதித்த பிறகே ஆடைகளை சந்தைக்கு அனுப்புவார்கள் என்று கேள்விப்படும் டேவிட் ஓவன் அந்தத் தொழிற்சாலைக்குச் சென்று அந்தத் தொழிலாளர்களுடன் உரையாடுகிறார். அத்தோடு நின்றுவிடாமல் அந்த ஆடையைத் தானும் அணிந்துகொண்டு தன்னுடைய நெஞ்சில் சுடச் சொல்கிறார். அதன் பிறகு அந்த அனுபவத்தைப் பற்றிக் கட்டுரையும் எழுதுகிறார்.

அதைப் படித்துவிட்டு அ.முத்துலிங்கம் பதறிப் போய் ஓவனுக்கு 'நீங்கள் பெரிய எழுத்தாளர். இப்படி அபாயத்தை வரவேற்பது உண்மையில் அவசியமா?' என்று மின்னஞ்சல் அனுப்ப, பதிலுக்கு அவர், 'எழுத்தாளருக்கு அனுபவம் முக்கியம். அது இல்லாமல் நான் எப்படி உண்மைத் தன்மையுடன் ஒரு கட்டுரையை எழுதியிருக்கக்கூடும்?' என்று பதிலளிக்கிறார். டேவிட் ஓவனைப் போல அ.முத்துலிங்கம் துப்பாக்கிக் குண்டு தடுப்பு உடை அணியவில்லை என்றாலும் ஓவனைப் போல தமிழுக்குக் கிடைத்த அனுபவ வேட்டைக்காரர் அ.முத்துலிங்கம் என்பதற்கான சான்றுகள்தான் அவருடைய கதைகளும் கட்டுரைகளும்.

இப்படி உலகின் கதைகள் தமிழுக்குள் வரும்போது பல்வேறு விஷயங்கள் நடக்கின்றன. அதில் முதலாவது கலாச்சார மோதல்கள், வேறுபாடுகள், பரிவர்த்தனைகள். முக்கால் மார்பும், தொடையும் தெரிய உடை அணிந்துவரும் ஓர் லெபனிய இளைஞியிடம் சேலை கட்டிக்கொள்கிறாயா என்று ஒரு கதையில் கதைசொல்லியின் மனைவி கேட்கிறார். அதனைத் தன் பெற்றோர் 'அசிங்கம்' என்று சொல்லிவிடுவார்கள் என்கிறாள் அந்தப் பெண். அவர்களைப் பொறுத்தவரை இடுப்பைக் காட்டுவது ஆபாசம். ஒவ்வொரு சமூகத்துக்கும் கலாச்சாரத்துக்கும் நாட்டுக்கு இடையே இதற்கான வரையறைகள் வேறுபடும் என்பதற்குச் சிறு உதாரணம் இந்தக் கதை. இப்படியான கலாச்சார மோதல்கள் நடக்கிறதென்றால் நம் ஆட்கள் முழுக்க புலம்பெயர் தேசத்தவர்களாகிவிடுவதைப் பெரும்பாலான கதைகளிலும் அங்குள்ளவர்களுக்கு நம் கலாச்சாரத்தை ஏற்றிவிடுவதை 'ராகு காலம்', 'கிரகணம்' போன்ற கதைகளிலும் காண முடியலாம். புலம்பெயர்வோர் தங்கள் மண்ணின் நினைவுகள், கலை, கலாச்சாரம் போன்றவற்றை மட்டுமல்ல சாதி, மூட நம்பிக்கைகள் போன்ற தேவையற்ற குப்பைகளையும் சேர்த்தே மூட்டை கட்டிக்கொண்டு விமானத்திலும் கப்பலிலும் ஏறுகிறார்கள். அங்கே அந்த மூட்டைகளைக் கடைபரப்பிவிடுகிறார்கள் என்பதற்கு அ.முத்துலிங்கத்தின் சில கதைகள் சான்றாகின்றன. சாதியை அ.முத்துலிங்கம் குறைவாகத் தொட்டிருக்கிறார் என்றாலும் நம் வேறு சில இயல்புகளைக் கேள்விக்குள்ளாக்கியிருக்கிறார். 'ராகு காலம்' கதையில் ஒரு ஆப்பிரிக்கரை ராகு காலத்தில் நம்பிக்கை கொள்ளச் செய்கிறார் ஒரு தமிழர். நாளாவட்டத்தில் சைவராகவும் ஆகிறார் அந்த ஆப்பிரிக்கர். ராகு காலத்தில் நேர்முகத்துக்குச் சென்றால் வேலை கிடைக்காது என்று போகாமல் வாய்ப்பை நழுவ விட்டு ஆறு மாதங்களாக வேலை இல்லாமல் இருக்கிறார்.

அது மட்டுமல்லாமல், ஆப்பிரிக்காவுக்குச் சென்றால் ஆப்பிரிக்க உணவைத்தான் சாப்பிட வேண்டும், எதற்கு சிலோனையே இங்கும் கட்டிக்கொண்டு அழ வேண்டும் என்று கேட்கும் சங்கீதா ('முழு விலக்கு' கதை) தனக்குப் பிள்ளை பிறந்தால் 'அபிராமி', 'அரவிந்தன்' என்று அகரத்தில் பெயர் வைக்க வேண்டும் என்று ஆசைப்படுகிறாள். ஆனால், பிள்ளைப் பேற்றுக்கு இடம்கொடுக்காமல் வெகுவிரைவாக அவளுக்கு முட்டுமுழுக்கு (menopause) ஏற்பட்டுவிடுகிறது. அப்போதுதான் அவள் தான் மனதளவில் இன்னும் ஆப்பிரிக்கராக மாறவில்லை என்பதை உணர்கிறார். அவள் தத்தெடுக்கும் பெண் குழந்தைக்கு அகரத்தில் பெயர் வைக்கிறாள், 'அபிராமி' என்றல்ல, 'அய்சாத்து' (ஆப்பிரிக்க மொழியில் நம்பிக்கை என்று அர்த்தம்). கடவுள் பெண்மைக்குதான் எல்லை வைக்க முடியும், தாய்மைக்கல்ல என்று அவளை உணர வைக்கிறது ஆப்பிரிக்கா. அ.முத்துலிங்கத்தின் மிகச் சிறந்த கதைகளுள் ஒன்று இது. 'முட்டுமுழுக்கு' பற்றிய சிறந்த மிகச் சில கதைகளுள் இதுவும் ஒன்று.

தனது வேரின் கலாச்சாரம், அனுஷ்டானம் எல்லாவற்றையும் பின்பற்றுவதால் புலம்பெயர்ந்த தேசத்தில் சுமைக்குள்ளாவது பெண்களே என்பதைச் சொல்கிறது 'கொம்பு ளானா' கதை. தன் பிறந்த நாளுக்கும் தானே சமைத்து தானே விருந்து வைக்கும் பெண்ணுக்குப் பரிசாகக் கிடைப்பது அவள் எதிர்பார்த்த புக்கர் பரிசு வென்ற நாவலோ, ஜிம்முக்கான ஆடையோ அல்ல. நூடுல்ஸ் செய்வதற்கான பாத்திரம். அதில்தான் அவள் மற்றவர்களுக்கு சமைத்துப்போட வேண்டும். நூடுல்ஸ் எப்போது நம் கலாச்சாரமானதோ தெரியவில்லை. அதை நம் மனைவியர் தங்களின் அபிலாஷைகளுக்கு இடம்கொடுக்காமல் நமக்குச் சமைத்துப்போட வேண்டும் என்பதுதானே நம் கலாச்சாரம். இந்தக் கலாச்சாரத்தையும் தேவையற்ற சடங்காசாரக் குப்பைகளையும் இந்தியர்களும் புலம்பெயர் ஈழத் தமிழர்களும் செவ்வனே பின்பற்றிக்கொண்டிருப்பதை முத்துலிங்கம், ஷோபாசக்தி உள்ளிட்டோர் கதைகளிலிருந்தும் புலம்பெயர் நண்பர்கள் சொல்வதிலிருந்தும் அறிந்துகொள்ள முடிகிறது.

இன்னொரு பக்கம் பிற மண்ணின் கலாச்சாரக் கூறுகளும் முத்துலிங்கம் கதைகளில் அழகாகப் பதிவாகியிருக்கின்றன. சில இடங்களில் அந்தக் கலாச்சாரங்களைப் பற்றிய ஒவ்வாமைகூட – கதைசொல்லியுடையதோ முத்துலிங்கத்துடையதோ என்பதைத் தெளிவாகத் தெரிந்துகொள்ள முடியாதபடி – பதிவாகியிருக்கின்றன. பெரும்பாலும் ஆப்பிரிக்க நாடுகளும் அந்த மண்ணின் ஆண்களும் பெண்களும் இந்தக் கதைகளை வண்ணமயமாக்குகிறார்கள்.

வறுமைக்கிடையேயும் தங்களை அழகுபடுத்திக்கொள்வதில் நடனமாடுவதில் மிகுந்த ஆர்வமுடையவர்களாக இருக்கிறார்கள். பள்ளி செல்லும் 15 வயதுச் சிறுமி திருமணமாகாமலேயே பிள்ளை பெற்றுக்கொண்டாலும் அவளது பெற்றோர் அதைப் பெருமையுடன் கொண்டாடுவதை நம் ஆணவக் கொலை கலாச்சாரத்துடன் ஒப்பிட்டுப் பார்க்கத் தோன்றுகிறது (மைனர் பெண்கள் பிள்ளை பெறுவதையோ திருமணம் செய்வதையோ இங்கே நான் ஏற்றுக்கொள்ளவில்லை, தன் விருப்பப்படி திருமணம் ஆகாமல் கூட ஒரு பெண் குழந்தை பெற்றுக்கொள்வதை அந்தச் சமூகம் எப்படிப் பார்க்கிறது என்பதைத்தான் நான் இங்கே குறிப்பிடுகிறேன்.) இலங்கை, இந்தியா என்று எங்கும் பெண்கள்தான் அதிகமாக உழைக்க வேண்டியிருக்கிறது என்றால் அவர்களைக் காட்டிலும் ஆப்பிரிக்கப் பெண்கள் கூடுதல் உழைப்பாளிகளாகத் தெரிகிறார்கள். எவ்வளவு வறுமையாக இருந்தாலும் மற்ற பெண்களைவிட வாழ்க்கையை அதிகம் கொண்டாடுபவர்களாக ஆப்பிரிக்கப் பெண்கள் தெரிகிறார்கள். திருமணம், கற்பு என்றெல்லாம் இங்கே நாம் வரையறை செய்துவைத்திருப்பவற்றுக்கும் அவர்களுக்கும் சம்பந்தமே இல்லை. ஆப்பிரிக்கப் பெண்களோடு ஒப்பிட்டால் ஆப்பிரிக்க ஆண்கள் கிட்டத்தட்ட வெளிறிய நிழல்களாகவே இந்தக் கதைகளில் தெரிகிறார்கள்.

முத்துலிங்கத்தின் கதைகள் முழுக்கவும் உலகளாவிய மனிதத்தால் நிரம்பி வழிகின்றன. ஏற்கெனவே பார்த்த 'முழு விலக்கு' ஒரு உதாரணம் என்றால் 'பருத்திப் பூ' இன்னொரு உதாரணம். நைல் நதியிலிருந்து வெட்டப்படும் வாய்க்காலை, தினமும் தண்ணீருக்காக இரண்டு மைல் தொலைவு நடக்கும் மூதாட்டி ஒருத்திக்காகப் பரிவுகொண்டு, வளைத்து வெட்டும்படி செய்கிறார் குணசிங்கம். அதனால் செலவு 16% அதிகரித்ததாக மேலதிகாரிகளால் கண்டுபிடிக்கப்பட்டு பணியிழப்புக்கு உள்ளாகிறார் குணசிங்கம். இன்னொரு முறை வாய்ப்பு கிடைத்தாலும் அப்படித்தான் செய்வேன் என்று சொல்லிவிட்டே வருகிறார் அவர். ஒரு தெருவுக்காக ஒரு குடும்பத்தையும் ஒரு ஊருக்காக ஒரு தெருவையும் ஒரு நாட்டுக்காக ஒரு ஊரையும் தியாகம் செய்தால் தப்பில்லை என்று போதிக்கப்பட்டுவரும் அரசியலுக்கு நேரெதிரான அரசியலை, மக்களை மையப்படுத்திய அரசியலை இந்தக் கதையில் அ.முத்துலிங்கம் முன்வைக்கிறார். நாட்டுக்காக மக்களா மக்களுக்காக நாடா என்று கேட்டால் மக்களுக்காகத்தான் நாடு என்பதுதான் பதிலாக இருக்க முடியும். 'ஏழையின் சிரிப்பில் இறைவனைக் காணலாம்' என்றுதான் அறிஞர்

அண்ணா சொன்னதைப் போல தனியொரு ஏழையின் நலனில்தான் நாட்டின் நலனும் அடங்கியிருக்கிறது. அ.முத்துலிங்கம் கதைகளில் பலவற்றையும் பள்ளிப் பாடத்திட்டத்தில் இடம்பெறச் செய்யலாம். என் முன்னுரிமை இந்தக் கதை. தண்ணீர் என்ற வஸ்து பெரும் பிரச்சினையாக உருவெடுத்துக்கொண்டிருக்கும் இந்தக் காலத்தில் இந்தக் கதை நம் குழந்தைகளுக்குப் பிடித்துப்போவதுடன் வளர்ச்சி மைய அரசியல் என்பது யாரை மையம் கொண்டிருக்க வேண்டும் என்பதையும் இதன் மூலமாக அவர்களுக்கு உணர்த்திவிட முடியும்.

கணிசமான கதைகளில் சுற்றுச்சூழல் பிரச்சினைகளை அ.முத்துலிங்கம் தொட்டிருக்கிறார். ஆப்பிரிக்க நாட்டில் ஒரு அணையைக் கட்டுவதால் ஏற்பட நேரிடும் மக்களின் இடப்பெயர்வு, உயிரினங்களின் அழிவு போன்றவற்றைத் தடுத்து நிறுத்துதற்காக 'திகடசக்கரம்' கதையில் கந்தபுராணம் பயன்படுத்தப்படுவது சுவாரசியமான உத்தி. 'இந்த இடத்தில் வாழும் 16 வகையான உயிரினங்கள் இந்தப் பிராந்தியத்திலேயே பிரத்தியேகமாக வாழும் தன்மை பெற்றவை. இந்த உலகின் வேறெந்த மூலை முடுக்கிலும் இந்த உயிரினங்களைக் காண ஏலாது. இந்தத் திட்டம் நிறைவேறினால் இந்த உயிரினங்கள் முற்றிலும் அழிந்துவிடும்; பூண்டோடு போய்விடும்... இவை எத்தனையோ கோடி ஆண்டுகள் இதே இடத்தில் உயிர் வாழ்ந்தன. ஆனால், இனிமேலும் அவை உயிர் வாழும் பொறுப்பு கடவுள் கையில் இல்லை; உங்கள் ஒன்பது பேருடைய கைகளில்தான் இருக்கிறது' என்று சொல்லி அந்தத் திட்டத்தைத் தடுத்துவிடுகிறார் கதைசொல்லி. இன்னும் ஆந்தைகள், எலிகள், பாம்புகள், கறுப்பு அணில், றக்கூன், ஸ்கங்க், மலை ஆடு என்று பல்வேறு பிரதேசங்களின் உயிரினங்கள் இந்தக் கதைகளில் நடமாடுகின்றன. ஆகவே, தமிழின் சுற்றுச்சூழல் ஆர்வலர்களும் கொண்டாட வேண்டிய ஒரு எழுத்தாளர் அ.முத்துலிங்கம்.

அ.முத்துலிங்கம் என்றால் முதலில் நினைவுக்கு வருவது 'சுவாரசியம்' என்ற சொல்தான். நவீனத் தமிழ் எழுத்தாளர்களில் பலரது எழுத்துகள் இறுக்கமானவை. பலருக்கும் சுவாரசியமாகக் கதை எழுதத் தெரியாது. அ.முத்துலிங்கத்துக்குச் சுட்டுப்போட்டாலும் இறுக்கமான கதை எழுத வராது. அது வாசகர்களின் நற்பேறு! அ.முத்துலிங்கம் சர்வதேச அனுபவங்களை மட்டுமல்லாமல் அந்தந்தப் பிரதேசங்களின் இனக்குழுக் கதைகள், தொன்மங்கள், புவியரசியல் கதைகள் என்று எல்லாவற்றையும் திரட்டிக்கொண்டுவந்து படுசுவாரசியமான கதைசொல்லல் முறையில் நமக்கு வழங்குகிறார். இப்படிப்பட்ட அனுபவத் திரட்சியில் இவற்றை யாருடனும்

பகிர்ந்துகொண்டிராமல் போயிருந்தால் தலைவெடித்திருக்கத்தான் நேரிட்டிருக்கும். கிழவியின் முகச் சுருக்கத்தைக் கூறும்போது 'அவள் முகம் எல்லாம் கௌசீரா ரயில்பாதை வரைபடம்போல கோடுகள்' (பருத்திப் பூ) என்ற கதையில் கொக்குவில்காரராக இல்லாமல் தான் புலம்பெயர்ந்த மண்ணை உள்வயப்படுத்திக்கொண்டவராக முத்துலிங்கம் தெரிகிறார். விண்ணப்பங்களில் ஒரு தனிநபரின் மூன்று பெயர்களைக் கேட்கும் மேலைநாடுகளின் மனப்போக்கை விமர்சிக்கும் வகையில் ஒரு கதையில் பிரதானப் பாத்திரம் தன் பெயரை 'கணே சா நந்தன்' என்று பிரித்துக்கொடுக்கிறது. நகைச்சுவைக்கு அ.முத்துலிங்கத்திடம் பஞ்சமே இல்லை. 'செல்லரம்மான்' கதையில் செல்லரம்மான் மாலைசாயும் நேரத்தில் தன் மையலை சைக்கிளில் பின்தொடர்ந்து செல்லும்போது சாலையில் 'கல்லுக்கும்பி' ஒன்று இருக்கும். இந்த இடத்தில் முத்துலிங்கம் இப்படி எழுதியிருப்பார்: 'இவர் அதைப் பார்க்கவில்லை. கல்லுக்கும்பியும் இவரைக் கவனிக்கவில்லை'. இரண்டாவது வரிதான் முத்துலிங்கம்!

முத்துலிங்கத்தின் கதைகளும் கட்டுரைகளும் தமிழ்நாட்டின் வெகுஜன இதழ்களில் தொடர்ச்சியாக வந்திருந்தால் சுஜாதாவுக்குக் கிடைத்ததைப் போன்ற புகழும் வாசகர் வட்டமும் முத்துலிங்கத்துக்குக் கிடைத்திருக்கும். சுஜாதாவோடு ஒப்பிடுவதால் அசூயை கொள்ள வேண்டாம். தீவிர இலக்கியவாதிகள் பலருக்கும் சுஜாதாவிடம் அப்படி ஒரு அசூயை உண்டு. தமிழுக்கு முக்கியமானவர்களுள் சந்தேகமில்லாமல் சுஜாதாவும் ஒருவர். அ.முத்துலிங்கம் சுஜாதாவைவிட தீவிரமான, மேம்பட்ட நடையையும் கருப்பொருள்களையும் கொண்டவர். அவரிடமும் எனக்கு விமர்சனங்கள் இல்லாமல் இல்லை. அவருடைய கணிசமான கதைகளுக்கும் – அவை சுவாரசியமானவை என்றாலும் கூட — அவருடைய கட்டுரைகளுக்கும் இடையிலான இடைவெளி குறைவு. பல கதைகள் நிகழாமல் கதைசொல்லியால் சொல்லப்படுகின்றன, இதிலும் சுவாரசியத்துக்குக் குறைவில்லைதான். இதனால், சுவாரசியமும் அனுபவப் பகிர்தலுமே பிரதான இடத்தை எடுத்துக்கொண்டு சிறுகதையின் கலைத்தன்மையும் ஆழமும் சற்றே பின்னுக்குத் தள்ளப்படுகிறதோ என்ற கேள்வியைச் சில கதைகள் எழுப்புகின்றன. ஆனால், இந்த விமர்சனங்களைத் தாண்டியும் உலகக் காற்றைத் தமிழுக்குக் கொண்டுவருவதற்காக, தமிழின் உலகப் பிரதிநிதிகளுள் ஒருவராக இருப்பதற்காக நாமெல்லாம் அ.முத்துலிங்கத்துக்கு என்றென்றும் கடன்பட்டிருக்கிறோம்.

(ஆசை – 'கொண்டலாத்தி', 'அண்டங்காளி' உள்ளிட்ட கவிதைத் தொகுப்புகளின் ஆசிரியர், பத்திரிகையாளர், அகராதியியலாளர்.)

5

கச்சியப்பர் ஸ்ட்ராடஜி – பாரதி பாஸ்கர்

முத்துலிங்கத்தின் எழுத்தை எனக்கு ஜெயமோகன்தான் அறிமுகப்படுத்தி வைத்தார். அவருடைய 'பூமியின் பாதி வயது' நூலைப்பற்றி ஜெயமோகன் ஒரு கட்டுரையில் எழுதியிருந்தார். அந்தக் கட்டுரையின் சாராம்சம் இதுதான்— ஜெயமோகன் அந்தப் புத்தகத்தை வாங்குகிறார். ஆஃபீஸிற்கு கொண்டு போகிறார். அவர் புத்தகத்தை வைத்திருந்ததைப் பார்த்த அலுவலக நண்பர் ஒருவர் வாங்கிக்கொண்டு போய், அலுவலக நேரத்தில்கூட விடாமல் படித்துக் கொண்டே இருக்கிறார். இத்தனைக்கும் அந்த நண்பர் தீவிர இலக்கிய வாசகரோ அறிவுஜீவிக் கொம்பொன்று முளைத்தவரோ அல்ல. ஒரு வழியாக புத்தகத்தை அவர் திருப்பிக் கொடுத்தவுடன் ஜெயமோகன் அதனை வீட்டிற்கு எடுத்து வருகிறார். கடுமையான அலுவலகப் பணி, வீட்டு வேலைகள், குழந்தைக் காரியங்களுக்கு மத்தியில் மேஜை விளக்கை போட்டுக் கொண்டு அருண்மொழி நங்கை இரவெல்லாம் அ. முத்துலிங்கத்தைப் படிக்கிறார். அருணா ஒரு தீவிர இலக்கிய வாசகர் எனினும் பல வேலைகளுக்கு மத்தியில் படிக்க நேரம் ஒதுக்க முடியாத வாழ்க்கைக் கட்டத்தில் அப்போது இருந்தார். அவரும் இரவெல்லாம் படித்து புத்தகத்தை முடித்தார். முத்துலிங்கத்தின் எழுத்தில் அப்படி என்ன இருக்கிறது? இவ்வளவு விரிந்த வாசகர் வட்டம் அவருக்கு எப்படி அமைந்தது? ஏனெனில் 'அவரது எழுத்து எல்லா மனங்களிலும் போய் உறைந்து நிற்கும், உலுக்கும் மர்மம் கொண்டது' என்கிறார் ஜெயமோகன்.

இதைப் படித்த பிறகுதான் நான், 'யார்டா சாமி இந்த முத்துலிங்கம்?' என யோசித்தேன். வழக்கமாக கவிதா பதிப்பகத்தை அழைத்துத்தான் புது எழுத்தாளர்களை அறிவேன். கவிதா பதிப்பகம் சேது. சொக்கலிங்கம் எல்லாரையும் பற்றி உயர்வாகச் சொல்லும்

பண்பாளர். உயர்வாகச் சொல்ல ஒன்றுமில்லையெனின், 'ஆமா, எழுதறாரில்ல..' என்று ஆச்சரியப்படுவார்.

எப்போதும் அணுகுவது போல் ஒரு தொலைபேசி அழைப்பில் சேது. சொக்கலிங்கம் அவர்களிடம் கேட்டேன். 'சார், யாரு இந்த அ.முத்துலிங்கம்?' 'ரொம்ப ரொம்பப் பெரிய எழுத்தாளர்மா' என்றார் திரு.சொக்கலிங்கம். ஒரு குழந்தை இரண்டு கையையும் விரித்துக் கொண்டு, 'ரொம்பப் பெரிசு, வானம் அளவு' என்று சொல்லும் ஒரு பாவனை எனக்குத் தொலைபேசி வழியாகவே தெரிந்தது. 'சரி, அந்த 'பூமியின் பாதி வயது' புத்தகத்தை கொஞ்சம் எங்கியாவது வாங்கி அனுப்புங்க சார்' என்றேன். அவர் அடுத்த ஒரு மணி நேரத்தில் அனுப்பியதை நான் இரவெல்லாம் படித்து ('பேய் மாதிரி ராத்திரியெல்லாம் விளக்கப் போட்டு படிச்சு, தானும் தூங்காம, நம்மையும் விழிக்க வைப்பா,' என் கணவர் முனகுவது கேட்டாலும்) அடுத்த நாளே புத்தகத்தை முடித்தும் விட்டேன். எந்தப் பேயாவது இரவு விளக்கைப் போட்டு முத்துலிங்கத்தைப் படிக்குமா?

முத்துலிங்கம் என் நெருங்கிய நண்பராகி விட்டார் — நேரில் பார்க்காமலும் பேசாமலும் தான்! அவர் வாழ்க்கையை வேறு வேறு கோணங்களில் பார்க்கிறவர். இலங்கையின் கொக்குவில்லில் தெருவுக்கு நடுவே போடப்பட்டிருக்கும் கிணறோ, சூடானில் உள்ள கெசீரா நீர் வளத்துறையின் அலுவலகமோ அவரின் எழுத்தால் நம் கண்முன்னே காட்சியாக விரிந்து விடும். நாமே அங்கு போய் நேரே பார்த்தால் மனதில் பதிவதை விட அவர் எழுத்தால் பதிவது இன்னும் தெளிவான காட்சியாகக் கருத்தில் நிற்கும்.

அவரின் எல்லாக் கதைகளிலும் அவர் பார்வையாளர் மட்டுமே; கருத்து சொல்ல மாட்டார், தீர்ப்பு வழங்குதல் அவரிடம் இருக்காது. வித்தியாசமான அக அடுக்குகளில் நம்மை பயணம் செய்ய வைப்பார். யாரோ ஆஃப்கானிஸ்தான்காரனைப் பற்றிய கதையாக இருக்கும் ஒரு சம்பவம் திடீரென்று நாமே பங்கு பெறும் காட்சியாக மனத்தில் பதியும். அந்த அற்புதத் தருணம்தான் முத்துலிங்கத்தின் மாஜிக்!

பல்லாண்டுகள் பன்னாட்டு நிறுவனத்தில் பணியாற்றிய எனக்கு, அது போன்ற நிறுவனங்களின் அக மற்றும் புறச் சூழல்களைப் பற்றிய நம் எழுத்தாளர்களின் கதைகள் மிகுந்த மனச் சோர்வையே அளிக்கும். 'நம்ம வாத்தியார் சுஜாதா உட்பட (அவர் அரசு நிறுவனத்தில் பணியாற்றியதாலோ என்னவோ) MNC கலாச்சாரத்தையும் வேலைச் சவால்களையும் யாருமே சரியா சொல்லவில்லையே' என்ற குறை எனக்கு. கதைகளாவது பரவாயில்லை, சினிமாக்கள் இன்னும் பயங்கரம்! 'கார்ப்பரேட் கம்பெனிகள் விவசாயிகளின் ரத்தத்தை

உறிஞ்சுகின்றன' என்று நரம்பு புடைக்கப் பேசும் கதாநாயகனிடம் போய், 'சார், கார்ப்பரேட் என்றாலும் கம்பெனி என்றாலும் ஒன்றுதான் சார். ஒண்ணா கார்ப்பரேட்ன்னு சொல்லுங்க, இல்ல கம்பெனின்னு சொல்லுங்க.' என்று சொல்ல எனக்கு வாய் துடிக்கும். கஜினி படத்தில் செல் கம்பெனி CEO விளம்பரத் தட்டி வைக்க இடம் தேடி தானே கதாநாயகி வீட்டுக்கு வருவதெல்லாம் 'கும்பி பாகம்' ரேஞ்சுக்கு கொடுமை மக்களே..

ஈங்கிதனால் யானும் இடர் மிகுந்து வாடுகையில் எங்கிருந்தோ வந்தார் முத்துலிங்கம். ஈங்கிவரை யாம் பெறவே என்ன தவம் செய்துவிட்டோம்... என்று நாங்களெல்லாம் இறும்பூது (அப்படியென்றால் என்ன?) எய்தும்படி அமைந்தன அவரின் கதைகள்.

'திகடசக்கரம்' கதையில் ஒரு கமிட்டியின் முன் நாயகனும் அவனது ஸ்வீடன் நண்பனும் ஒரு பிரசன்டேஷனைச் சமர்ப்பிக்க வேண்டும். கட்டப்பட இருக்கும் அணைக்கட்டினால் சுற்றுச்சூழல் பாதிக்கப்பட இருக்கிறது என்று அந்த அறிக்கையில் இவர்கள் நிரூபிக்க வேண்டும். அறிக்கையின் ஆரம்பத்திலேயே ஒரு எண்ணைத் தாங்கள் தவறாகப் போட்டு விட்டோம் என்று நாயகன் ஒத்துக் கொண்டு விடுகிறான். ஒரே கூச்சலும் குழப்பமுமாக மீட்டிங் போகிறது. அந்தப் பிரச்னை தீர்ந்ததும் வேறு பிரச்னைகளை யாருக்கும் எழுப்பத் தோன்றாமல் போகவே, இவர்களின் ப்ரோபோசல் ஏற்கப்படுகிறது.

இதை எத்தனை முறை நாங்கள் அலுவலகத்தில் செய்திருப்போம்! ஆடிட் நடக்கும்போது நாங்களே சில தவறுகளை ஆடிட்டர்கள் கண்ணில் படும்படி விட்டுவைப்போம். அதைக் கண்டுபிடித்து அதிலேயே அவர்கள் மகிழ்ந்து, அலமாரிகளில் மறைத்து வைத்துள்ள எலும்புக்கூடுகளை கண்டுபிடிக்காமலேயே போய் விடுவார்கள். முத்துலிங்கம் இதை 'கச்சியப்பர் ஸ்ட்ராடஜி' என்கிறார். கந்தபுராணம் எழுதிய கச்சியப்பர் தன் கந்த புராணத்தை அரங்கேற்றுகிறர். 'திகடசக்கரம்' எனத் தொடங்கும் முதல் பாடலிலேயே ஒரு இலக்கணப் பிழை இருக்கிறது என்று சில இலக்கணப் புலிகள் கொந்தளிக்கிறார்கள். முருகனே வந்து பிரச்னையை முடித்து வைக்கிறார். அதன் பின் யாரும் எந்தக் குறையும் இருப்பதாக வாயைக் கூடத் திறக்கவில்லை. அலுவலக உத்திகளில் ஒன்றை தமிழ் இலக்கிய உலகின் ஒரு நிகழ்வோடு லாவகமாக இணைக்கும் இந்தக் கண்ணி, முத்துலிங்கத்தின் முத்திரைக் கண்ணி!

'முடிச்சு' கதையும் இப்படித்தான். சமையல் அறைப் பாத்திரங்கள் செய்யும் ஒரு பெரு நிறுவனத் தலைவருக்கு ப்ரொடக்ஷன்

தாமதங்களினால் தொல்லைகள். உற்பத்தி நடக்கிறதே தவிர 'ஓர்டர்களை' நிறைவேற்றும் வேகம் சுமாராக இருக்கிறது. தலைவர் விடைகளைத் தேடி சாமியாரிடம் போகிறார். வழியில் தோசை சுடும் கிழவி, சுட்ட தோசையை பெட்டியில் வைத்து பேக் செய்யும் போது வாழை இலையை பெட்டியில் சொருகி, மேல் இலையை மடித்து வைக்கிறாள். அவ்வளவுதான்— தலைவருக்கு ஐடியா கிடைத்து விட்டது. சமையல் பாத்திரங்களின் பிடிகளை (handle) மடித்து பேக் செய்தால் பேக்கிங் டப்பாவின் அளவு பாதியாகக் குறைகிறது என்று கண்டறிகிறார். டப்பாக்கள் இப்போது வேகமாக நிரப்பப்படுகின்றன. ப்ரொடக்ஷன் வேகம் பிடிக்கிறது. சின்னச் சின்ன ஐடியாக்களில் பெரிய பெரிய மாற்றங்கள் எத்தனை நடந்திருக்கின்றன கார்ப்பரேட் உலகத்தில்.

கிரேக்கப் புராணங்களில் வரும் கார்டியன் முடிச்சை நினைவு கூர்கிறார் அ.முத்துலிங்கம். அவிழ்க்கவே முடியாத ஒரு முடிச்சு இருந்ததாம். அலெக்ஸாண்டர் அதை ஒரு வினாடி உற்றுப் பார்த்தானாம் ஒரே வீச்சில் வெட்டி வீழ்த்தினானாம். தீர்க்கவே முடியாத பிரச்னைகள் உண்டா என்ன, முடியா இரவு உண்டா என்ன? எல்லா முடிச்சுகளும் அவிழும் என்ற நம்பிக்கையைத் தரும் ஒரு லாங் ஷாட் கதை இது.

'ஒரு சாதம்' – என் சோர்வு, தாழ்ச்சிகளை ஒவ்வொரு முறையும் நீக்கும் கதை. ஒரு லட்சம் வரிகளுக்கு மேலதிகமான நீளம் கொண்ட கம்ப்யூட்டர் சோர்ஸ் கோடில் தப்பு வந்தால் எங்கே தவறு என்று எப்படி சார் கண்டுபிடிப்பது? கண்டுபிடித்த பின் கதாநாயகன் நினைக்கிறான், 'இந்தப் பாதையில்தான் அந்தப் பாம்பு படுத்திருந்திருக்கிறது. எத்தனை முறை இந்த வழியாகப் போயிருப்பேன்! இதுவரை கண்ணில் படவில்லையே.' சரிசெய்ய ஆகும் நேரம் ஐந்து நிமிடம்தான். தப்பு எங்கே என்று கண்டுபிடிக்கத்தான், நாள்கணக்கில், ஏன் மாதக்கணக்கில் கூட காலம் செல்லும். முத்துலிங்கம் இதை எப்படி எழுதினார் என எனக்குத் தெரியாது. ஆனால், 'இதேதான், இதேதான்' என என் மனம் கூவுகிறது.

என் அலுவலகத்தில் ஏதோ பிழைகள் வரும்போது,'கண்டுபிடிச்சு சரி செய்யுங்கப்பா' எனச் சொல்லிவிட்டு மேலதிகாரிகள் விடைபெறுவர். அடுத்த நாள், காலை ஒன்பது மணிக்கு அவர்கள் மீண்டும் அலுவலகம் வரும்போது, இரவெல்லாம் தூக்கம் இன்றி, உழைத்துக் களைத்துக் கன்றிச் சிவந்த கண்களோடு, 'காலையில 5 மணிக்குக் கண்டுபிடிச்சோம் பாஸ், ப்ரோக்ராம்ல எங்க மிஸ்டேக்

இருக்குன்னுட்டு. சரி பண்ணி, திரும்ப ஓட்டிட்டு இருக்கோம். சரியாயிடும்' என்று பதில் சொல்லும் ஐ.டி இளைஞர்களை இந்தக் கதை முழுக்க நினைத்து, நினைத்துக் கரைந்தேன்.

இன்றைய அலுவலங்கள் நவீன வதைக்கூடங்கள். கூட்டுவதும், கூட்டியதில் விலக்குவதும், காட்டுவதும் காட்டியதை மறைப்பதும், ஆட்டுவதும் ஆடியதை அடக்குவதுமான நவீன பரமபதங்கள். இந்தத் தொடர் ஓட்டத்தில் ஓடும் எம் வாழ்வில், ஔவையையும், கம்பனையும் கச்சியப்பரையும் இணைக்கும் ரசவாதி எங்கள் அ.முத்துலிங்கம் சார்.

என் பட்டிமண்டப நண்பர் திரு.ராஜா அவர்கள் கனடா போனபோது முத்துலிங்கம் சாரைச் சந்தித்து இருக்கிறார். அங்கிருந்து அவரோடு தொலைபேசியில் என்னைப் பேச வைத்தார். பேச வைத்த அந்த நொடி, என் வாழ்வில் நான் புத்தக நடுவில் பத்திரப்படுத்திய மயில் தோகையைப் போல பொத்தி வைத்திருக்கும் நல் ஞாபக நொடி. 'கேர்ணல் கிட்டுவின் குரங்கு' என்னும் அவரின் கட்டுரை தொடங்கி நிறைய பேசினோம். பிறகு, விகடன் யூட்யூபிற்காக அவரை நேர்காணல் செய்தோம். அந்த நேர்காணலில் நாங்கள் சிரித்த சிரிப்பும், சிந்திய கண்ணீரும் சொல்லி மாளா.

பல்லாயிரக்கணக்கானோர் பார்த்து அவரைக் கொண்டாடினார்கள். அவரோடு பழகும், அவரைப் படிக்கும் யாரின் நினைவிலும் பிரியமாகப் போய் அமரும் ஓர் இலக்கிய ஆளுமை அவர்.

அவரின் மானிட மாண்புகள், எல்லாரையும் அன்பொழுக விசாரிக்கும் தேன் தடவிய சொற்கள், இறங்கும் இடம் இன்னும் கண்ணுக்குப் புலப்படாமல் பறந்தலையும் பறவைகளைப் போன்ற புலம்பெயர்ந்த வாழ்வையும்கூட அதன் வண்ணங்களோடும் நுட்பங்களோடும் காட்டுகிற அவரது உற்சாக ஊற்றுக்கண் வழிந்திடும் கருணை, இலக்கிய வானில் அவரது உயரத்தை அடையவே முடியாத எங்களையும் தன் சிறகுகளின் விசையினால் மேலெற்றும் அவரின் எளிவந்த தன்மை.

என்ன சொல்ல..? வாழ்த்துகள் சார். இன்னும் ஒரு நூற்றாண்டு இருங்கள் !

(பாரதி பாஸ்கர் எழுத்தாளர் மற்றும் பேச்சாளர். இலக்கியம், ஆன்மிகம் ஆகிய தளங்களில் பேருரைகள் நிகழ்த்துவதில் வல்லவர்.)

6

உலகம் யாவையும் – ஜெயமோகன்

ரயிலில் மூன்று பேர் அப்பகுதியில் அமர்ந்திருந்தோம். ஒரு கணவனும், மனைவியும், ஐந்து வயது மதிக்கத்தக்க அவர்களின் மகனும் உள்ளே வந்தனர். கணவர் தன் இருக்கைகளை எண் பார்த்து உறுதிப்படுத்திக்கொள்ள மனைவி பெட்டிகளை இருக்கைக்கு அடியில் சீராக அடுக்கி வைத்தார். சிறுவன் உரத்த குரலில், "கழுதை மனுஷன்" என்றான்.

நான் அவன் எதைச் சொல்கிறான் என்று அவன் கண்களைப் பார்த்தேன். நான் பார்ப்பதை அறிந்து அவன் என்னைப் பார்த்துப் புன்னகைத்து, "கழுதை மனிதன்" என்று சுட்டிக்காட்டினான்.

ஏறிட்டுப் பார்த்தால் ரயிலின் மேலே ஒரு விளம்பரம் வைக்கப்பட்டிருந்தது. அதில் கழுதைத் தலை கொண்ட ஒரு மனிதர் எதையோ யோசிப்பது போல, கையைத் தலையில் தாங்கி அமர்ந்திருந்தார். ஏதோ நிதி நிறுவனத்தின் கவனஈர்ப்பு முயற்சி நான் புன்னகையுடன், "ஆமாம்" என்றேன்.

ஆனால் அந்தப் பெட்டியில் நான்கு மணி நேரத்திற்கு மேலாக நான் அமர்ந்திருந்தேன். அந்த விளம்பரம் என் கண்ணுக்குப் படவில்லை. அந்த விளம்பரத்தைக் கூர்ந்து பார்த்தேன். என்ன சொல்ல வருகிறார்கள்? பெரும்பாலான நிதி முதலீட்டாளர்கள் ஏமாற்றப்படுகிறார்கள், மிகுந்த கட்டணம் எனும் பொதியைச் சுமக்க வைக்கப்படுகிறார்கள், தாங்கள் அவ்வாறன்றி முதலீட்டாளர்களின் சுமையைக் குறைக்கிறோம் என்று அந்த விளம்பரம் சொல்கிறது.

சிரிப்பூட்டக்கூடிய ஒரு கேலிச்சித்திரம். ஆனால் நான் யோசித்தது அதைப் பற்றியல்ல. அந்தப் பெட்டிக்குள் நுழைந்ததுமே அந்த விந்தையான விளம்பரத்தை முதலில் கவனிக்கும் குழந்தையின்

கண்களை. மற்ற அனைவரும் ஏற்கெனவே தெரிந்தவற்றை, தேவையானவற்றை மட்டுமே விழிநாடுகையில் தெரியாதவை நோக்கி, தேவையற்றவற்றை நோக்கி குழந்தையின் கண்கள் நீள்கின்றன.

இலக்கியத்தில் எப்போதுமுள்ள அழகென்பது நாமறிந்த உலகில் நாமறியாத ஒன்றை அது சுட்டிக்காட்டுகிறது என்பதுதான். பெரும்பாலான வாசகர்கள் எழுத்தாளர்களிடம் சொல்லும் வரியே, 'நான் இதைக் கவனித்ததே இல்லை, இத்தனைக்கும் நான் அங்கேயேதான் வாழ்கிறேன்' என்பதுதான். வாசகனின் தீராத விந்தையே ஓர் எழுத்தாளர் எப்படி தானறியாத ஒன்றை தானறிந்த களத்தில் சொல்லிவிடுகிறார் என்பதுதான்.

தனக்கு முற்றிலும் அறியாத உலகை தனக்கு அறிமுகப்படுத்தும் எழுத்தாளனைவிட தான் அறிந்த உலகையே மேலும் ஆழமும் கூர்மையும் அழகும் கொண்டதாக, மேலும் விந்தையானதாகக் காட்டும் எழுத்தாளன் மேலேயே வாசகன் ஈர்ப்புகொள்கிறான். அறியாத உலகைக்கூட வாசகன் தான் ஏற்கனவே அறிந்த உலகத்தின் நீட்சியாக மாற்றியே அடைகிறான்

இலக்கியவாதியின் கண் எங்கும் வேறுபாடுகளையும் விந்தைகளையும் முரண்பாடுகளையும் பார்க்கும் தனிக் கோணம் கொண்டது. சாதாரணமாகப் பார்க்கும் ஒன்றையே சற்றே மொழியைத் திருப்பி, கோணத்தை மாற்றி, விந்தையென ஆக்கிக்கொள்ளக்கூடியது. தமிழில் அவ்வகையில் முன்னோடி புதுமைப்பித்தனே. இப்போது யோசிக்கையில் புதுமைப்பித்தன் கலைகளிலிருந்து அந்த விந்தைகள் ஒவ்வொன்றாக நினைவில் எழுந்து கொண்டே இருக்கின்றன.

இதை வைத்தே தமிழில் பெரும்பாலான எழுத்தாளர்களை அளக்க முடியும் என்று எனக்குத் தோன்றுகிறது. அப்படிப் பார்த்தால் புதுமைப்பித்தன் முதல் சுந்தர ராமசாமி முதல் நமது பெரும்படைப்பாளிகள் வரிசையில் இந்தக் கூறு மிக அதிகமாக இருக்கும் படைப்பாளி அ.முத்துலிங்கம்தான். பிற அனைவரை விடவும் முற்றிலும் வேடிக்கை பார்க்கும் கண்களால் மட்டுமே காட்டப்பபட்டவை முத்துலிங்கத்தின் கதைகள்.

மற்ற படைப்பாளிகள் ஒருவகையில் அன்றாட வாழ்க்கையில் சிக்கிக்கொண்டவர்கள். அவர்கள் வாழ்ந்த ஊர், அவர்கள் அறிந்த நிலம், அவர்கள் பழகிய மனிதர்கள், அவர்கள் சந்தித்த நிகழ்வுகள், அவர்கள் அடைந்த உணர்வுகள் அனைத்துமே எல்லைக்குட்பட்டவை. மற்ற தமிழ் வாசகர்களும் சாதாரணமாக

அறிந்தவை. அவற்றுக்குள் அவர்களுடைய சிறுவர்களுக்குரிய பார்வை சில நுண் தருணங்களைக் கண்டெடுக்கிறது. ஆயினும் ஒரு பெரும்பகுதி அறிந்த அன்றாடத்திலேயே நின்றுவிட்டிருக்கிறது.

சைக்கிள் சீட் போன்ற இசக்கியை வேடிக்கை பார்க்கும் சுந்தர ராமசாமி என்கிற பாலுவை நாம் புன்னகையுடன் நினைத்துக்கொள்கிறோம். ஆனால் புளியமர ஜங்ஷன் என்பது நாம் எங்கும் பார்க்கக்கூடிய ஒன்றுதான். ஆர்மோனியத்தின் கட்டைகளை ஆவேசத்துடன் ஓங்கி அடிக்கும் ட்ரில் மாஸ்டரைக் கண்டு ஏழுநாடியும் ஒடுங்கி நின்றிருக்கும் சிறுவனான தியாகராஜனை நாம் மறப்பதில்லை ஆனால் செகந்திரபாத் வாழ்க்கை ஏறத்தாழ அனைவருக்கும் உரியதுதான்.

அழகிரிசாமியின் காலகண்டி கதையின் கிழவி நம் நினைவுகளில் ஏற்கனவே பதிந்திருப்பவள்தான். புதுமைப்பித்தனின் 'சொள்ளமுத்து இண்ணு சொல்லும்வே, புள்ள என்ன புள்ள கூண்டிலே ஏறானாப்பிளே?' என்று சொல்லும் தேவ இறக்கம் நாடாரின் நகரம் கன்னியாகுமரி ஜில்லாவில் பெரும்பாலான ஊர்ப்பெயர்களில் நகர்ப்பெயர்களில் எவரும் கண்டுகொள்ளக்கூடியது தான்.

அ.முத்துலிங்கத்துக்கு நாமறியாத நிலங்களும் மனிதர்களும் வாய்த்தன. ஒவ்வொருநாளும் திகைத்து, வியந்து வேடிக்கைபார்க்கும் வாழ்க்கை அமைந்தது. ஒரே ஊரில் வாழ்ந்து எழுதுபவராக அவர் நிகழவில்லை. திருவிழாவிலிருந்து திருவிழாவுக்குச் சென்றுகொண்டே இருக்கும் ரங்கராட்டினக்காரர் அவர். அந்தந்த இடங்களில் வாழ்ந்து அடுத்த ஊருக்குச் சென்று வித்தாரமாகப் பேசிவிட்டு அப்படியே போட்டுவிட்டு சென்ற கதைகள் போல அவை தோற்றமளிக்கின்றன.

அ.முத்துலிங்கம் படைப்புகள் முழுக்க இருக்கும் இந்த வேடிக்கை பார்க்கும் கூறு அவருடைய ஆளுமையின் ஒருமுகம். அவருக்கு அமைந்த உலகம் சுற்றும் வாழ்க்கையின் ஒரு வெளிப்பாடு. அதற்கு அப்பால் இந்தக் கூறு தமிழிலக்கியத்தில் என்ன தனிப்பங்களிப்பை ஆற்றுகிறது, அ.முத்துலிங்கத்தின் படைப்புகளுக்கு அது சேர்க்கும் அழகியல் கூறென்ன, தத்துவ அம்சமென்ன என்பது ஆர்வமூட்டும் ஒரு கேள்வி.

அ.முத்துலிங்கம் படைப்புகளில் எப்போதும் இருந்துகொண்டிருக்கும் அந்தச் சிறுவன் அசோகமித்திரனின் 'லான்சர் பாரக்' கதைகளில் வருபவன். சுந்தர ராமசாமியின் இளமைப்பருவக் கதைகளில் சிறுவன் பாலுவாக வருபவன். வில்லியம் சரோயனின் மை நேம் இஸ் அராம் கதைகளில் வருபவன்.

அ.முத்துலிங்கத்தின் படைப்புலகில் அவனே ஆசிரியனாகவும் அமர்ந்துகொண்டிருக்கிறான். மொத்தப் படைப்புலகின் உணர்வு நிலைகளையும் பார்வைக் கோணத்தையும் தீர்மானிக்கிறான்.

அழகிய இளம்பெண்ணின் விரல்கள் பல்லியின் குஞ்சு போலிருந்தன என்று சொல்பவன் அவன். நடந்து வரும் பெண்ணின் இடை இருபக்கமும் அசைவதை ஒரு இயந்திர நடனம் போல வியப்புடன் பார்ப்பவன். அம்மா சுடும் தோசையில் எல்லாத் தோசைகளிலும் ஏறத்தாழ ஒரே எண்ணிக்கையில்தான் துளைகள் இருக்கும்போலும் என்று எண்ணிக்கொள்பவன். சிறுநீரை பாதியில் நிறுத்த முடியாது, தப்பி ஓடும் திருடனையும் பிடிக்க முடியாது நின்றிருக்கும் விதானையரின் துயரத்தில் மகிழ்பவன்.

அச்சிறுவனைப் புரிந்துகொள்ளுவது ஒவ்வொரு வாசகருக்கும் எளிதாக இருக்கிறது. ஒவ்வொருவரும் அப்பருவத்தினூடாக கடந்து வந்தவர்கள்தான். ஒரு குறிப்பிட்ட வயதில் கடமைகளும் பொறுப்புகளும் உருவாகும்போது அச்சிறுவன் சுருங்கி உள்ளே மறைந்துவிடுகிறான். ஒவ்வொரு நாளும் ஒரே வழியில் ஒரே மனிதர்கள் ஒரே தொழிலில் வாழும் வாழ்க்கையில் அச்சிறுவன் ஆர்வமிழந்து கண்களை மூடிக்கொள்கிறான்.

முத்துலிங்கத்திற்கு அது நிகழவில்லை. அந்த வயதில் அவர் விரிந்த உலகை நோக்கி சிறகுடன் எழுந்தார். ஆப்ரிக்காவில், மத்திய ஆசியாவில், கனடாவில், அமெரிக்காவில் என இடம் மாறிக்கொண்டே இருந்தார். புதிய மனிதர்கள், புதிய வாழ்க்கைச் சூழல்கள், புதிய நிலம். அவரிலிருந்த சிறுவன் விழி மூட நேரவில்லை.

இப்போது பார்க்கையில் வாழ்வினூடாக நாம் அடையும் ஒன்று, நிலைகொள்ளுதல். அ.முத்துலிங்கத்தில் அது நிகழவில்லை. அதுவே இந்தக் கதைகளில் புதுமையும், அழகும், வாழ்க்கைநோக்கும் ஆக இருக்கிறது. நிலைகொள்ளுதல் என்பது ஓர் ஊரில், ஒரு வாழ்வில் நிலைகொள்ளுதல் என்பது மட்டுமல்ல. ஒரு தத்துவத்தில், ஒரு பற்றில், ஒரு மதத்தில், ஓர் அரசியலில் நிலைகொள்ளுதலும் கூட.

இக்கோணத்தில் பார்க்கையில் அ.முத்துலிங்கத்தின் கதைகளில் நாம் பொதுவாக படைப்பாளர்களிடம் காணும் எந்த வகையான ஆழ்ந்த பற்றும் இல்லை என்பதைக் காணலாம். அவர் ஈழத்தமிழர் ஈழப்போராட்டத்தின் உச்சகாலங்களில் எழுதிக்கொண்டிருந்தவர். ஆனால் மிகத்தீவிரமான பிறந்தநிலப் பற்று அவர் படைப்புகளில் வெளிப்படவில்லை. இனப்பற்றோ அரசியல் சார்போ வெளிப்படவில்லை. அதன்பொருட்டு வழக்கமாக ஒவ்வொன்றையும்

அரசியலில் வைத்தே பார்க்கக்கூடிய எந்திர மனங்கள் அவர் மேல் கடுங்குற்றச்சாட்டுகளை வைத்திருக்கின்றன. அவர் அவற்றை பொருட்படுத்தியதில்லை. அல்லது அவர்கள் ஏற்றுக்கொள்ள முடியாத அளவுக்குச் சில மென்மையான பதில்களைச் சொல்லியிருக்கிறார்.

உண்மையில் நாம் எந்த இடத்திலும் நிலைகொள்ளாமல், ஒவ்வொன்றிலும் அக்கணமே ஈடுபட்டு கடந்து சென்றுகொண்டே இருக்கும் அச்சிறுவனிடம் 'எங்காவது உட்கார்' என்று சொல்கிறோம். எதையாவது ஏற்றுக்கொள் என்று சொல்கிறோம். எதையாவது முத்திரையாகக் குத்திக்கொள், அடையாள அட்டையாக அணிந்துகொள், கொடியாகப்பற்றிப் பிடித்துக்கொள் என்று சொல்கிறோம். எல்லாச் சிறுவர்களிடமும் முதிய உலகம் 'ஓரிடத்திலே உக்காரேண்டா" என்றுதான் கூவிக்கொண்டிருக்கிறது.

முத்துலிங்கத்திடமும் அதையே கோருகின்றனர் வழக்கமான வாசகர்கள். என்ன சொல்ல வருகிறார்? என்ன நிலைப்பாடு கொண்டிருக்கிறார்? முத்துலிங்கம் உருவாக்கும் புனைவுலத்திற்கு நேர் எதிரான ஒரு பார்வை அது. அந்தப் பார்வையில் நின்றுகொண்டு முத்துலிங்கத்தின் படைப்புகளை நாம் உடைத்து நெளித்து சுருட்டி நம்மைநோக்கி இழுத்துக்கொள்ள முயல்கிறோம். சென்ற முப்பதாண்டுகளில் தமிழில் ஒரு குறிப்பிட்ட புனைவிலக்கியவாதிக்கு எதிராக நிகழ்ந்த மாபெரும் அழகியல் வன்முறை என்பது இதுதான். நல்லவேளையாக அந்தக் காலகட்டம், அந்த எந்திர மனிதர்கள், அவர்களின் மூர்க்கமும் வஞ்சமும் இன்று வழக்கொழிந்துபோய் தன் குன்றா ஒளியுடன் முத்துலிங்கம் எஞ்சி நிற்கிறார்.

பற்று எழுத்தாளனுக்கு நன்றும் தீதும் அளிக்கிறது. தீதென்பது ஒவ்வொரு புது அனுபவத்தையும் தனக்கு ஏற்கனவே இருக்கும் பற்றினூடாக மட்டுமே பார்க்க முடியும் என்பதும், புது உலகம் புது அகம் ஒருபோதும் அப்புனைவில் நிகழ்வதில்லை என்பதும்தான். அப்பற்று பலவகை, தேசம், இனம், மொழி, மதம் எனும் பற்றுகள். இவற்றைவிட ஆழமான பற்று தன் மீதான பற்று.

பல எழுத்தாளர்கள் தங்கள் இளமையில் அதுவரை அடைந்த அனுபவங்கள் வழியாக திரண்ட ஓர் ஆளுமையடையாளத்தை தங்களுடையதாக உருவாக்கிக்கொள்கிறார்கள். அதையே திரும்பத் திரும்ப முன்வைக்கிறார்கள். அவர்கள் எழுதி தங்களைக் கண்டடைவதில்லை, எழுத்தினூடாக அந்த அடையாளத்தை தொடர்ச்சியாகப் புனைந்துகொள்கிறார்கள். அது உடைய விடுவதேயில்லை.

அந்த அடையாளத்தின் மீது, அந்த அடையாளத்தை உருவாக்கிய அனுபவங்களின் மேல் பெரும்பற்று கொண்டிருக்கிறார்கள். எழுத்தாளன் கொண்டிருக்கும் பற்றுகளில் மிகத்தீங்கானது இதுவே. இப்பற்றுகளால் எழுத்தாளனின் உலகம் இறுக்கமானதாக, மீளமீள நிகழ்வதாக ஆகிவிடுகிறது. எழுத்தாளன் தன்னை நகலெடுக்கத் தொடங்குகிறான்.

தமிழ் எழுத்தாளர்களில் மிகப்பெரும்பாலானவர்கள் இந்த தன்மை கொண்டவர்கள். தன்னை முன்வைப்பவர்கள். இவர்களை நாம் அகவய எழுத்தாளர்கள் என்கிறோம். அவர்களில் வெவ்வேறு படிநிலைகள் இருந்தாலும் இரு எல்லைகளில் உச்சமாகக் காட்டத்தக்கவர்கள் லா.ச.ராமாமிர்தமும் நகுலனும். அவர்களுக்கு அவர்களுடைய வாழ்க்கையில் நிகழ்ந்த சில அனுபவங்களும் அதை ஒட்டி அவர்கள் உருவாக்கிக்கொண்ட தன்னிலையும் மட்டும்தான் எழுதுவதற்கான பேசுபொருட்கள். ஆகவே அவர்கள் திரும்பத் திரும்ப எழுதுகிறார்கள். மிகுதியாக எழுதாமல் இருக்கும்போது மட்டுமே அவர்களுக்கு மதிப்பிருக்கிறது. எழுத எழுத அவர்கள் நீர்த்துப்போய் திரும்ப திரும்ப சொல்பவர்களாக சலிப்பூட்டுபவர்களாக மாறிவிடுகிறார்கள்.

அ.முத்துலிங்கம் இந்த தற்பற்றிலிருந்து முற்றிலும் விடுபட்டவராக இருக்கிறார். அவ்வகையில் அ.முத்துலிங்கமும் ப.சிங்காரமுமே தமிழில் தாங்கள் உருவாக்கிக்கொண்ட தங்கள் தன்னிலையிலிருந்து எழுத்தினூடாக முற்றிலும் விடுபட்ட இருபடைப்பாளிகள் என்று தோன்றுகிறது. ப.சிங்காரம் தொடர்ந்து எழுதவில்லை. அவர் எழுதவந்த காலத்தில் அந்தத் தன்னிலையற்ற நிலைபேறற்ற எழுத்தென்பது பிழையானதாகக் கருதப்பட்டது. வேரற்றதாகவும் வெறுமே புற உலகைச் சொல்வதாகவும் மதிப்பிடப்பட்டது. கடுமையான புறக்கணிப்புக்கு ஆளாகி, இலக்கியத்தின் மீதே நம்பிக்கை இழந்து அவர் எழுதாமலானார்.

நவீனத்துவம் உருவாக்கிய அந்த தன்னிலை மையப் பார்வை பின்னவீனத்துவ காலத்தில் மறுக்கப்பட்டது. தன்னிலை என்பது ஒருவர் உருவகித்துக்கொள்வதே ஒழிய, எய்தியதல்ல என்று கண்டடையப்பட்டது. தன்னைத்தானே வரையறுத்துக்கொள்ளும், நிலைபடுத்திக்கொள்ளும் எழுத்துக்களைவிட அவ்வாறான அனைத்து நிலைபேறுகளையும் உடைத்து உடைத்து மேலே செல்லும் படைப்புகளின் மேல் புத்தார்வம் எழுந்தது. தன்னை விரித்து வரலாற்றிலும் தத்துவத்திலும் பொருத்திப் பொருத்திப் பார்த்து மேலே சென்று கொண்டிருக்கும் எழுத்துகள் உருவாகி வந்தன.

தன்னைத் தானே தலைகீழாக்கும் பகடி இலக்கிய அழகியலில் முதன்மைப்பட்டது. ப.சிங்காரம் மறுகண்டடைவு செய்யப்பட்டார்.

அ.முத்துலிங்கம் அந்த மறுகண்டடைவுக் காலத்தில் எழுத வந்தது அவருடைய நல்லூழ். இல்லையெனில் அவர் தமிழிலக்கியச் சூழலில் ஒருவேளை ஒருவகையான 'வேடிக்கை எழுத்தாளராக', வணிக எழுத்தின் ஒருமாதிரியாகக் கருதப்பட்டிருக்க வாய்ப்புண்டு. அப்போது மாறிவந்த நவீனத்துவத்துவத்திற்குப் பிந்தைய வாசிப்புச் சூழலே உடனடியாக முத்துலிங்கத்தை அடையாளம் கண்டது. அவருடைய தன்னிலை அற்ற போக்கு ஒரு முதன்மையான இலக்கியப் பண்பு என்று வரையறுத்தது.

இன்று கூட நவீனத்துவத்தில் ஊறிய பழைய வாசகர்கள் பலருக்கு அ.முத்துலிங்கத்தின் எழுத்து எங்கும் இல்லாமல் பறந்துகொண்டிருப்பதாகத் தோன்றுகிறது. எழுத்தென்பது இரும்புக்குண்டு போல மண்ணில் அழுந்தி அசைவற்றிருக்கவேண்டும் என்று நம்புகிறவர்களுக்கு அன்றாடக் காற்றில் பறந்து சுழன்று எத்திசையும் எந்த இலக்கும் இன்றி அலையும் இறகு போல அவருடைய எழுத்து தோன்றுகிறது. ஆனால் அவருடைய எழுத்தின் தனிச்சிறப்பே அதுதான். பற்றின்மை, எதன்மீதும் தன்மீதும்.

முத்துலிங்கத்தின் உலகத்தில் உள்ள இந்த மகத்தான 'பொறுப்புத்துறப்பு'தான் தமிழின் முதன்மையான எழுத்தாளர்களில் ஒருவராக அவரை ஆக்குகிறது. இந்த நிலைபெயர்தல், பறந்தலைதல், ஆழமின்மை என்று கொள்ளத்தக்கதா? அதன் சிறப்புகள் என்ன? முதன்மையாக அது முற்றிலும் புதிய பண்பாடுகளின் ஆழங்களுக்குச் செல்ல எழுத்தாளனுக்கு வழி அமைக்கிறது. அவன் தன்னிலிருந்து விலகி இன்னொருவனாக நின்று தன் பார்வையை தன் பண்பாட்டை நோக்கித் திருப்பவும் வழி அமைக்கிறது.

ஆனால் நிலைபேறு கொண்டு, ஒற்றைப்புள்ளியில் ஊன்றி, ஒரு பண்பாட்டுக்குள் ஊறித் திளைக்கும் எழுத்தாளர் அடையும் ஆழமொன்றுண்டு. முதன்மையான அகவய எழுத்தாளர்கள் அதையே நிகழ்த்துகிறார்கள். அது இந்திய சங்கீதம் போல. அதில் ஆலாபனையே மேதமை எனப்படுகிறது. கீர்த்தனைகள் ராகங்கள் பெரும்பாலும் மாறுவதில்லை. திரும்பத் திரும்ப நிகழ்த்தி மிகச்சிறு வேறுபாடுகளினூடாக முன்சென்று கொண்டே இருக்கிறார்கள். Improvisation எனப்படும் நுண்மேம்படுத்துதலே அதில் கலையெனப்படுகிறது. எங்கோ ஓரிடத்தில் அந்த நுண்மேம்படுத்துதல் நிகழ்த்தாமல் திரும்ப நிகழ்த்தல் நடக்கும்போது எழுத்து அல்லது கலை சொல்லின்பமாக அல்லது வெற்றுத் திறனாக மாறி பொருளிழக்கிறது.

அ.முத்துலிங்கம் எழுதுவதுபோன்ற புறஉலகு நோக்கித் திறக்கும் படைப்புகளில் ஒன்று நிகழ்ந்தது மறுமுறை நிகழ்வதில்லை. ஒவ்வொரு முறையும் புறஉலகம் புதிய ஒன்றுடன் வந்து நிற்கிறது. புதிய வேடிக்கைகள் எழுந்து வந்து கொண்டே இருக்கின்றன. மனித வண்ணங்களின் முடிவின்மையால் சலிப்பில்லாத வாசிப்பு எத்தனை எழுதிய பின்னரும் நிகழ்கிறது

அகவய எழுத்துக்கு நேர் எதிரானது இது. அகவய எழுத்தில் அகமெனத் திகழும் ஒன்றில் புறவுலகு காட்டும் வண்ணங்களைப் பிரதிபலித்தே உலகைச் சமைக்கிறார்கள். அங்கே புதியதொன்றைக் கண்டடைகிறார்கள். எனில் இங்கு புறவுலகின் முடிவிலாத வண்ண வடிவ வேறுபாடுகளினூடாக ஓடும் ஓர் அகத்தை ஆசிரியன் காட்டுகிறான்

இந்த தற்கண்டடைதல் மிக நுட்பமாக நிகழ்ந்துகொண்டே இருக்கிறது. முத்துலிங்கம் ஆப்ரிக்கக் கதை பாத்திரங்களை எழுதுகிறார். மைய ஆசியக் கதாபாத்திரங்களை எழுதுகிறார். ஒவ்வொன்றிலும் அவர்களுடன் மிகச்சிறிய அளவில் முத்துலிங்கமும் தோன்றுகிறார். அவர் அதனூடாக தன்னை மறுவரையறை செய்துகொண்டே இருக்கிறார். அதுவரைக்கும் தான் அடைந்த அனைத்து எல்லைகளையும் கடந்து ஓர் அடி முன்னெடுத்து வைக்கிறார். தன்னைப் பற்றிய ஒவ்வொரு வரையறையையும் கலைத்து மீண்டும் அடுக்குகிறார். இந்த தொடர் கண்டடைதல்களே முத்துலிங்கத்தின் கதைகளை அழகுள்ளதாக்குகின்றன.

ஆப்ரிக்காவில் ராகு காலத்தை மொத்த இந்திய வாழ்க்கைமுறையில் இருந்தும் தன் வாழ்க்கைத் தரிசனமாக திரட்டி எடுத்துக்கொள்ளும் ஒருவரில் அவர் கண்டடைவது ஒருவேளை தன் தந்தையையோ தன் சித்தப்பாவையோ தன்னையோ கூட இருக்கலாம். பாகிஸ்தானில் கொழுத்த காளையை துப்பாக்கியால் சுட்டுக் கொன்று சமைத்து சாப்பிட்டுக் கொண்டாடும் ஒரு திருமண விருந்தில் அவர் கண்டடைவது ஏற்றுக உலையே ஆக்குக சோறே என்று கொண்டாடிய தன் தொல் தமிழ் மூதாதையராக இருக்கலாம்

தன்னை எழுதுபவர்களின் நடுவே முத்துலிங்கம் தன்னைக் கடந்து, தானிலாமல் விரியும் இப்பெரும் உலகை எழுதுபவராக இருக்கிறார். அந்த உலகில் தன்னை வெவ்வேறாகக் கண்டடையக் கூடியவராக இருக்கிறார். தன்னில் உலகைக் காண்பதற்கு நேர் எதிர்ப்பார்வையாக உலகில் தன்னைப் பார்ப்பவராக அவர் நிகழ்ந்திருக்கிறார். துள்ளி அலையும் சிறுவனின் பார்வை. ஒருகணமும் அமராதிருக்கும்

சிறுவனின் உள்ளத்தில் நிகழ்ந்த இந்த உலகம் தமிழுக்கு முற்றிலும் புதியது. அதன்பொருட்டே இன்னும் பல தலைமுறைகளுக்கு முத்துலிங்கம் நினைக்கப்படுவார்.

கன்றுக்குட்டி ஒன்று மேய்ந்துகொண்டிருந்தது. பிறந்து நாலைந்துநாள் ஆகியிருக்கும். ஆர்வமாக ஒரு வைக்கோல் இழையை எடுத்து மென்றது. அப்பால் இன்னொரு வைக்கோலிழையைக் கண்டதும் வாயிலிருந்ததை துப்பிவிட்டு அதை நக்கி எடுத்தது. அதைத் துப்பிவிட்டு ஒரு புல்லைச் சப்பியது. பார்த்துக்கொண்டிருந்த கல்பற்றா நாராயணன் சொன்னார்: "அடுத்த புல் கிடைக்காது என்னும் பதற்றம் வந்த கணம் முதல் கன்றுக்குட்டி பசுவாகிவிடும்"

இவ்வுலகம் முடிவற்றது என்று தெரிந்துகொண்டே கன்றுக்குட்டி வருகிறது. இவ்வுலகம் இவ்வளவே என இங்குள்ள சூழல் அதற்குச் சொல்கிறது. அதை ஒப்புக்கொள்ள பிடிவாதமாக மறுக்கும்வரைதான் கன்றுக்குட்டியின் சுதந்திரம் இருக்கிறது.

(ஜெயமோகன் – தமிழில் நாவல்கள், சிறுகதைகள், இலக்கிய விமர்சனம், இலக்கிய வரலாறு, பயணக்கட்டுரைகள், பண்பாடு, மரபு, மதம், தத்துவம் என பல தளங்களில் தமிழிலும் மலையாளத்திலும் எழுதி வருகிறார். திரைத்துறையிலும் பணியாற்றுகிறார். இவரது வாசகர்களால் உருவாக்கப்பட்ட விஷ்ணுபுரம் இலக்கியவட்டம் என்னும் அமைப்பு எழுத்தாளர்கள், வரலாற்றாய்வாளர்கள் பற்றிய கருத்தரங்குகள், எழுத்து, வாசிப்பு, விவாதம் பற்றிய பயிற்சிப் பட்டறைகளையும் நடத்தி வருவதோடு மட்டுமல்லாமல் ஆண்டுதோறும் சிறந்த தமிழ் எழுத்தாளர்களுக்கான 'விஷ்ணுபுரம் இலக்கிய விருதும்' வழங்கி வருகிறது.)

7

தர்மனின் கண்கள் – ஆர். காளிப்ரஸாத்

எதிலும் உக்கிரத்தைத் தாங்கவியலாதவர்களே பெரும்பான்மையினமானவர்கள். மழை என்றால் அது சட்டையை நனைத்துவிடக்கூடாது. வெயில் என்றால் நெற்றி வியர்த்துவிடக்கூடாது, குளிர் என்றால் உடல் நடுங்கக் கூடாது என்பது எதிர்பார்ப்பு. இந்த எதிர்பார்ப்பு எழுத்தில் வரும்போது, கட்டுரையாளர்கள்தான் இந்தப் பெரிய சவாலை எதிர்கொள்பவர்களாக உள்ளனர். கதைகளை விட கட்டுரைகள் சுவாரசியம் குறைவானவை என்கிற பொதுக்கருத்து முதன்மையானது. ஆகவே, கட்டுரையானது பெரிய விஷயங்களைச் சொல்லவேண்டும் அல்லது நுண்ணிய விஷயங்களைச் சொல்ல வேண்டும், ஆனால் அதை பத்து வயது சிறுவனுக்கும் புரிகிற வகையில் எளிமையாகச் சொல்லவேண்டும் என்பது எதிர்பார்ப்பாக உள்ளது. மற்றொரு மனத்தடை இதனுடைய வேறோர் எல்லை. திறனாய்வு கட்டுரையானாலும், தன்னனுபவக் கட்டுரையானாலும் அதில் வாசிப்பவருக்கு சிரமம் அளித்தால்தான் தன்னுடைய மேதைமை வெளிப்படும் என்று நினைத்து எழுதப்படும் கட்டுரைகள். அந்தக் கடினமான மொழிச்சுற்றல் வாசகரைத் திகைக்க வைக்கின்றது. சில நேரங்களில் கடினமான பெருநாவல்களை நேரடியாக அணுக அது சார்ந்த கட்டுரைகளே உதவிகரமாக உள்ளன. எனது நண்பர் சுரேஷ்பாபு, விஷ்ணுபுரம் நாவலை வாசிக்க உதவியாக அது சார்ந்த கட்டுரைகளை வாசித்துவிட்டு, அவற்றை விடவும் விஷ்ணுபுரம் நாவல் எளிதாகப் புரிகிறது என்று நேரடி நாவல் வாசிப்பில் நுழைந்தார்.

மற்றொன்றாக, தன்னனுபவத்தை எழுதும் கட்டுரைகள் உண்டு. தன்னனுபவம் ஆனாலும் அது வாசகருக்கும் பொதுவான ஒன்றாக, அவரை இணைக்கும் ஒன்றாக இருக்க வேண்டும். ஆனால்

பெரும்பாலும் கட்டுரையாளரின் பரவசம் வாசகரைத் தொற்றிக் கொள்வதில்லை. நமக்கு அவை அடுத்தவர் வீட்டு திருமண ஆல்பத்தைப் பார்ப்பது போல அமைந்து விடுகின்றது. 'சின்ன வயசுல அழகாக இருக்கும்' உறவினரை அவர்கள் சிலாகிப்பது போல நமக்கு இயவில்லை. அவர் அப்பொழுதும் சுமாராகத்தானே இருக்கிறார் என்றுதான் நமக்குத் தோன்றுகிறது. இவற்றை விடவும் மிகுதியாக பயணக் கட்டுரைகள் எழுதப்படுகின்றன. புகைபிடிக்கும் பழக்கம் உள்ளவர்களுக்குச் சொல்லப்படும் முதல் அறிவுரை ஃபில்டர் கோல்ட் ஃப்ளேக் அல்லது கணேஷ் பீடியைப் பழகிக்கொள் என்பது. அவைதான் இந்தியாவின் எந்த மூலையிலும் கிடைக்கும். அதுபோல எங்கு சென்றாலும் மாலுக்கும் திரையரங்கிற்கும் சென்று ரசிக்கும் பயணக் கட்டுரைகள் உண்டு. கடைசியில் எஞ்சுவது என்னவோ எங்கும் கிடைக்கும் திரைவிமர்சனம்தான்.

இத்தகைய சவாலை வெற்றிகரமாக எதிர்கொண்டு பரவலாக வாசிக்கப்பட்ட கட்டுரைகள் என்றால், சுஜாதாவின் 'கணையாழியின் கடைசிப் பக்கங்கள்' மற்றும் 'கற்றதும் பெற்றதும்' ஆகியவை முதலில் நினைவுக்கு வருகின்றன. வெகுஜன இதழில் அறிவியல், பண்பாடு, இலக்கியம், தன்னனுபவம் மற்றும் திரையுலகம் சார்ந்த ஒரு ஒட்டுமொத்த பார்வை கிடைக்கிறது. ஒரு இலக்கிய வாசகனுக்கு அது முதற்படியாக விளங்குகிறது. அவரது எழுத்து நடை ஒரு இலக்கிய வாசகனை அங்கிருந்து தீவிரமான எழுத்தை நோக்கி இழுக்கும். அதன்பின்னர், சொல்லவருவதைக் கச்சிதமாகக் கூறாமல் சுற்றி வளைத்து முழங்குவதை மனம் விலக்கும், அவ்வாறே அவர் எழுத்தைப் பிரதி செய்பவர்களையும் மனம் விலக்கும். ஆகவே சுஜாதா எழுத்திலிருந்து ஒருவர் அதற்கடுத்து தீவிரமான எழுத்துகளை நோக்கியே நகரவியலும். நான் அ.முத்துலிங்கம் அவர்களின் கட்டுரைகளை வாசிக்கும்போது ஒரே சமயத்தில் சுஜாதாவிற்கு முற்றிலும் சம்பந்தம் இல்லாத ஒருவரின் எழுத்துக்களை வாசிப்பதாகவும், அவரைப் போலவே பலதரப்பட்ட விஷயங்களைக் கையாளும் ஒருவரை வாசிப்பதாகவும் உணர்ந்தேன். தன் கூர்மையான நகைச்சுவையிலும், சக மனிதர்கள் மீது கொள்ளும் கூர்மையான கவனத்திலும், அதைத் தக்கவாறு பதிவு செய்வதிலும் சுஜாதாவைக் கடந்த ஒருவரை வாசிப்பதாகவும் உணர்ந்தேன். அதில் வித்தியாசப்படுத்துவது எது என்று யோசித்தால் முதலில் தோன்றுவது அவர் தன்னை அதில் நிறுத்திக்கொள்ளும் இடம். கட்டுரைகளில் தான் யார் என்பது வெளிப்படாமல் எழுதுவது. அவர் தன்னை தமிழின் மூத்த எழுத்தாளர் என்றோ தான் வகித்த பொறுப்புகள் குறித்தோ ஏதும் சொல்லாமல், ஜன்னலோர இருக்கை

கிடைத்த ஒரு குழந்தை தான் பார்த்தவற்றை வர்ணிப்பது போல கட்டுரையை எழுதிச் செல்வது. அதில் தான் ஒரு சாதாரணன் என்று வலிந்து கொண்டு போகும் பணிவும் இல்லை; கவிச்செருக்கும் இல்லை. மிகவும் இயல்பாகக் கடந்து செல்லும் வர்ணனைகள். ஆனால் அவற்றை உள்வாங்கும் மனத்துக்குள் ஒரு கலாசாரத் தொடர்ச்சியை உரைத்தபடி இருக்கிறது. அதுவே உலகின் பல நாடுகள் பயணித்த அந்த எழுத்தாளரையும் ஒரே இடத்தில் அமர்ந்து வாசிக்கும் வாசகர் ஒருவரையும் இணைக்கிறது. அந்தக் கலாசாரத் தொடர்ச்சி என்பதில் இலக்கியம் ஆதாரமாக உள்ளது. அடுத்ததாக வெளிப்படுவது நகைச்சுவை.

நகைச்சுவைக் கட்டுரைகளைத் தொடர்ச்சியாக வாசிக்கவியலாது. ஐந்தாம் அல்லது ஆறாவது கட்டுரையே அலுப்பு தட்டிவிடும். அதன் பின்னர் அக்கட்டுரைகளில் நகைச்சுவை எவ்வாறு வெளியாகிறது என்கிற நுட்பம் பிடிபட்டுப் போகிறது. அதைக் காண்பிக்காமல் வைத்திருப்பது ஒருவகை சாமர்த்தியம். அ.முத்துலிங்கம் அவர்கள் நகைச்சுவைக் கட்டுரைகள் எழுதுபவர் அல்லர். அவர் எழுதுவது பிறர் அறியாத ஒன்று. ஆனால் அனைவரும் அறிந்து கொள்ள வேண்டிய ஒன்று. அங்கு அவருக்கு அந்த நகைச்சுவை என்பது அந்தச் சூழலை இயல்பாக்கப் பயன்படுகிறது. அவர் சொல்ல விரும்புவது தீர்க்கமான ஒரு விஷயம். ஆனால் அது மட்டுப்போய் ஒரு பாத்திரத்தின் மீது கவனம் குவிந்து விடக்கூடாது என்கிற கவனத்தோடு ஒரு மெல்லிய புன்னகையை வரவழைக்கும் பத்தியை எழுதுகிறார். அதன்வழியாக வாசகரை அந்தக் கதாபாத்திரத்தின் உணர்ச்சிகளிலிருந்து விலக்கி வைக்கிறார். ஒரு கதாபாத்திரத்துடன் ஒரு வாசகர் கொள்ளும் உணர்வுப்பூர்வமான பிணைப்பு என்பது ஒருவகையிலும் அந்தக் கதை சொல்லும் ஆதார பிரச்னையோடு தொடர்புடையது அல்ல. அது தனிநபர் மீது கவனத்தைத் திசை திருப்புகிறது. ஒரு பிச்சைக்காரருக்கு தர்மம் செய்த ஒருவர் அதன் வழியாக பிச்சையெடுப்பவர்களின் ஆதார பிரச்னையிலிருந்து கவனத்தை விலக்கி வைக்கிறார். அந்தப் பரிதாபம் ஒரு குறுவிடுபடலை அளித்து விடுகிறது. அ.முத்துலிங்கம் பல தேசங்களின் விளிம்பு நிலை மக்களை வர்ணிக்கும் இடத்திலும் அந்தச் சூழலில் நகைச்சுவையைக் கலப்பதை நான் இவ்வாறே உணர்கிறேன். தான் சொல்லவருவது இவருடைய பரிதாபமான வாழ்க்கை அல்ல, ஒரு சமூகத்தின் வாழ்வியலைச் சொல்ல விரும்புகிறேன், இவரின் மீது கவனத்தைக் குவித்து விடாதீர்கள் என்று சொல்கிறார்.

பாகிஸ்தானின் தடைசெய்யப்பட்ட ஒரு பகுதிக்குள் சட்டவிரோதமாகச் சென்ற அனுபவத்தைச் சொன்ன கட்டுரை

(சட்ட விரோதமான காரியம்) துவக்கத்திலும் முடிவிலும் தன்னுடன் வருகிற நண்பரைப் பற்றிய எள்ளல் கொண்டது. ஆனால் அதில் துப்பாக்கியைத் தன் கையில் ஏந்தியதும் தனக்குள் தோன்றும் வன்முறை உணர்வை அவர் வர்ணிக்கும் இடத்தைக் கவனிக்க வேண்டும். //என்னுடைய கையில் ஒரு மனித உயிரைக் கணத்திலே பறிக்கும் சக்தி கூடியிருந்தது. முன்பு பார்ப்பதற்கு வாட்டசாட்டமாகவும், பயங்கரமாகவும் தெரிந்த பட்டான் ஆள் இப்பொழுது சிறு குழந்தை போல காட்சியளித்தான். என் தேகபலம் பத்து மடங்கு அதிகமாகிவிட்டது//. கையில் துப்பாக்கி ஏந்திய மனிதன் அவன் தமிழின் மூத்த எழுத்தாளராகவே இருந்தாலும் அத்தகைய துவக்கால் தன் இன மக்கள் செத்து விழுந்ததைக் கண்டிருந்தாலும், அந்த வினாடியில் தனக்குள் இருந்து வெளிப்படும் ஆதி மனிதனை உணரும் இடமும் அவனது வேட்கை எத்தகையது என்று சொல்லும் இடத்தில் அது உருவாக்கும் திடுக்கிடல்தான் முக்கியமானது. அந்த நண்பர் காருக்கு ஸ்டெப்னி வைத்திராதது அல்ல.

அவர் தன்னுடைய ஊரைச் சார்ந்த மனிதர்களை அறிமுகப்படுத்தும்போது அவர்களின் இயல்பும் சேர்ந்து பதிவாகிறது. சரித்திரம் என்றால் தேதிகள்தான் என ஆசிரியர் பதிய வைத்தார் (இலக்கியக்காரனின் இறுதி வார்த்தை). இத்தகைய நகைப்பு என்பதை தொடர்ச்சியாக வாசிக்கையில் வெகு விரைவில் சலித்து விடும். பொதுவாகவே புனைவெழுத்தாளரின் கட்டுரைகள் அவரது புனைவுகளுக்கு இடையே அவ்வப்போது எழுதப்படுபவை. ஆகவே அனைத்துக் கட்டுரைகளும் அவை வெளியான காலத்தில் சுவாரஸ்யமானதாக இருக்கும். ஆனால் அவற்றைத் தொகுப்பாக வாசிக்கையில் முன்பு தனியாக வாசித்தபோது உருவாக்கிய நகைப்பை உருவாக்காது. நகைச்சுவையை மையமாகக் கொண்டு எழுதப்படும் கட்டுரைகள் தொகுப்பாக வருகையில் பெறும் இடர் இது. 'அ.முத்துலிங்கம் கட்டுரைகள்' தொகுப்புகளின் மையமாக நகைப்பு இல்லை என்பதால்தான் அந்த நகைப்பு இறுதிவரை தொடர்ந்தபடியே இருக்கிறது. ஆகவே இரண்டாவது தொகுப்பின் இறுதியில், ஒல்லித்தேங்காய் சண்முகம் இந்து சமுத்திரத்தில் வட்டமாக நீச்சல் அடிக்கும்போதுகூட (கொக்குவில்) நகைப்பு அகலாதிருக்கிறது.

சிறுகதைகள் கட்டுரை போல இருந்துவிட்டால்தான் பிரச்னையேயன்றி கட்டுரைகள் சிறுகதை போல இருப்பது வாசகருக்கு மகிழ்ச்சியான ஒன்றுதான். அ.முத்துலிங்கத்தின் கட்டுரைகள், சில நேரங்களில் 'நாம் அவருடையை சிறுகதைத் தொகுப்பினைப் படித்துக் கொண்டிருக்கிறோமோ?' என்ற குழப்பத்தை அளிக்கின்றன. யேசுமாதா போன்ற முகம், மூளை

செத்தவன் ஆகியவற்றை உதாரணமாகச் சொல்லலாம். அவரது சூப்பர்மார்க்கெட் அனுபவங்கள் அனைத்துமே ஒரு சிறுகதையாகவே இருக்கின்றன. அதைச் சிறுகதையாக அல்லாமல் கட்டுரையாகத் தருவதற்கு அது தன்னனுபவமாக இருப்பது காரணமாக இருக்கலாம். ஆனால், தன்னைக் கதைசொல்லியாக உணரும் அவரது மனப்பாங்குதான் முதன்மையான காரணமாக இருக்கும். அவரால் ஒரு கட்டுரையைக்கூட கதையாகத்தான் சொல்ல முடிகிறது. நயாகரா நீர்வீழ்ச்சியின் மறுகரைக்குச் சென்று எழுத்தாளர் தேவிபாரதியை அவர் சந்தித்தவிதம் ஒரு கதையாகவே மனதில் நின்றுவிடுகிறது. தனது காரில் முட்டிய பெண் உருவாக்கிய மனஉளைச்சலையும் அவரால் கதையாகவேதான் சொல்ல முடிகிறது. ஆனால் அவர் அதில் சற்று புனைவு சேர்த்து சிறுகதைகளாக ஆக்குபவை சில உண்டு. சோமாலியாவில் தண்ணீர் பிரச்னையிலிருந்து தப்பிக்க ஒரு கிழவரை மணம் செய்துகொள்ளும் பெண்ணின் அறிமுகம் ஒரு கட்டுரையில் நிகழ்கிறது. அதுவே புனைவு கூடி, அவரது சிறுகதையாகவும் வெளியாகியுள்ளது. கட்டுரையில் நேரடிப் பதிவு செய்திருப்பவர், புனைவில் அவளது அகவுலகிற்குள் நுழைந்து பார்க்கிறார். ஒரு சாதாரண பெண்ணிற்கு இருக்கக்கூடிய ஆசைகளுடன் ஒப்பிட்டுப் பார்க்கிறார். அவர் அபுனைவுக்கும் புனைவுக்குமான மெல்லிய வேறுபாடு என்று இதைச் சொல்லத் தோன்றுகிறது.

ஈழத்தைச் சார்ந்த தன்னனுபவக் கட்டுரைகளில் போர்ச்சூழல் தவிர்க்கவியலாத ஒன்று. அ.முத்துலிங்கம் அவர்கள் அந்தச் சூழலுக்கு முன்னமே பணி நிமித்தமாகப் புலம்பெயர்ந்தவர். அதன் பிறகான போர்ச்சூழலால் அவர் இளமைக்கால நிலங்களுக்குத் திரும்பவியலாத நிலை அவரது கட்டுரைகளில் வெளிப்படுகிறது. ஈழத்தமிழராக அவர் எழுதியிருக்கச் சாத்தியமுள்ள அனைத்து ஆவேசங்களும் அவரது எழுத்தில் நிதானத்தன்மையுடன் வெளிப்படுகின்றன. ஆனால் அடங்கியே வெளிப்படுகிறது என்றாலும் அது அறைகூவலாக ஒலிக்கிறது. கனடாவில் ஒரு சாலைக்கு வன்னிவீதி என்று பெயரிடப்படுகிறது. அந்தக் கட்டுரையை இவ்வாறு முடிக்கிறார். //இது எங்களுக்கு சொந்தமான வீதி. இதன் பெயரை ‘வலகம்பாகு ஹந்தியா’ என மாற்ற முடியாது.’இறந்த வீரனின் நடுகல் ஒன்றுதான் தெய்வம். வேறில்லை’ என்று புறநானூறு சொல்லும். அப்படியான மாவீரர் துயிலும் இல்லத்தைச் சிதைத்ததுபோல இந்த வீதியை ஒன்றும் இலகுவாகச் சிதைக்க முடியாது. நூலகத்தை எரித்தது போல இதை அழிக்க முடியாது. இது என்றென்றைக்குமாக கனடாவில் ஈழத் தமிழரின் வரலாற்றை நினைவுபடுத்தியபடியே நிற்கும்// (வன்னி வீதி). வாசகருக்கு இந்த ஒரு வரியைக் கடக்கவியலாமல்தான் நிற்கவேண்டியிருக்கிறது.

ஈழ அகதி என்று இல்லாமல் ஒட்டுமொத்த அகதி வாழ்க்கையின் துயரத்தை நோக்கி அவர் தனது வாசகரை இட்டுச் செல்வதைக் காணலாம். யூத மக்கள், சூடான், சோமாலியா என அதை விரித்தெடுத்து அளிக்கும் சித்திரத்தையும் இந்த இரு கட்டுரைத்தொகுப்புகளை வாசித்தபிறகு உணர முடிகிறது. இவற்றில் முக்கியமானது வியட்நாம் போரை நிறுத்திய 'படத்தில் இருக்கும் சிறுமி' கிம் ஃப்யூக்கை சந்தித்த அனுபவத்தை அவர் எழுதியிருப்பது. (எரிந்த சிறுமி). அதில் ஒன்றை இங்கு குறிப்பிடவேண்டும் என நினைக்கிறேன். கிம் ஃப்யூக் பின்னொருநாள் வாஷிங்டன் நகரில் அன்று வியட்நாமில் தன்மீது குண்டு வீசிய விமானத்தின் கட்டளை அதிகாரியைச் சந்திக்கிறார். அந்த அதிகாரி தானாக அவரிடம் வந்து தன்னை அறிமுகப்படுத்திக் கொண்டு கண்களில் நீர் வழிய அவரிடம் மன்னிப்பு கோருகிறார். உங்களையும் விமானியையும் நான் மன்னித்துவிட்டேன் என்கிறார் கிம். 57 வயதான கிம் தன்மீது குண்டு வீசிய அதிகாரிகளை மன்னித்த அந்த நாளில் கூட ஈழத்தில் காரணமில்லாமல் குழந்தைகள் கொல்லப்பட்டுக் கொண்டிருந்தனர் என்பதுதான் இதில் உள்ள அவலம். புறநானூற்றுப் பாடல் போல இந்தக் கட்டுரையும் அதைக் கூறியபடியே காலம் கடந்தும் நிற்கும்.

தன்னனுபவத்திற்கு அப்பால், அ.முத்துலிங்கம் சுட்டும் இடங்கள் உண்டு. சக மனிதர்கள், சுற்றுச் சூழல், மொழிப் பாதுகாப்பு, உலக இலக்கியம், சினிமா ஆகியவை.

சகமனிதர்கள் என்றால், அதில் திரைப் பிரபலங்கள், எழுத்தாளுமைகள், அற்புதமான சமையல்காரர்கள் என அனைவரும் உண்டு. சிவாஜி பத்மினியை ஏன் திருமணம் செய்யவில்லை என்பதற்கு எனது ஊரின் திண்ணை வம்பர் கோவிந்து தாத்தா கிளர்ச்சியூட்டும் ஒரு காரணம் சொன்னார். அதன் உண்மையான காரணம் இந்தத் தொகுப்பில் இருக்கிறது. படிக்க வைப்பதாகச் சொல்லி உறவினரால் அழைத்துவரப்பட்டு வேலைக்காரியாக மாறிய சிறுமி ஹெலன். அவள் தனது ஐம்பதாவது வயதில் சூப்பர் மார்க்கெட்டில் தூய்மைப் பணியாளராக இருக்கும்போது அ.முத்துலிங்கம் அவரை யதார்த்தமாக சந்திக்கிறார். ஹெலன் தனது சின்னம்மாவை எதிர்த்து நின்ற ஒரு தருணத்தையும் அதன்பின் அவள் பஸ்கட்டணத்தை எடுத்துக் கொண்டு டொரொண்டோவிற்கு வந்ததையும் வர்ணிக்கிறார். அது எத்தகைய திருப்புமுனைக் காட்சி என்று நாம் கருதும்போதே,துப்புரவு தவிர வேறு வேலை தெரியாத ஹெலனால் தன் வாழ்க்கையை சராசரிக்குக் கீழாகவே அமைத்துக் கொள்ள முடிகிறது. அவள் தனது கதையை அவரிடம் சொல்லும்போது

ட்ராய் மன்னன் அப்பல்லோவையும் போஸிடோனையும் ஏமாற்றி வேலையைச் சாத்தியப்படுத்திக் கொண்டு சம்பளம் தராத கதையை அவள் சொல்கிறாள்: 'பதின்மூன்று வயதில் துடைப்பத்தைக் கையில் எடுத்தேன். இன்று ஐம்பது வயது. இன்னும் அதையே செய்கிறேன். இன்னும் மோசமாக!!' பிரபலங்கள் என்று இல்லாமல் சாதாரண மனிதர்கள் வரும் கட்டுரையும் அவர் இணைக்கும் ஒரு ட்ராய். வரியால் அல்லது இறுதி முடிச்சால் ஒரு முழுமையைக் கொண்டுவிடுகிறது.

நான் சமீபகாலமாக கம்பராமாயணம் வாசித்து வருகிறேன். அதை வாசிக்கையில் நான் உணர்ந்த ஒன்று என்னவெனில், இன்னும் தமிழ்நாடு அளவிற்கு மொழிக்கலப்பு நிகழாத ஈழம், பண்டைய தமிழிலிருந்து அதிகம் விலகாமல் இருக்கிறது. ஈழப் படைப்பாளிகளின் புத்தகங்களை வாசிப்பவருக்கு கம்பராமாயணத்தின் சொற்கள் சற்று எளிதில் புரியும் வண்ணம் உள்ளன. ஆகவே, மொழிப் பாதுகாப்பு என்பது, தமிழை எவ்வண்ணமெல்லாம் பரவலாக்கலாம் என்றும் எவ்வாறெல்லாம் தனித்தமிழை இலகுவாக்கலாம் என்றும் எழுகிற ஆர்வத்தில் நிகழ்கிறது. கணினி எழுத்துருக்கள் முதல் பல்கலைக்கழக இருக்கை வரை நீண்டது. எரிக்கப்பட்ட நூலகத்தை மனத்தில் சுமக்கும் புலம்பெயர் மக்கள் தாங்கள் செல்லும் இடமெல்லாம் புத்தகங்களாகச் சேமிக்கிறார்கள். ஆனால், அடுத்த தலைமுறையில் பள்ளிக் கல்வியில் தமிழ் இல்லையென்றால் என்னவாகும் என்கிற பதைபதைப்பு இல்லாத தமிழார்வலர்கள் இல்லை. இன்று தமிழை வாசிக்காமலேயே கல்லூரிப் படிப்பை முடிக்க முடியும் என்கிற நிலையில் அ.முத்துலிங்கம் எழுதும் மொழியியல் சார்ந்த கட்டுரைகள், சங்கப் பாடல்களின் சொற்சுவை குறித்து எழுதுபவையாகவும், மறுபக்கம் தமிழின் கணினி மயமாக்கம் குறித்த ஆர்வத்தை வெளிப்படுத்துபவையாகவும் உள்ளன. அவரது சூழலியல் சார்ந்த கட்டுரைகளும் அத்தகையவை. இப்பொழுது இந்தப் புவியில் வாழும் உரிமை என்பது, உயிரியல் சுழற்சியில் மேலடுக்கில் உள்ள மனிதனுக்கு இணையாகவே, அழியும் நிலையில் உள்ள, ஒரு பிக்கர் கில்ஸ் ரீட் தவளைக்கும் உண்டு (கிறிஸ்துமஸ் தவளை) என்று வலியுறுத்தும் கட்டுரைகள். இவ்வாறாக அ.முத்துலிங்கம் அவர்களின் எழுத்துக்கள் மொழியையும் சுற்றுச்சூழலையும் மாசுபடுத்தாமல் அடுத்த தலைமுறைக்குக் கடத்த வேண்டிய தேவையை வலியுறுத்தியபடியே இருக்கின்றன. இன்றைக்கு இத்தகைய விஷயங்களைப் பேசுபவர்கள்மீது ஒருவித ஒவ்வாமை வரும் அளவிற்கு சலித்துப் போன விஷயங்களாக இவை ஆகிவிட்டன. ஆனால் அதற்கான நிரந்தரத் தீர்வை அடைந்து

விட்டோமா என்றால் இல்லை என்றுதான் சொல்லவேண்டும். இங்கு என்னுடைய கம்பராமாயண வாசிப்பு என்பது துவங்க, தொடர்ச்சியாக ஐந்து வருடங்கள் எழுத்தாளர் நாஞ்சில்நாடன் அவர்கள் மேடைகளில் விடாது அதை வலியுறுத்தி வந்தது முக்கியக் காரணம். ஒரு விஷயத்தைப் பேசிப் பேசியே நீர்த்துப் போகவைக்கும் பெருமை தமிழ்ச்சூழலுக்கு உண்டு என்றாலும் விடாமுயற்சியுடன் தீர்க்கமாக அதைப் பேசிப் பேசியே நிலை நிறுத்த வேண்டிய சூழலும் இங்குதான் இருக்கிறது. அதை பல்கலைக்கழகங்கள் செய்வதை விடவும் அதிகமாக, மூத்த எழுத்தாளர்கள் ஆற்றி வருகிறார்கள். தாங்கள் அதை மீண்டும் மீண்டும் வலியுறுத்துவதன் வழியாகவே அடுத்த தலைமுறை வாசகர்களிடம் அதைக் கொண்டு சேர்க்கவியலும் என்று உணர்ந்தவர்களின் சொற்களாக அவை வருகின்றன. பொதுத் திரள் மக்களிடம் அல்லது மேடை/திரை ரசிகர்களிடம் சேர்ப்பதை விடவும் வாசகர்களிடம் அதைச் சேர்ப்பது முக்கியமானது. இந்தக் கட்டுரைத் தொகுப்பில் எழுத்தாளர் நாஞ்சில்நாடனை தான் சந்தித்ததைக் கட்டுரையாக எழுதியுள்ளார் (ராஜவீதி). நாஞ்சில்நாடனை லட்சத்தில் ஒருவர் என்று கூறுகிறார். வாசிப்பவருக்கு, சொல்பவரும் சேர்ந்து லட்சத்தில் இருவராகத் தோன்றுகின்றனர்.

பொதுவாகவே கலை / இலக்கியத்தில் சமகாலப் போக்கு என்கிற ஒன்று உண்டு. அது ட்ரெண்ட் என்று சொல்லி அதைத் தொடருவது. இங்கு குழப்பமாக எழுதி அதை பின்நவீனத்துவம் என்று கூறுவது, தொன்மை, சூழலியல் குறித்து திடீரென எழுதுவது ஆகியவை அத்தகைய போக்குகளுக்கு உதாரணம். ஆனால் ஒரு தலைமுறையின் முன்னோடி எழுத்தாளர் என்பவர் பொதுப் போக்கினைத் தொடர்பவர் அல்ல. அவர் அதை உருவாக்குபவர். 'பெரியோரை வியத்தலும் இலமே! சிறியோரை இகழ்தல் அதனினும் இலமே!' என்பது நமது பண்பாடு என்று பெருமையாகப் பேசினாலும், தற்போதைய பொதுச்சூழலில் இதன் முன்பாதி கவர்ந்த அளவிற்கு பின்பாதி கவரவில்லை என்றே உணரமுடிகிறது. பெரியோரை வியத்தல் இல்லை ஆனால் சிறியோரை இகழ்தல் உண்டு என்கிற தன்முனைப்பு ஊன்றப்படுகிறது. அத்தகைய சூழலில் ஒருவருடைய உணவுப் பழக்கத்தை வைத்தோ அவர்களின் வாழ்வியலை வைத்தோ பிறரைத் தாழ்வாகக் கருதாத எழுத்துக்கள் அ.முத்துலிங்கத்தினுடையவை. நற்றிணை பதிப்பகத்தின் வெளியீடாக வந்துள்ள 'அ. முத்துலிங்கம் கட்டுரைகள் (இரு தொகுப்புகள்)' வாசித்த பிறகு ஒட்டுமொத்தமாக உருவாகும் மனச்சித்திரம் என்பது இந்த மதிப்பீட்டினை வலுவாக்குவதாக இருப்பதைக் காண்கிறேன்.

மேலும் அவர் தனது பாணி எழுத்து என்பதை மீறுவதும் இல்லை. எங்கும் கடுவிமர்சனமோ நிராகரிப்போ காணவியலாத எழுத்துக்கள். மகாபாரத உபகதை ஒன்று, தீயவரைக் கண்டு வர தருமன் ஊருக்குள் சென்று அப்படி யாரும் என் கண்ணில் தென்படவில்லையே என்று திரும்பி வருவதாகச் சொல்லும். தருமனால் அப்படித்தான் பார்க்க முடியுமோ என்னவோ!!

(ஆர். காளிப்ரஸாத் சிறுகதையாசிரியர், கட்டுரையாளர், இலக்கிய விமர்சகர் மற்றும் மொழிபெயர்ப்பாளர்.)

8

ஆறாம் திணையின் கதவுகள் – கருணாகரன்

தமிழ் இலக்கியத்தில் புதிய திணையின் வழியே மேலும் சில புதிய கதவுகளைத் திறந்தவர் அ. முத்துலிங்கம். அந்தப் புதிய கதவுகளினூடாகப் புதிய வழிகளையும் புதிய காட்சிகளையும் காட்டிக் கொண்டிருப்பவர். எந்தப் பதற்றமும் இல்லாமல் எதையும் நிதானமாகப் பார்க்கின்ற ஒரு முறைமையை வலுவூட்டுவது முத்துலிங்கத்தின் எழுத்து. ஒரு வழிப்போக்கரின் பயண வழி போலத் தோற்றம் காட்டிக் கொண்டே மறுவளமாக அதற்குள் உள்ளோடி வியப்பூட்டும் பல நிகழ்ச்சிகளையும் மனித நடத்தைகளையும் அவற்றின் உள்ளாழங்களையும் காண்பிப்பது அவருடைய திறன். எந்த ஒரு சிறிய நிகழ்விலும் தன் பார்வையின் மூலம் அதற்குள் நிகழும் பிரமாண்டத் தன்மைகளைக் காண்பிப்பது முத்துலிங்கத்துக்கு பெரு விருப்பம். இவ்வாறான குணவியல்புகள் முத்துலிங்கத்தினுடைய எழுத்துகளின் மீதான கூடுதல் கவனத்தை உண்டாக்குகின்றன. அவருடைய புனைகதைகளில் மட்டுமல்ல, அவருடைய கட்டுரைகள், அவர் வழங்கிய நேர்காணல்கள், அவர் பிறரைக் கண்ட நேர்காணல்கள் எல்லாவற்றிலும் இந்தக் குணம் உண்டு. இதனால்தான் முத்துலிங்கம் தனியாக அடையாளம் கண்டு கொண்டாடப்படுகிறார். பலராலும் அதிகமாக வாசிக்கப்படுகிறார்.

அவர் திறந்த கதவுகள் எவை? அவர் காட்டுகின்ற காட்சிகளும் வழிகளும் எவை?

திணைகளின் வழியே இயங்கும் பண்பையும் பழக்கத்தையும் கொண்டது தமிழ் இலக்கியம். சங்க இலக்கியத்திலிருந்து நவீன இலக்கியம் வரையில் இதுதான் பெரும்போக்காக உள்ளது. ஐந்திணைகள். நவீன இலக்கியத்தின் புதிய வடிவங்களான நாவல்,

சிறுகதை, நவீன கவிதை போன்றவற்றிற்கூட இன்னும் தூக்கலாக நிற்பது திணைக் காட்சிகளும் அவற்றின் உள்ளுறைகளுமே. மேற்குலகத்தின் ஆசிய வருகை, அதன் நிமித்தமாக நிகழ்ந்த பிற மொழிப் பரிச்சயத்தின் வழியாக நவீனத் தமிழிலக்கியம் அறிமுகமாகி வளர்ச்சியடைந்தாலும் அது தன் குணத்தையும் வேரையும் விட்டு விலகிச் செல்லவில்லை. தமிழ்ச் சிறுகதைகள், நாவல்கள், கவிதைகள் எல்லாவற்றிலும் இதனைக் காண முடியும். 'குளத்தங்கரை ஆலமரம்', 'பெட்டிக்கடை நாராயணன்' என்ற தலைப்புகளே இதை நன்குணர்த்தும். மேலும் வட்டார இலக்கியம், மண்வாசனை எழுத்து என்ற அடையாளப்படுத்தல்கள் இதற்குச் சிறந்த எடுத்துக்காட்டுகள். மட்டுமல்ல, சுய அனுபவ வெளிப்பாடுகளை மையப்படுத்திய எழுத்துகளிலும் இதைத் தெளிவாகக் காணலாம். புதுமைப்பித்தன், சுந்தர ராமசாமி, கி.ரா தொடக்கம் ஈழத்தில் எஸ். பொன்னுத்துரை, டானியல், க.சட்டநாதன், ஓட்டமாவடி அறபாத் வரை எல்லோரும் இந்தத் தன்மையில்தான் எழுதியிருக்கிறார்கள். கவிதைகளிலும் இந்த மணமும் குணமுமே தூக்கல். ஆக மொத்தத்தில் மண்ணில் உழலுதலே நம்முடைய இலக்கியத்தின் அடிப்படை. அதை விட்டு நீங்கிய சர்வதேச புரட்சிப் பிரகடனங்களில் பலவும் எழுதிய மையின் ஈரம் உலருமுன்பே வெளிறிப்போய் விட்டன. அவற்றில் மண்ணின் இயல்பும் செழிக்கவில்லை; சர்வதேசத் தன்மையும் உருவாகவில்லை.

ஆகவே நவீனத் தமிழிலக்கியத்தின் பெருங்குணமென "வாழும் களத்தை அல்லது வரலாற்றுக் களத்தை இலக்கியமாக்குதல்" என்று இதை வகுத்துக் கூற முடியும். இதில் புனைவின் சாத்தியங்களுக்கும் புனைவாளரின் திறனுக்கும் ஏற்ப இந்தப் பரப்பு விரிந்தும் சுருங்கியும் இருக்கும். ஆனால், இவற்றை எவ்வளவு வாசித்தாலும் எப்படிப் படித்தாலும் நமக்குக் கிட்டும் அனுபவப் பிராந்தியமும் பரப்பெல்லையும் ஒரு அளவுக்குள் மட்டுப்படுத்தப்பட்டதே. இதை எவரும் திட்டமிட்டு மட்டுப்படுத்தாது விட்டாலும் இயல்பாக இது நிகழ்ந்து விடுகிறது. இதன் குணம் அப்படியானது. என்னதான் முயற்சித்தாலும் ஊர்க்குருவியைப் போல ஒரு எல்லைக்கு மேல் தாண்டமுடியாதது. இதை விட்டுச் சற்று விலகிச் சென்றால் அடுத்த தளம் ஆன்மீகம். அது மிகக் குறைவு. அதுவும் ஒரே பாதையில் ஆழ்ந்து சென்று கொண்டிருப்பது.

ஆனால், முத்துலிங்கமும் பிற புலம்பெயர் எழுத்தாளர்களும் இந்தப் பரப்பெல்லையை மீறி விரிக்க முற்படுகின்றனர். இதற்கு முக்கியமான காரணம், அவர்கள் பிறிதொரு புலத்தில் வாழவும் புழங்கவும் நேர்ந்தமையாகும். புதியதொரு திணையில், அதாவது அது வரையிலும்

நாம் அறிந்திராத திணையில், ஆறாவது திணையில். இந்தப் புதிய திணையின் அறிமுகம் உண்டாக்கிய வியப்பும் ஈர்ப்புமே புலம்பெயர் இலக்கியத்தைக் குறித்த அபிப்பிராயங்களாகவும் நம்பிக்கைகளாகவும் மேலெழுந்தன. இனித் தமிழிலக்கியத்தைப் புலம்பெயர் இலக்கியமே அடையாளப்படுத்தும் என்ற விதமாக. இந்த நம்பிக்கையை சுந்தர ராமசாமி போன்ற சிலர் கேள்விக்குள்ளாக்கியிருந்தாலும், அதன் உச்ச வெளிப்பாடுகள் இன்னும் நிகழவில்லை என்றாலும் அது உண்டாக்கிய கவனம் இன்னும் மாறவில்லை. இதுவும் மண்ணில் உழல்தல்தான். ஆனால் இந்த மண் வேறு. அதன் பருவங்களும் உள்ளுறைகளும் பண்பும் வேறு. வேறொரு திணைக்குரியது.

இதேவேளை புலம்பெயர்ந்து, புதிய திணையில் உள்ள எல்லோரையும் இதிலே பொதுமைப்படுத்தவும் முடியாது. ஏனென்றால் பெரும்பாலான புலம்பெயர் எழுத்தாளர்கள் புதிய திணையில் வாழ்ந்தாலும் இன்னும் அந்தப் புதிய புலத்தில் ஊறாதவர்களாகவே உள்ளனர். அவர்கள் இன்னும் ஊர் நினைவில் உழல்வதிலும் ஈழ அரசியல் பதுங்குகுழிக்குள் சுழல்வதிலுமே கரிசனையாக உள்ளனர். கலாமோகன், அ.முத்துலிங்கம், ஓரளவுக்கு பொ. கருணாகரமூர்த்தி, கறுப்பி சுமதி போன்ற சிலர் இதிலிருந்து மீறி வெளிச்சென்றிருக்கின்றனர். இளையவர்களில் இளங்கோ, தெய்வீகன் போன்றவர்கள் இப்படி உள்ளனர். ஆனால் இதில் உச்சமாக வெற்றியடைந்தவர் அ.முத்துலிங்கமே. இந்தப் போக்கில் அல்லது இந்தத் தன்மையில் அதிகமாக எழுதித் தனிப்பாதையொன்றை உருவாக்கியிருப்பதும் முத்துலிங்கம்தான்.

முத்துலிங்கத்தின் வழி மற்றவர்களை விடத் தனியான ஒன்றாக இருப்பதே இதற்கு காரணம். அவர் திறந்த கதவு வேறானது. “யாதும் ஊரே யாவரும் கேளிர்” என்ற கணியன்பூங்குன்றனின் அகத்தை தன்வயப்படுத்திக் கொண்டிருப்பதாகும். தன்னுடைய அகத்தை விரித்து உலகளாவிய தரிசனத்தைக் காட்டினார் கணியன்பூங்குன்றன். எந்தப் பண்பாடும் எந்த மனிதரும் எந்த இனமும் எந்த நிலமும் ஒன்றெனக் கொள்ளத்தக்கதென. இது அதிகார நிலைப்பட்டு எல்லாவற்றையும் தன் காலடியில் கொண்டு வரும் ஏகாதிபத்திய எண்ணமல்ல. மாறாக எல்லோரையும் அன்பினாலும் நேசத்தினாலும் அரவணைத்து வாழ்வினால் ஒன்றிணைதல். எல்லோரையும் சமனிலையில் காணுதலாகும். இதற்குத் தன்னை, தன் பண்பாட்டை, தன் இனத்தை, சமூகத்தைக் கடந்து நின்று சிந்திக்கக் கூடிய, பார்க்கக் கூடிய உளம் வேண்டும். சமநிலையான பார்வைக்கு இது அவசியமான ஒன்று. இதை உள்முகத்திலெடுத்துச்

சொல்லியிருந்தாலும் கணியனுக்கு உலகப் பரப்பெல்லாம் திரிந்து அதை நேர் நின்று பார்க்க வாய்த்திருக்கவில்லை. ஆனால், முத்துலிங்கம் இதைத் தன் வாழ்க்கையின் வழியே நேர்நின்று கண்டிருக்கிறார். இலங்கையிலிருந்து புலம்பெயர்ந்து பாகிஸ்தான், ஆப்கானிஸ்தான், சுவீடன், ஆப்பிரிக்க நாடுகள், அமெரிக்கா, கனடா எனப் பல நாடுகளுக்கும் சென்றிருக்கிறார் முத்துலிங்கம். இங்கெல்லாம் வேலையின் நிமித்தமும் பிற காரணங்களாலும் வாழ்ந்திருக்கிறார். இப்படி வாய்த்த வாழ்க்கையின் வழியே தான் வேலை செய்த, பழகிய புவிப்பரப்புகளின் வரைபடங்களினுள்ளே இறங்கிப் பார்த்திருக்கிறார். இதை வெறும் மேற்கண்களால் மட்டும் அவர் பார்க்கவில்லை. அதைக் கடந்து, அகக் கண்களால் அவர் காண முடிந்த, கண்டுணர்ந்த தரிசனங்களையே எழுதியிருக்கிறார்.

இதற்கு அ.மு.வுக்கு பழந்தமிழிலக்கியப் பரிச்சயம் உதவியிருக்கிறது என்று தோன்றுகிறது. இப்பொழுதும் இயற்கையையும் மனித வாழ்க்கையும் இணைத்துப் பார்க்கும் பண்பை, மனித விநோதங்களை வேடிக்கையாக உணர்கின்ற, அதற்குள்ளிருக்கும் உள்ளோட்டங்களை அறிய விரும்புகின்ற தவிப்பை முத்துலிங்கத்திடத்திலும் காணமுடிகிறது. ஆகவே கணியனுக்கு மேலே சென்று உலகம் முழுவதும் ஒன்றென உணர்ந்ததை அகன்று விரித்து விரித்து நேரடித் தரிசனமாக எழுதிக் கொண்டிருக்கிறார் முத்துலிங்கம். இப்படிப் பரந்த எல்லையில், புதிய திணைகளில் உலவும்போது அங்கே காணுகின்ற மானுட தரிசனம் இன்னும் ஆழமாகிறது. இதன் மூலமாகப் பல விதமான பண்பாடுகளின் கலவையை நாம் அறிகிறோம். அவற்றிற்கிடையில் இருக்கின்ற வினோதமான வேறுபாடுகளையும் ஒத்திசைவுகளையும் காண்கிறோம். இதை இதற்கு முன்பு பிற மொழி எழுத்துகளின் வழியாக (மூல மொழியிலும் மொழிபெயர்ப்புகளின் வழியாகவும்) ஓரளவுக்குப் படித்திருந்தாலும் அவற்றில் ஒரு அந்நியத்தன்மை இருந்தது. அவற்றை அந்தந்தப் புலத்தைச் சேர்ந்தவர்களும் அந்தந்தப் பண்பாட்டைச் சேர்ந்தவர்களுமே எழுதி அளித்தனர். அது அவர்களின் நோக்கு நிலை. இது வேறு. இது நம்முடைய ஆள் அங்கே சென்று பார்ப்பதை, உணர்வதை வெளிப்படுத்துவதாகும். ஏறக்குறைய நாமே சென்று நம்முடைய கண்களால் நேராகக் காண்பதைப் போன்றது. இது நம்முடைய (தமிழ்) நோக்கு நிலை. ஆகவே இதொரு வேறுபட்ட அனுபவம். இன்னொருவரின் கண்களின் வழியே பார்ப்பதை விட நம்முடைய கண்களின் வழியாகப் பார்ப்பதிலுள்ள வேறுபாடிது. என்பதால்தான் இந்தக் களங்களை மையப்படுத்திய பிற

மொழிப்படைப்புகளை விடவும் அ.முத்துலிங்கத்தின் எழுத்துகள் அல்லது அவ்வாறானவர்களின் வெளிப்பாடுகள் நமக்கு அதிகம் ஈர்ப்பாக இருக்கின்றன; நெருக்கம் கொள்ள வைக்கின்றன. இதில் முத்துலிங்கத்தின் தனித்துவம் என்னவென்றால் ஏற்கனவே மேலே கூறியதைப்போல அவர் எதிலும் பதற்றமடைவதில்லை என்று கூறியதை இங்கே நினைவுபடுத்தலாம். எதிலும் அவர் பதற்றமடைவதில்லை என்பதால் அவருடைய எழுத்துகளில் தீவிரத்தை (தீவிரவாதத்தை) நாம் காண முடியாது. எதிலும் நுழைந்து எந்தத் தரப்பையும் பிரதிநிதித்துவம் செய்ய அவர் விரும்புவதில்லை. அல்லது எந்தத் தரப்பையும் நிந்திக்கவும் விரும்பவில்லை. அது தன்னுடைய வேலை இல்லை என்று உறுதியாக நம்புகிறார். பதிலாக அவற்றிலிருந்து விலகி, ஒரு மூன்றாம் நான்காம் ஆளைப் போல நின்று பேசுவதையே அதிகமும் விரும்புகிறார். ஏறக்குறைய இதொரு சாட்சி நிலையாகும். இது இரண்டாவது சிறப்பு அம்சம். இதனால் எதையும் சமநிலையில் தெளிவுறக் காண முடிகிறது.

நம்முடைய இலக்கிய வெளிப்பாட்டுச் சூழலிலும் மரபிலும் இது ஒரு முக்கியமான அம்சம். எந்தத் தரப்பையும் சாராமல் விலகி நின்று பேசுவதை தமிழ்ச் சூழல் அதிகம் விரும்புவதில்லை. இத்தகைய குணத்துடன் இயங்கியோர் புறக்கணிக்கப்படுகிறார்கள். அல்லது கண்டுகொள்ளாமல் விடப்படுகிறார்கள். அசோகமித்திரன், ப.சிங்காரம் போன்றோர் மிக நீண்ட காலத்துக்குப் பின்னரே தமிழ்ச்சூழலில் பரவலாக அறியப்பட்டனர். ஆனால், இவர்களுடைய கலைமேதமை ஏற்கனவே பரவலாக உணரப்பட்டிருக்க வேண்டும். இது போலப் பல உதாரணங்கள் உண்டு.

ஈழச் சூழலுக்கு முத்துலிங்கம் கதைகளின் இயல்பு முற்றிலும் ஒவ்வாமையாகவே உள்ளது. ஈழச் சூழலில் பெரும்பாலும் நேரடியான அரசியல் கொதிப்பு தெரியவேண்டும். எந்தத் தரப்பின் ஆள் என்று காட்ட வேண்டும். இல்லையென்றால் வாசகருக்கும் விமர்சகர்களுக்கும் பத்தியப்படாது. மு.தளையசிங்கம், க.சட்டநாதன், ரஞ்சகுமார் போன்ற விலகல்கள் உண்டு. இதில் மு.தளையசிங்கம் தன்னுடைய சிந்தனையை மெய்யுள் என்று அறிமுகப்படுத்தி, அதை வலியுறுத்திப் போராடியதன் மூலமாகவும் சமூகச் செயற்பாட்டில் ஈடுபட்டதன் விளைவாகவும் வெளிப்பரப்பில் அறியப்பட்டார். முக்கியமாக அன்று செல்வாக்கு செலுத்தியிருந்த முற்போக்கு இலக்கிய இயக்கத்தை கடுமையாக விமர்சித்து, ஏழாண்டு இலக்கிய வளர்ச்சி என்ற நூலை எழுதியது மு.தளையசிங்கத்தைக் கவனிக்க வைத்தது. ரஞ்சகுமார் கோசலை, கபரக் கொய்யாக்கள், காலம் உனக்கொரு

பாட்டெழுதும் என்று விடுதலைப் போராட்டத்தை மையப்படுத்திய கதைகளை எழுதியதன் மூலம் கவனிக்கப்பட்டார். ஆனாலும் பெரும்போக்கு வேறு. இதனால்தான், முத்துலிங்கத்தினுடைய எழுத்துகளை "அரசியல் நீக்கம் செய்யப்பட்டவை. எந்தப் பிரச்சினையிலும் சம்மந்தப்படாமல் விலகித் தந்திரோபாயமாகத் தூர நிற்கிறார் முத்துலிங்கம்" என்று சில தரப்புகள் விமர்சனம் செய்கின்றன. இதற்கு அவருடைய சமூகப் புலமும் வாழ்க்கை முறையும் ஒரு காரணமாக இருக்கலாம். உயரடுக்கு வாழ்க்கைப் புலத்தைக் கொண்டமை, எதையும் எட்ட நின்று நோக்குதல், நேரடியான அரசியல் சாய்வுகளைக் கொண்டிராமை போன்ற விடயங்கள் இதில் பிரதிபலித்திருக்கக் கூடும். அல்லது கொதிப்படைந்து உச்சநிலையில் அரசியலைப் பேசுவதனால் - அப்படி வெளிப்படுத்துவதனால் என்ன ஆகி விடப்போகிறது? எல்லா இறுதி விளைவுகளும் ஆச்சரியமூட்டும் அளவுக்கு எந்தப் பெரிய விளைவையும் உண்டாக்குவதில்லை. வாழ்க்கையும் சமூகமும் அதன் போக்கில் தன்பாட்டில் நகர்ந்து கொண்டிருக்கும். அப்படி முடிவற்று ஓடிக் கொண்டிருக்கும் நதியில் அள்ளக் கூடியதை அள்ளிக்கொள்வோம். அதைப் பகிர்ந்து கொள்வோம் என்று எண்ணுகிறார் அ.மு. மற்றபடி சமூக, அரசியல் விவகாரங்களில் தலையை விடுவதோ மூக்கை நுழைப்பதோ தனக்குரிய வேலை இல்லையே என்றும் கருதுகிறார். அவர் கருதியதைப்போலவே வரலாற்றசைவுகளும் உள்ளன. எதுவும் நிறைவை அளிக்காமல், எந்தப் பெரிய வியப்பையும் ஏற்படுத்தாமல் முடிந்து போன ஈழப்போராட்டம் அதற்கொரு சாட்சி. இதை முன்னுணர்ந்து இதிலிருந்து விலகி நிற்கும் மனத்தைக் கொண்ட இத்தகைய குணநிலைகளுடையோர் உலகம் முழுவதிலும் உள்ளனர். எனினும் இதற்கு முத்துலிங்கம், "ஓர் எழுத்தாளரின் படைப்பை அவர் எழுதியதை வைத்து மதிப்பிட வேண்டும். எழுதாததை வைத்து அல்ல" என்று பதிலையும் அளித்திருக்கிறார். இந்தப் பதில் எழுத்தாளரின் நியாயத்தை விட உரிமையை அடிப்படையாகக் கொண்டதாகவே உள்ளது. அந்த உரிமையை நாம் ஏற்க வேண்டும். அதில் நிபந்தனை எதையும் விதிக்க முடியாது. ஆனால் அவர் கேட்கும் நியாயம் என்றால் அது எந்தளவுக்கு ஏற்புடையது என்ற கேள்வி உண்டு. ஏனென்றால் முத்துலிங்கத்தின் சில கதைகள் நேரடியாக அரசியலை, அரசியல் நிகழ்வுகளைப் பேசுவனவாகவும் உள்ளன. 'கேர்ணல் கிட்டுவின் குரங்கு', 'பதினொரு பேய்கள்' போன்றவை. இந்தக் கதைகள் அவருடைய பிற கதைகளில் இருந்து வெகுவாகக் கீழிறங்கியவை. அதிலும் பதினொரு பேய்கள் என்ற கதை மிகப் பெரிய வீழ்ச்சி. உள்ளடக்கத்திலும் வெளிப்பாட்டிலும்

இவை முத்துலிங்கத்துக்குச் சறுக்கல்களே என்பதால் இவற்றை முத்துலிங்கம் எழுதியிருக்கவே வேண்டியதில்லை என்பது பலருடைய அபிப்பிராயம். அரசியல் ரீதியாக என்பதற்கும் அப்பால் வெளிப்பாட்டிலும் அது கலையாகவில்லை. ஆனால் எழுத்தாளரின் தெரிவு அது என்பதை நாம் ஏற்க வேண்டும். அதன் கலை வெற்றி தோல்விகளை வேண்டுமானால் நாம் பேசிக் கொள்ளலாம்.

ஆனால் இதையெல்லாம் கடந்து முத்துலிங்கம் வெற்றிகரமாகத் தொடர்ந்து நின்று பிடிக்கிறார் என்றால் அதற்கு அவருடைய தரிசனமும் புனைவுத்திறனுமே காரணம். வெறுமனே புனைவுத்திறன் மட்டுமல்லாது, ஏற்கனவே சொன்ன மாதிரி புதிய திணைகளில் அவர் பயணிப்பதுமாகும். வாசிக்கும்போது வெறுமனே தகவல்களின் திரட்டு போலத் தெரியும் கதைகள், இவை கதைகளா அல்லது கட்டுரைகளா என்ற வியப்பை ஏற்படுத்திச் சென்று முடியுமிடத்தில் கதைகளாவே நிறைவுறும். அப்படியானதொரு மொழிதலை முத்துலிங்கம் கொண்டிருக்கிறார். முக்கியமாக தன்னுடைய இன்னொரு சிறப்பு அம்சமாக அவர் எள்ளலையும் மெல்லிய நகையுணர்வையும் சேர்த்துக் கொள்கிறார். இந்தக் கலவை கதைகளைச் சுவாரசியமாக்குகின்றன. வெகுஜன வாசிப்பிற்கும் தீவிர வாசிப்பிற்கும் இடையில் நிர்மாணிக்கப்பட்ட பாலமாக முத்துலிங்கத்தின் கதைகளை – புனைவைச் சொல்ல முடியும். இதேவேளை அவருடைய கட்டுரைகளிலும் கதைத்தன்மை மேலோங்கியிருக்கும். இவை கட்டுரைகளா கதைகளா என்று நம்மைத் தடுமாற வைக்கும். ஆக அடிப்படையில் முத்துலிங்கத்தின் எழுத்து புனைவின் உச்ச சாத்தியங்களால் நிரம்பியதே.

முத்துலிங்கத்தின் கதைகளை வகைப்படுத்த வேண்டும் என்றால் அவருடைய சொந்தக் கிராமமான கொக்குவில், தாய் நாடான இலங்கை என்ற தளங்களைக் கொண்ட கதைகள் ஒரு வகை என்று தெரியும். இதில் மண்ணில் உழல்தல், ஊர் நினைவில் திளைத்தல் எல்லாம் வரும். இந்தப் புலத்திற்குரிய மரபுத்தன்மைகளும் மனிதர்களும் அவர்களின் நடத்தைக் கோலங்களும் இதற்கான காலகட்டமும் தெரியும். இரண்டாவது அவர் இலங்கையை விட்டு வெளிச் சென்ற பின் ஊடாடிய பிராந்தியங்களில் நிகழும் கதைகள். இரண்டாவது வகை இது. இவற்றில்தான் மிகப் பெரிய விரிதலையும் சாகஸங்களையும் சாத்தியங்களையும் முத்துலிங்கம் செய்கிறார். மேலேறிப் பறக்கும் விமானம் பரந்த பரப்பைக் கடந்தும் கண்டும் செல்வதைப் போல பல்வகையான வித்தியாசங்களையும் ஒற்றுமைகளையும் முத்துலிங்கம் இதிலே காண்கிறார். என்தால்தான்

இந்தக் களக் கதைகள் மிகச் சிறப்பாக அமைகின்றன. நமக்கும் புதியதொரு புலத்தின் அறிமுகமாக இருப்பதால் இதற்கான கவர்ச்சி இன்னும் கூடுகிறது. குறிப்பாக ஆப்கானிஸ்தான், ஆப்பிரிக்க நாடுகள், பாகிஸ்தான், கனடா போன்ற நாடுகளில் நிகழும் கதைகள் இதற்குச் சான்று. குறிப்பாக 'ஆப்பிரிக்காவில் அரை நாள்', 'பூமத்திய ரேகை', 'கறுப்பு அணில்', 'ஒட்டகம்' போன்றவை.

பிற நிலத்தையும் மனிதர்களையும் அவர்களுடைய பண்பாட்டையும் கண்டு திகைத்து நிற்காமல் அவர்களோடு இணைந்து பயணித்து ஒன்று கலத்தலாக இதை ஆக்கி விடுகிறார் அ.முத்துலிங்கம் ஒவ்வொரு கதைகளிலும் வெவ்வேறு வாழ்க்கைத் தரிசனங்கள், வெவ்வேறு வேரின் மணங்களும் குணங்களுமாக. இதற்கான உளநிலை உருவாக்கம் எளிய ஒன்றல்ல. நம்மைக் கடந்து செல்லுவதன் மூலம் எட்டுவது. அதையும் கடந்து செல்ல முற்படுவது. இப்படியான தொடர் வழிச் செல்கையில்தான் இத்தகைய உளநிலை உருவாகும். அதுவே இப்படி சகலத்தையும் நேசத்தோடும் உச்சப் புரிதலோடும் நோக்க வைக்கும்.

பிற மொழிச் சமூகத்தினரும் முத்துலிங்கத்தைப் போல உலகத்தின் பல திசைகளிலும் பயணித்திருக்கின்றனர். வெவ்வேறு திணைகளில் வாழ்கின்றனர். ஏன்... ஐரோப்பியர் பலர் இலங்கை, இந்தியா, ஆப்பிரிக்க நாடுகள், அரபுலகம் எனப் பல திணைகளிலும் வாழ்ந்திருக்கின்றனர். இன்னும் பல தேவைகளுக்காகப் புழங்கிக் கொண்டிருக்கின்றனர். ஆனால் அவர்கள் எல்லோராலும் இத்தகைய பண்புடன் எளிதாக ஊடாடவோ உட்சென்று கலந்துவிடவோ முடிவதில்லை. காரணம், அவர்கள் தம்மை வேறொரு நிலையில் – மேல் நிலையில் வைத்திருப்பது அல்லது விலகி நிற்க முனைவது. முத்துலிங்கத்தின் கதைகளில் அவர் எப்போதும் ஒரு மேல் நிலையாளராக உணர்ந்ததோ தோற்றம் காட்டியதோ இல்லை. (ஆனால் முத்துலிங்கத்தைப் பற்றிய சித்திரம் பலருடைய மனதிலும் அப்படித்தான் – ஒரு மேல்நிலையாளராக வரையப்பட்டிருக்கிறது). அவர் கதைகளில் அப்படிக் காட்டியிருந்தால் அல்லது அவ்வாறு உணர்ந்திருந்தால் அவரிடம் அந்நியத் தன்மை மேலெழுந்திருக்கும். உள்ளோட்டத்தின் பாதைகள் அடைபட்டிருக்கும். அப்படியான சூழலின் கதைகளை எழுதினால் அவை வெறும் தகவல் மூலங்களாகவே சுருங்கிப் போயிருக்கும்.

புனைவு, அபுனைவு என்ற பேதங்களில்லாமல் அவற்றுக்கிடையில் இருக்கும் நுண்மையான கோட்டைக் கரைத்து விடும் நுட்பத்தைத் தொடர்ந்து வருகிறார் முத்துலிங்கம். அவருடைய கட்டுரைகள்

புனைவுக்கு நிகரான பயணப்பாதைகளைக் கொண்டன. சுவையையும் கொண்டவை. அதேவேளை அவற்றின் தருக்கத்தை அவை நிறுத்தத் தவறுவதில்லை. ஆனாலும் சர்ச்சைக்குரிய பிராந்தியங்களில் அவர் உலாவுவதில்லை. அதைத் தவிர்த்து விடுகிறார் என்றே எண்ணத் தோன்றுகிறது. அதன் மூலம் ஏற்படும் நேரச்செலவு, உளநெருக்கடி, வெறும்பகை, கோபம் அல்லது சலிப்பு போன்றவற்றைத் தவிர்த்து விடுவது நல்லது என்று கருதுகிறார். மாறாக, தான் சொல்ல வேண்டிய விசயங்களும் செய்ய வேண்டிய வேலைகளும் நிறைய உள்ளது என்று எண்ணுகிறார். முக்கியமாக, சொல்லுதலைக் கலையாகக் கொண்டிருப்பதே இதற்குக் காரணம். சொல்லுதலே அவருடைய பெரிய விருப்பம். அவருடைய நேர்காணல்களும் இவற்றின் தொடர்ச்சி அல்லது இன்னொரு பகுதி எனலாம். அதைப்போல அவர் மேற்கொண்ட பல்வேறு எழுத்தாளர்கள், ஆளுமைகளுடைய நேர்காணல்களிலும் இந்தச் சுவாரசியமூட்டலையும் அவர்களை அந்தத் தளத்தில் நகர்த்திப் பேச வைப்பதிலும் நாம் காண முடியும்.

ஐம்பது ஆண்டுகளுக்கு மேலாக எழுதி வரும் முத்துலிங்கம், இன்னும் இளமையாகவே – புதிதாகவே எழுதிக் கொண்டிருக்கிறார். இவ்வளவுக்கும் அவருக்கு வயது 80க்கு மேல். எப்படி இவ்வளவு இளமையாக – புதுமை குன்றாமல் முத்துலிங்கத்தினால் எழுத முடிகிறது? அசோகமித்திரனும் அப்படித்தான் எழுதினார். அவருடைய எழுத்தில் ஒரு போதுமே முதுமையின் கனமோ தளர்வோ ஏறியதில்லை. அதே அங்கதம். அதே கூர்மை. அதே வெளிப்படுத்தல் திறன். இன்னும் சொல்வதானால் மேலும் செழுமைப்பட்டதாகவே அவருடைய எழுத்துகள் இருந்தன. அப்படித்தான் கி.ராவினுடைய கதைகளும். தேவதேவன் தொடக்கம் அபி வரையுமான கவிஞர்களிலும் இந்தத் தன்மை உண்டு. மனதை மேலும் மேலும் விரித்து விரித்துச் செல்வதன் வழியாக இந்த மலர்வை இவர்கள் ஏற்படுத்தியிருக்கின்றனர். முத்துலிங்கமும் இதே குணத்தைக் கொண்டிருக்கிறார்.

ஒரு எழுத்தாளர் அல்லது கவிஞர் தன்னைக் கண்டடைவதிலிருந்தே அவருடைய சுவடுகள் துலக்கமடைகின்றன. அதற்கு முன் பலதோடு அதுவும் ஒன்றென இருக்கும். தன்னைக் கண்டடையும்போது ஏற்படுகின்ற உள விரிவு புதிதாக – ஆழ்ந்து விரிந்து எதையும் பார்க்க வைக்கிறது. இயற்கை வேறு, மனிதர்கள் வேறு, நாடு வேறு, சமூகம் வேறு, பிராணிகள், உயிரினங்கள், பருவங்கள் ஏன் இந்தப் பிரபஞ்சமே வேறு என்று எந்தப் பகுப்பையும் அது கொள்ளாது. சங்க இலக்கியத்தில் அனைத்தையும் பொதுமைப்படுத்திப் பார்க்கின்ற பண்பிருந்ததைக்

காண முடியும். ஏன்... முத்துலிங்கமே அங்கங்கே காண்பிப்பதைப்போல ஆப்பிரிக்க வாழ்க்கையிலும் இத்தகைய அடிப்படையும் அடையாளமும் உண்டு. அனைத்தையும் ஒருங்கிணைத்துப் பார்க்கின்ற இத்தகைய பார்வையே தனித்த அடையாளங்களை – தனியான சுவடுகளைப் பதிக்கிறது. முத்துலிங்கத்தின் அடையாளமும் சுவடுகளும் இவ்வகையன. இடையிடையே அவர் பரீட்சார்த்தம் போலச் செய்யவும் செயற்படவும் விளைந்த விளையாட்டுக்களை விட்டு (சில கதைகள் அவ்வகையானவை) மேலான ஊக்கவிசையில் மேலும் செல்வாரெனில் இன்னும் பல பத்து ஆண்டுகளுக்கு அவருடைய ஒளி வீசும். முத்துலிங்கம் காண்பித்ததை – தந்ததை விட இன்னும் ஏராளம் செல்வம் அவரிடத்திலே உண்டு. அவருடைய கதைகள் நம்மைப் பல கதைகளை நோக்கிப் பயணிக்க வைக்கின்றன. பல காட்சிகளைக் காண்பிக்கின்றன. அவர் காட்டுகின்ற வழியும் காட்சிகளும் இவையே.

(கருணாகரன் – ஈழத்தின் முக்கியமான தமிழ்க்கவிஞர், எழுத்தாளர், ஊடகவியலாளர், இதழாளர், பதிப்பாளர், விமர்சகர்)

9

சமர்ப்பணங்கள் - லோகமாதேவி

வாசிப்பிற்குள் நான் மிக இளமையிலேயே நுழைந்துவிட்டேன் என்றாலும் அப்போது அவை திருட்டுத்தனமான வாசிப்பென்பதால் அத்தனை மகிழ்ந்து வாசித்திருக்கவில்லை பெண்கள் கதைப்புத்தகம் வாசிப்பதில் அப்பாவுக்கு பெரும் ஆட்சேபணை இருந்தது. என்னையோ அக்காவையோ வாரப்பத்திரிகைகளுடன் பார்த்துவிட்டால் வீடு இரண்டுபடும். அவர் வீட்டில் இல்லாத சமயங்களில் அவசரமாக படிப்பதுண்டு. அப்போது பெரும்பாலும் காதல் கதைகள்தான் வந்துகொண்டிருந்தன என்பதும் காதல் திருமணத்தின் எல்லாப் பாதகங்களையும் அனுபவித்துக் கொண்டிருந்தவர் என்பதையும், இப்போது நினைக்கையில் அப்பாவின் அந்த மூர்க்கத்தை கொஞ்சமாகவேனும் புரிந்துகொள்ள முடிகின்றது

சுதந்திரமாக வாசிக்கத் தொடங்கியது நூலகம் சென்ற கல்லூரிக் காலங்களில்தான். அப்போதும் வீட்டுக்குப் பின்னே இருந்த கல்லூரி என்பதால் அதிக நேரம் செலவழிக்க முடிந்ததில்லை. கோவை பல்கலைக்கழகத்தில் முதுநிலை மற்றும் முனைவர் பட்டங்களுக்காகச் சென்று விடுதியில் தங்கியிருந்தபோதுதான் ஏராளம் வாசித்தேன். என்னை முழுக்கவே வாசிப்பு அப்போது மூடிக் கொண்டிருந்தது.

பல்கலைக்கழகத்துக்கு எதிரே A—Z என்று ஒரு இரவல் புத்தக நிலையம் இருந்தது. அங்கே பெண்கள் கூட்டம் அலைமோதும் ரமணி சந்திரன் அங்கேதான் ஏராளமாக அடுக்கி வைக்கப்பட்டிருந்தார். ஒரு வாரத்தில் திருப்பிக் கொடுக்கையில் புத்தகங்களில் குறிப்பிட்டிருக்கும் விலையில் 10 சதவீதம் கட்டணமாக வசூலிக்கப்படும். பொள்ளாச்சியிலிருந்து கோவைக்கு, பேருந்தில் பயணித்த அந்தச் சில வருடங்களில் எப்போதும் என்னுடன் எண்டமூரி விரிந்திரநாத்தோ, சுஜாதாவோ, பாலகுமாரனோ,

லா.ச.ராமாமிர்தமோ உடனிருந்தார்கள். அப்போதுதான் அ.முத்துலிங்கம் அவர்களையும் அறிந்து கொண்டிருந்தேன்.

அ.முத்துலிங்கத்தின் கதைமாந்தர்கள், கதைக்கரு, நிலக்காட்சிகள் என்ற அத்தனை சுவாரஸ்யங்களைக் காட்டிலும் அவரது தூய இனிய மொழி என்னைக் கவர்ந்தது. மொழியின்பத்துக்காகவேதான் நான் பிரதானமாக அவரது கதைகளை வாசித்தேன்

என் ஆய்வு நெறியாளருக்கு கோத்தகிரி வனக்கல்லூரிக்கு மாற்றலானதும் இரண்டு வருடங்கள் பொள்ளாச்சி— கோவை— மேட்டுப்பாளையம்—கோத்தகிரி என்று கூடுதலாக பயணங்களும் கூடுதல் வாசிப்புமாக இருந்தேன். அட்டையிலிருந்து அட்டை வரை நிதானமாக வாசித்த அச்சமயத்தில் புத்தகங்களை யாருக்கு சமர்ப்பணம் செய்திருக்கிறார்கள் என்று பார்ப்பதும் விசித்திரமானவைகளை குறித்துவைத்துக்கொள்வதும் வாடிக்கையாக இருந்தது.

தனக்குப் பிரியமான சிவப்பு மதுவுக்கு, மனப்பிறழ்வு நோய்க்கு தானெடுத்துக் கொள்ளும் மருந்துக்கு, இறந்த தன் மனைவிக்கு போன்ற சமர்ப்பணங்கள் இருந்தன. தனது, ஏராளமான, நெருக்கமான காதலிகளுடனான உறவைச் சொல்லிய நூலொன்று எழுதியவரின் மனைவிக்குச் சமர்ப்பிக்கப்பட்டிருந்தது. தன்னை முதன்முதலாக நூலகத்துக்கு அழைத்துச் சென்ற தனது அன்னைக்கு ஒரு நூல், தனக்குப் பிரியமான முலாம்பழத்துக்கும் ஒருநூல் அர்ப்பணமாயிருந்தது.

2016, எனக்கு மிக முக்கியமான ஒரு ஆண்டு முதன்முதலாக வீட்டைவிட்டு, மகன்களைப் பிரிந்து மற்றொரு இடத்தில் ஒரு மாதம் தங்கி இருந்து சில முக்கிய முடிவுகளை எடுக்க வேண்டியிருந்த கொந்தளிப்பான காலமது. ஒரு மாத கால துறைசார்ந்த பயிற்சியையும் அச்சமயத்தில் எடுத்துக் கொண்டிருந்தேன். பல்கலைக்கழகப் பேருந்தில் பயிற்சிக்குச் செல்லுகையில் நட்பான பேராசிரியர் ஒருவர் எனக்கு அ.முத்துலிங்கத்தின் ''மகாராஜாவின் ரயில் வண்டி" தொகுப்பை வாசிக்கக் கொடுத்தார். நூலாகவோ அல்லது மின்னூல் வடிவிலோ அல்லாது நகலெடுத்த பக்கங்களை இணைத்து புத்தகமாக்கிய வடிவம் அது

நாள் முழுக்க நீண்ட பயிற்சியின் முடிவில் களைத்துப் போயிருந்த ஒரு நாள் இரவில் அதைப் பிரித்து வாசிக்கத் துவங்கினேன். மகாராஜாவின் ரயில் வண்டி என்னும் அந்த நூலை அ.முத்துலிங்கம் சமர்ப்பித்திருந்தது, அவரால் உயிரிழந்த ஒரு பறவைக்கும் பிறக்காமல்

போன அதன் சந்ததிக்கும். அவரே அது சமர்ப்பணமல்ல, பிராயச்சித்தம் என்று குறிப்பிட்டு இருந்தார்.

அந்த ஒரு பத்தி என்னைக் கசிந்துருகச் செய்துவிட்டது. இளமையின் வேகத்தில் நண்பனுடன் சேர்ந்து விளையாட்டாக செய்யப்போன ஒரு காரியம் விபரீதமாக முடிந்து 'பாம்' மரத்தின் உச்சியில் அமர்ந்திருந்த ஒரு பாவமும் செய்திராத அந்தக் கொழுத்த பறவை உயிரிழந்ததைச் சொல்லுகையில்: //அந்தக் காகம் ஒரு குற்றமும் செய்யவில்லை. அது செய்ததெல்லாம் அந்த நாட்டில் இருந்த அத்தனை காடுகளில், அந்தக் காடுகளில் இருந்த அத்தனை மரங்களில், அந்த மரங்களிலிருந்த அத்தனை ஓலைகளில், அந்த வளைந்த ஓலையைத் தேர்வு செய்து அங்கே தன் பாட்டுக்கு உட்கார்ந்திருந்துதான். இந்தப் புத்தகம் ஒருபாவமும் அறியாத அந்தப் பறவைக்கு, பிறக்காமல் போன அதன் சந்ததிகளுக்கு// என்று சொல்லி இருந்தார்.

எத்தனை வாஞ்சையும், பரிவும், கருணையும், அறியாத செயலுக்கான குற்ற உணர்வும் கலந்த ஒரு சமர்ப்பணம்? இந்த வரிகளில் காணமுடிந்த அந்த மனதின் ஈரம் என்னால் ஜென்மத்திற்கும் மறக்க முடியாதது. இதை நீங்கள் நம்பித்தான் ஆக வேண்டும்; அவ்விரவு முழுவதும் உறங்காமல், உறக்கம் வராமல் ஒரே மூச்சில் அத்தனை கதைகளையும் வாசித்து முடித்தேன். அத்தொகுப்பின் 75 கதைகளின் ஒவ்வொரு வரியும் முத்துலிங்கத்தின் அந்தக் கனிவில் தோய்ந்ததாகவே இருந்தது.

அப்போது எனக்கிருந்த பல சிக்கல்களிலிருந்து நான் எளிதில் அந்தத் தூய அன்பின் கையைப் பிடித்துக்கொண்டு கடந்தும் வந்து விட்டிருந்தேன். இத்தனை நல்ல மனம் கொண்ட மனிதர்கள் இருக்கையில் நான் அஞ்சவும் நம்பிக்கையிழக்கவும் தேவையில்லை என்று மனமார நம்பினேன்

"ஓர் அவமானத்தை ஓர் இளவெயில் போக்க முடியுமானால், ஓர் இழப்பை ஒரு மென்மழை மறக்கச் செய்ய முடியுமானால், ஒரு நோயை பூவின் நறுமணத்தால் சமன் செய்துகொள்ள முடியுமானால், வாழ்க்கையில் அஞ்சக்கூடியதாக ஏதுமில்லை..!!" என்று சொல்லி இருப்பார் ஜெயமோகன்.

அப்படி என் முன்பாக ஒரு பெரிய மலையைப் போல நின்றிருந்து அச்சமூட்டிய ஒரு சிக்கலை, அ.மு—வின் அந்தக் கனிவினால் திரைச்சீலையைத் தள்ளி விலக்குவதுபோல் எளிதில் கடந்து வந்துவிட்டேன். உலகம் அப்படியொன்றும் அன்பின்மையால் வறண்டு விடவில்லை என்று அந்தச் சமர்ப்பணம் எனக்குச் சொல்லியது.

அவரின் பல படைப்புகளை நான் வாசித்திருந்தும் இந்தக் குறிப்பிட்ட தொகுப்பு என் தனித்த பிரியத்துக்குரியதானது.

கோடைமழையில் அவரது சொந்த ஊரான கொக்குவில்லிலிருந்து புறப்படும் மஹாராஜாவின் ரயில் வண்டி 'எந்த நிமிடத்திலும் பறிபோகும் வேலையில் நிற்கும்' வரை நான் வண்டியை விட்டு எங்கும் நகரவில்லை.

அடிக்கடி இடையில் சுருட்டு, புகையிலை, சிகரெட் வாடை வந்து கொண்டிருந்தது, மழை பெய்தது, வெயிலடித்தது, புழுதி பறந்தது, அதிக ரிக்டர் அளவிலான பூகம்பம் வந்தது, போர் தொடர்ந்தது, ஏதேதோ ஒழுங்கைகள் வழியாக பயணம் ஆப்பிரிக்காவிலும் கொக்குவில்லிலும் சோமாலியாவிலும், நைரோபியிலும் தொடர்ந்தது. இடையே யாழ்தேவி கணக்காய் நேரத்துக்குக் கடந்து சென்றது. கச்சான் காற்றும் சோளக்காற்றுகளும் அடித்தன.

ரயிலெங்கும் குட்டிக்கூரா மணக்கிறது, இடைக்கு கல்பெஞ்சும், கவண்மேந்தும் வருகின்றன, நாடன் பாட்டுக்களும் பழமொழிகளும் சிறார்களின் விளையாட்டுப் பாட்டுக்களும் காதில் கேட்டன, இரண்டு பூ பூக்கும் ஒரே மரமென்னவென்னும் விடுகதையும் போடுகிறார் அ.மு.

நல்ல பசி நேரத்தில் மாங்காய் சம்பலும் ஆப்பிரிக்காவின் வ்வூவ்வூ களியும் மணமடித்தது. ஆட்டுச்செவிப் பருவத்தில் இளசாக உடையாமல் இருந்த தேங்காயின் வழுக்காய் சச்சதுரமாக வெட்டிப் போடப்பட்டு செய்த குழம்பும், கணவாயுடன் ஒரு சொட்டு மையும் முருங்கைப்பட்டையும் போட்டு வேகவைத்த மணத்தையெல்லாம் கூட சமாளித்துவிடலாம்; ஆனால் அந்த ஆட்டுக்கறி பிரட்டல் இருக்கிறதே! வாய்நீர் ஊறாமல் அதைக் கடந்து வந்திருக்கும் அசைவ உணவுக்காரர்கள் இருக்கவே முடியாது.

கோலாகலமான மஞ்சவனப்பதி தேர்த் திருவிழாவை மட்டுமல்ல, மக்களை மக்கள் அடித்துக் கொல்லும் இனவெறியில் சிந்தும் கண்ணீர்த்துளிகளையும் ரத்தத்தையும் கூட காண நேர்ந்தது.

இந்த ரயில் வண்டிப் பிரயாணத்தில் என்னைக் கவர்ந்தது அல்லது என்னை பேரலையென அடித்துக் கொண்டு சென்றது உடன் வந்த பெண்மைப் பெருக்குத்தான். எத்தனை எத்தனை வகையில் பெண்கள்! துணிச்சல்காரிகளும், துயரமே உருவானவர்களும், வடிவானவர்களும், அன்பான அக்காக்களும், பச்சிளம் குழந்தைகளும், சிறுமிகளும், சிறு மகள்களும், காதலிகளும், அன்னைகளும், மனைவிகளுமாக வரும்

அவர்களுக்கெல்லாம்தான் எத்தனை வகையில் இடர்ப்பாடுகள், சிக்கல்கள்..! கலைடாஸ்கோப்பின் வர்ணஜாலம் போல அவர்களின் இயல்புகளின் வண்ணக்கோலம் கண்முன்னே விரிந்தது.

மனத்தில் ஒருவனை வைத்துக்கொண்டு, இன்னொருவனை மணமுடித்த சாந்தினி, காதல் துயரை உவந்து ஏற்றுக்கொள்ளும் அனுலா, மனதிற்குள் ரகசியமாக 'கொண' மாமாவை காதலிக்கும் ஒரு அக்கா, சோதிநாதன் மாஸ்ரரைத் தவிக்க வைக்கும், பல்லி வயிற்றில் முட்டை தெரிவது போல விரல்களில் ஓடும் ரத்தம் கூட தெரியும் நிறத்திலிருக்கும் இளமை பொங்கும் அலமேலு, தண்ணீருக்காக காதலை மறக்கும் சோமாலியாவின் மைமூன், திறமான நிச்சயத்துடன் வருவேனென்று சொன்னவனுக்காகக் காத்திருந்து மட்கும் ஹொான்ஸாகூல் என ஒவ்வொரு நிறுத்தத்திலும் காதல் கொண்ட, காதல் கொள்ள வைத்த பெண்கள் பயணத்தில் இணைகிறார்கள்.

துயரமே உருவான பெண்கள் பலரையும் காணமுடிகின்றது. பிள்ளைப் பாசத்தில் கட்டுண்ட பார்வதி, இனக்கலவரத்தில் உயிர்பிழைக்க ஓடிவருகையில் இறந்துபோய் புதைக்கவும் இல்லாமல் எரிக்கவும் இல்லாமல் அப்படியே வீதியோரத்தில் விடப்பட்ட தங்கம், சிறு ஜாடையில் அவளைப் போலவே இருக்கும் அவள் மருமகள். பயணச்சீட்டுக்களாக மாறிவிட்ட வளையல்கள் இல்லாத மூளிக்கைகளை அசைத்து பிளேனில் போகும் மகனுக்கு விடைகொடுக்கும் ஒரு அன்னை, எங்கோ நாதியற்றுக் கிடக்கும் மகனுக்கு வயலட் கலர் பென்சிலை நாக்கில் தொட்டுத் தொட்டு, "இப்போதெல்லாம் தென்னையிலிருந்து தேங்காய்கள் விழுவதில்லை, வானத்திலிருந்து மழை விழுவதில்லை, ஆகாயத்திலிருந்து குண்டுகள்தான் விழுகின்றன" என்று கடிதம் எழுதும் அன்னையொருத்தியின் சித்திரமும், வீட்டைத் துடைத்துப் பெருக்கி, குழந்தைகளைக் குளிப்பாட்டுவது போல வாஞ்சையுடன் பாத்திரம் அலம்பி, துணிகளைத் துவைத்து அப்படியும் நேரம் எஞ்சி இருக்குமானால் அடுப்புக்கரி அணைந்த இடத்தில் படுத்துக்கொள்ளும் பதின்மூன்றே வயதான வேலைக்காரச் சிறுமி பொன்னியும், நினைத்தாலே கிலி பிடிக்கும்படியாக ஒரு பிறந்த நாள் பரிசைப் பெறும், பாரதிராஜா பார்த்தால் பொறாமைப்படும்படியாக ஒரு நீள வெள்ளைத் துகில் உடையை வைத்திருக்கும் பத்மாவதியும் மனத்தைக் கனக்கச் செய்துவிடுகிறார்கள். ரயில் பெட்டியிலிருந்து நான் இறங்கி இத்தனை காலமாகியும். அந்தக் கனம் இன்னும் நெஞ்சில்தான் அழுத்திக் கொண்டிருக்கிறது.

நகை சுற்றிவரும் மெல்லிய தாள் போன்ற காகிதத்தில் இரண்டு பக்கமும் இங்க் தெரிய அந்நிய தேசத்திலிருக்கும் கணவனுக்குக் கடிதம் எழுதும் ஒரு பாவப்பட்ட மனைவி, பாயை விரித்துப் போட்டு இரு பக்கத்திலும் இரண்டிரண்டாகப் படுத்திருக்கும் பிள்ளைகளுக்கு சரிசமமாக தன்னைப் பிரித்துக் கொடுத்து நடுவாக படுத்துக்கொள்ளுமொருத்தி, தனக்கு விதிக்கப்பட்ட வறுமையை ரகஸ்யமாக அனுபவிக்க விரும்பும் பாத்திமா, நாலு பிள்ளைகளையும் இழுத்துக்கொண்டு போகும் தொக்கையான ஒரு மனுஷி என இவர்களின் துயரத்தில் ரயில் வண்டி தளும்புகிறது.

குளிருக்கென அடைத்த வாத்துச்சிறகுகள் பிய்ந்து வெளியே வந்திருக்கும் மோசமான காலணிகளுடன் தினமும் ரெய்கி சிகிச்சைக்குச் செல்லும் இரண்டு கிழமைகளுக்கு முன்னர் மோசம் போய்விட்ட பரமசோதியின் அக்கா, மேல்கோட்டை மறந்து வைத்துவிட்டுபோகிறாள்.

கஷ்டப்பாடுகள் கீழ்மையின் எல்லை வரைக்கும் துரத்தி வந்ததில் சொந்த மகளிடமே வட்டிக்குக் காசுகொடுக்கத் துணியும் வெயிலில் உலர்த்தியது போலிருக்கும் சின்னாயிக் கிழவியும் ரயிலில் ஏறினாள்.

தனியாக எடுத்து வைத்த சாமி படையல் போலச் சிரிக்கிற இரண்டே இரண்டு பாவாடைகளும் அவையிரண்டுக்குமாக சேர்த்து ஒரே ஒரு நாடாவையும் வைத்திருக்கும், மேலுதட்டில் வெண்டைக்காய் மயிர்போல ரோமம் கொண்டிருக்கும் அம்மா ஒருத்தி கண்களை நிறைக்கிறாள். மூன்றாவது அம்மாவின் மகளான, மூக்குத்தியும் முகப்பருவும் போட்டிருந்த ஒரே நாள் மூளைக்காய்ச்சலில் செத்துப்போன அழகு அக்காவை மறக்கமுடியுமா?

துயரமே உருவானவர்களுக்கிடையில் துணிச்சல்காரிகளும் புதுமைப் பெண்களும் கூட இருந்தார்கள் ஒரு காவாலியின் அசிங்கமான செய்கையைப் பார்த்துத் திகைத்து பயந்து போகாமல் கண்களை நேராகப் பார்த்து, "அடுத்த ஷோ எப்போ வரும். என் தங்கையும் பார்க்கனும்" என்ற ஒரு துணிச்சல்காரி, .ஒப்பாரிப் பாட்டிலும் வம்புச் சண்டை வளர்க்கும் உறவுப் பெண்கள், வீட்டு வேலைக்கு வந்து எஜமானியாகிவிடும் ஆப்பிரிக்க கருப்பழகி அமீனாத்து, "தமிழ்ப் படங்களில் ஏன் கேர்ல்ஸ் எல்லாம் குனிஞ்சபடியே போகினம்?" என்று கேட்கும் வெளிநாட்டிலேயே பிறந்து வளர்ந்த ஒரு சிறுமி.

ஆங்கிலம், ரஷ்யன், ஃபிரெஞ்ச் எல்லாம் சரளமாகப் பேசும், பச்சைக் கண் கொண்ட மூச்சை நிறுத்தும் அழகில்லாவிட்டாலும்

வசீகரமாயிருந்த, ஒரு பார்ட்டியின் முடிவில் இரு மார்புகளையும் கழற்றி வீசியெறியும் அனா என்கிற அன்னலட்சுமி, இவர்களுடன் நேர்கொண்ட பார்வையும், நிமிர்ந்த நன்னடையும், துணிவும் சாதுர்யமும் கொண்ட, கற்பெனும் புனிதப் போர்வையால் மூச்சுமுட்டும்படி போர்த்தப்படாத பல ஆப்பிரிக்கப் பெண்களும் இருக்கிறார்கள்.

ஸ்வென்காவின் 17 பெண் கருச்சிசுக்களில் ஒன்றாகக் காத்திருந்த காமாட்சி, இனி வரப்போகும் காலங்களின் இனவிருத்தி எப்படி இருக்கும் என்று கோடிகாட்டி அச்சமூட்டினாள்.

பேரம் படியாதபோது அலறும் 'யூ லவ் மீ'' மீன்காரியும் அவள் முதுகில் ஒட்டிக்கொண்டிருக்கும் கரிக்குருவிக் குழந்தையையும் இந்த பிரயாணத்திலல்லாது வேறெங்காவது காணக்கிடைக்குமா என்ன?

பலவிதமான மனைவிமார்களையும் பார்க்கமுடிந்தது இந்த ரயில் பிரயாணத்தில்.

வெளிநாட்டுக்குப் போகும் கணவனுக்கென்று பார்த்துப் பார்த்து சூட்கேஸில் சாமான்கள் அடுக்கும் "வாங்கும் நோய்" கொண்டிருந்த பட்டியல் போடும் மனைவி, கொஸ்டோரிக்கன் போலவே இருந்த பிடிவாதக்காரியும் சீனனிடம் மார்பில் டிராகனை பச்சை குத்திக்கொண்டவளுமான தங்கராசாவின் மனைவி பத்மாவதி.

தனது மூன்று மாதக் குழந்தைக்கு முலைப்பாலைக் கறந்து போத்தல்களிலடைத்து டே கேரில் குழந்தையுடன் கொடுத்துவிட்டு வரும் ஜமைக்காவின் எஸ்தர், உள்ளத்தின் குரலைக் கேட்காமல், உடலின் கட்டளைகளை மட்டும் செவிமடுத்து மருகும் கமலி, பணிவிடை செய்யும் கணவன் மீதுள்ள பிரேமையை சந்தேகமாக மாற்றிக்கொண்ட கமலா, உருண்டை வீட்டில் பிரியமில்லாததால் கணவன் மீது மயிர் வளர்வது போல கண்ணுக்கு தெரியாத விரோதத்தை வளர்க்கும் மனைவி ஆகியோரின் துக்கம் பின்னர் என் துக்கமாகிவிட்டிருந்தது.

ஆப்பிரிக்க யானைத் தந்தத்தின் மீது எத்தனைதான் ஆசையிருந்தும் பேருயிரொன்று அதன்பொருட்டு அழிந்ததை அறிந்ததும் அன்னை மனம் துடிக்க கிடைத்த தந்தத்தை ஏறெடுத்தும் பார்க்கமல் ஊர் திரும்பும் இன்னொருத்தியும் இருந்தாள்.

குடியுரிமைக்குப் பிறகே தாய்மை என முடிவு செய்து பெண்மையையும் தாய்மையையும் தவறவிடும் சங்கீதா மனம் கனிய வயதும் காலமும் தடையில்லை என உணர்கிறாள்; அதற்கு சாட்சியாக அவளருகில் கிடக்கிறது பெண்குழந்தை அய்சாத்து.

இத்தனை பேருடன் பச்சிளம் குழந்தைகளும் பருவப் பெண்களும் சிறுமிகளுமாக மகள்களும் நிறைய பேர் இருந்தனர். 75 பெட்டிகளல்லவா? தங்கைக்குப் பிறகு தாமதமாக மலர்ந்த ராசாத்தி, தேநீர் போல கோபத்தில் சிவந்த, தூக்கி வைத்துக் கொள்ள யாருமில்லாமல் தானாகவே தூக்கி வைத்துக் கொள்ளும் 14 வயது பள்ளி மாணவியொருத்தி, ஒழுங்காய் சடை நுனியில் நீல ரிப்பன் கட்டிக்கொண்டு கிலுகிலுவென்று சிரித்துக்கொண்டு பள்ளி செல்லும் சிறுமிகள், பாய் ஃப்ரண்டின் பிறந்தநாளை மறந்த அப்பாவைக் கோபித்துக்கொள்ளும், அவருடனான தன் இளமைப் பருவத்தின் அபூர்வ தருணங்களையெல்லாம் மறந்தே மறந்து விட்ட மகளொருத்தி,

ராட்சசத்தனமான கருப்புப் புழு போல் நெளியும் மூன்று மாதமேயான தில்லைநாயகி, விருந்தாளிகளுக்கு ஆட்டுப்பால் கொடுத்து உபசரிக்கும் வீட்டைச் சேர்ந்த, கண் இமைகளில் வைரத்துண்டுகள் ஒட்டியிருக்குமோர் சிறுமி, ஐஸ்கிரீம் கடையைக் கண்டால் வெட்டுக்கிளியைக் கண்ட நாய் போல் அசைய மறுக்கும் ஒரு இளமகள், இவர்களுடன் வரும் நீளமான கண்கள், நீளமான விரல்கள், அம்மாவிற்குப் பிரசவம் பார்த்த பக்கத்து வீட்டுப் பெண் முதலில் தெரிந்த கால்களைப் பிடித்து இழுத்ததால் நீளமான கால்களும் கொண்ட டோல்ரஸைச் சொல்லுகையில் “தின்னவேண்டும் என்று பட்டது” என்கிறார் அ.மு. எனக்கும் அவளைப் பார்க்கையில் அப்படித்தான் இருந்தது.

பஞ்சலோகத்தில் செய்ததுபோல் ஒரு 4 வயது மகளும் இருக்கிறாள். அள்ளியெடுத்து மடியிலிருந்திக்கொள்ள மனம் விழைந்த நிமோனியாவால் மூச்சுவிடச் சிரமப்படும் லவங்கிக்குட்டி, ஏன் தனக்கு சூரிய கிரகணம் பிடிக்காது என்பதைச் சொல்லாமலே மறைந்த பஸ்மினா, இடுப்பில் குடத்திலேயே அடித்த அப்பனுக்குச் சோறாக்கிப் போடும் பூரணி மற்றும் தன் பெரியப்பனை கொழுத்த ஆடாக்கி, கொள்ளியால் சுடும் விஜயாவின் மகளான குண்டுப்பெண் ஆகியோருமுண்டு. (பல சினிமாக்களில் போடுவார்களே இருதயம் பலவீனமானவர்கள் கர்ப்பிணிகள் அதைப் பார்க்க வேண்டாமென்று, அப்படி மனைவி மக்களைப் பிரிந்து நினைவில் வாழும் பலவற்றுடன் போராடிக்கொண்டு பொருள் வயின் நீங்கியிருப்பவர்கள் இந்தக் கதையைப் படிக்க வேண்டாமென்று டிஸ்க்ளெய்மெர் போடவேணுமென்கிற அளவுக்கு மனத்தைக் கலைக்கும் கதையது.)

மிக அழகான பெண்ணாக வருவதற்குத் திட்டம் போட்டிருந்த டொன் தம்பதினரின் சிறு மகளுடன், சிறிய சிவப்பு உருண்டை வாயுடன் இருக்கும் ஒரு குட்டியும், பாஸ்மதி அரிசியைப் போல நாலே

நாலு பற்களைக் கொண்டிருக்கும், திராட்சைகளைச் சுவைக்கும், ஜெயமோகனின் "இந்து ஞான மரபில் ஆறு தரிசனங்கள்" புத்தகத்தை மட்டும் சரியாய் தூக்கிக்கொண்டு ஓடிப் போகும் 26 இன்ச் உசரமான வாசகி I think அப்சராக் குட்டியும் வருகிறார்கள்.

நான் கண்ணை விரித்துக்கொண்டு பார்த்த சுவாரஸ்யமான பல பெண்களும் பயணத்தில் உண்டு. பிரான்ஸிஸ் தேவசகாயத்தின் சவக்குழியை பிரான்ஸிஸ் தேவசகாயத்திடமே சுட்டிக்காட்டும் செங்கூந்தலும் வெள்ளுடையுமாக கனவில் வருமொருத்தி. ரம்புட்டான் பழம் போல சிவந்த உதடுகளுடன் சரசக்கா, நட்ட நடுநிசியில் வாடிக்கையாளரிடம் இனிக்க இனிக்கப் பேசும் 17 வருடமும் ஒன்பது மாதமும் வயதான ஷேர்லி, ஸ்கர்ட் உடுத்திய பெண் படம் வரைந்த கதவு கொண்ட கழிப்பறைக்குள் தன் பணிச்சூழலின் அழுத்தமனைத்தும் மறந்து உற்சாகமாகிவிடும் மீனுக்குட்டி.

ஆஸ்பத்திரியின் சக்கர நாற்காலியின் உராய்வுக்கும் பிணம் தள்ளிக்கொண்டு போகும் சில்லு வைத்த கட்டிலின் கரகர ஓசைக்கும் நடுவே பொருத்தமில்லாத இனிமையுடன் ஒலிக்கும் குரலைக் கொண்ட யௌவனம் நிறைந்த, தேனீக் கூட்டம் போலச் சிவந்த கூந்தல் கொண்டிருக்கும் வெளிநாட்டு டாக்டர் பெண்ணொருத்தியும் உண்டு.

புன்னகையை ஸ்டிக்கர் பொட்டு போல ஒட்டி வைத்திருக்கும் வரவேற்பாளினியும், கந்த சஷ்டி விரதத்திற்கு இரவு பாலும் பழமும் மட்டும் சாப்பிடுகிற, அந்தப் பழம் ஒரு முழு பலாப்பழம் என்பதை மறைத்துவிடும் அன்னம்மக்காவும் புன்னகைக்க வைக்கிறார்கள்.

மலர்வதற்கு இரண்டு நாள் இருக்கும் மல்லிகை மொட்டுக்களைத் தலையில் சூடிக்கொள்ளும், தன் வனப்பை தொற்று வியாதி போலப் பரப்பிவிடும் மகேஸ்வரி, தலைமயிர் அவ்வளவு சுவியலாக அவ்வளவு பொன்னிறமாக இருந்த ஸோரா, ட்ராஃபிக் சிக்னலைப் போல மஞ்சள் முகமும் ரத்தச் சிவப்பு உதடுகளும், பச்சைக்கீற்றுக் கண்களுமாக ஒரு சீனப்பெண் என்று எத்தனை எத்தனை வகைப்பெண்கள்.

'ம்வாங்கியை' களவு செய்யத் தூண்டும் அழகுடன் இருந்த எமிலி, போறணையில் இருந்து இறக்கிய பாண் போல மொரமொரவென்று இளஞ்சூடும், மணமுமாக இருக்கும் துப்புரவுக்காரியொருத்தி, ஜெனிஃபர் என்ற பெயருள்ள நாயுடன் வரும் பெயரிடப்படாத ஒரு அழகி, பச்சைப் பாவாடையும் பட்டு ரிப்பனுமாக, உப்பு என்று சொல்வதுபோல் உதடுகளை எப்போதும் குவித்து வைத்திருக்கும் விசாலமான கண்கள் கொண்ட விசாலாட்சி, தானாகக்

கனிந்த அறுத்த, கொழும்பான் மாம்பழம் போலவும், அரிய வண்ணத்துப்பூச்சியைப் போலவும் இருப்பவளான, வேகமான யாமினி, கிட்டார் வாசிக்கிற பூனைக்குட்டிக்கு அரிஸ்டாட்டில் எனப் பெயர் வைத்திருந்த ரோஸ்லின், மர அலங்காரியாக வேலை செய்யும் அமண்டா ஆகியோரும் ரயிலை அவர்களின் பேரழகாலும் ததும்பும் இளமையாலும் நிறைக்கிறார்கள்.

ஒரே கரன்ட் கம்பியில் வேலை செய்யும் பல்புகள் போல மூன்று உடலும் ஒருயிருமாக இருக்கும் மூன்று ஸ்நேகிதிகள்; அவர்களில் ஒருத்தி அமெரிக்காவின் நட்சத்திர உணவகத்தில் தட்டில் வைக்கப்பட்ட முட்டையைப் பார்த்துக் கொண்டிருக்கையில் காதலனால் முத்தமிடப்படும் மித் என்கிற மைதிலி, மண்ணெண்ணெய் வாடை அடிக்கும், மூக்குத்தியில் அழுக்கு சேர்ந்திருக்கும் கருத்த மாமி, நாவல்பழம் பொறுக்குகையில் கதாநாயகச் சிறுவனுக்கு ராமு மாட்டுடன் அறிமுகமாகும் வத்ஸலா, உடும்புப்பிடி போல குணம் கொண்ட சரசக்கா ஆகியோருடன் வரலாற்றிலிருந்து எழுந்துவந்து இணைந்து கொள்கிறார்கள் பொத்தா தேவியும் குந்தியும். அடிக்கும் வெப்பக்காற்றில் மேலே எழும்பிப் பறக்கும் இடையாடையை இரண்டு கைகளால் அமர்த்திப் பிடிக்கும் மர்லின் மன்றோ கூட பிரயாணத்தில் இருக்கிறாள்.

சிரிப்பால் வீட்டை நிறைக்கிற, அண்ணாந்து தண்ணீர் குடிக்கையில் சிந்தும் தண்ணீர் கழுத்துக்குழியில் தங்கிவிடும் அளவுக்கு ஒல்லியான, இன்னும் நிரப்பப்படாத பல அங்கங்களைக் கொண்ட, காதுவரை நீண்ட ஓயாது வேலை செய்யும் கண்களைக் கொண்ட கனகவல்லி, வெங்காயச் சருகு போல மெல்லிய சருமம் கொண்ட ஸ்வீடனின் மார்த்தா, மறைக்கப்படாத மார்பகங்களுடன் மீன்களும் துள்ள, கார்களைத் துரத்தி வரும் மீன்காரப்பெண்கள், பிறகு நினைத்துப் பார்க்கையில் ஒரு சொற்பொழிவு போலத் தோன்றும்படியாக இடுப்பை வெட்டிக் காண்பித்த ஆப்பிரிக்க அழகியென அநேகம்பேர் வருகிறார்கள்.

கிராமத்து மனுஷியும் நான்கு ஆதார சுவைகளைக் கலந்து பத்தாயிரம் சுவைகளைக் கொண்ட உணவுகளையும், தோசையில் விழும் துளைகள்கூட எண்ணினால் ஒரே மாதிரியாக இருக்கும்படி சமைப்பவளுமான ஒரு அம்மாவும், அவரைச் சமையலறைக்குள்ளேயே நுழையவிடாத, சமையல் வகுப்புக்களுக்குப் போய்க் கற்றுக்கொண்ட சமையலைச் செய்து பார்க்கும் அவரது மருமகளும் கூட உண்டு.

மனிதர்கள் மட்டுமல்லாமல் எல்லாப் பயணங்களிலும் நான் தவறவிடாமல் ரசித்துப் பார்க்கக்கூடிய விதம் விதமான மரங்களும்

மலர்களும் கனிகளும் இந்தப் பயணத்திலும் காணக்கிடைத்தன. அனிச்சம்பூ, ஓக், அகேஸியா, கிளுவை மரங்களுடன், சதி செய்யும் முசுட்டை மரங்கள், கணப்பு அடுப்பில் புகையின்றி சிறிது மணத்துடன் எரியும் விறகைத் தரும் பேர்ச் மரங்களை எல்லாம் ரயில் கடந்து சென்றது. ஐந்து வருடத்துக்கு ஒரு முறை காய்க்கும் 'மொற' மரமொன்றையும் கண்டேன்.

பயணத்தில் எதிர்பாராமல் திடீரெனத் தலை காட்டும் கவிதைகளைப் போல சின்னப் பெண்கள் தங்களைக் கடக்குமுன்பாக அனைத்துப் பூக்களையும் அவர்கள் முன் கொட்டும் மரங்களும், மஞ்சளாக வழவழப்பாக பார்க்க லட்சணமாக இருக்கும் தண்ணீர்ப்பாங்கான இடங்களில் வளரும் ஃபீவர் மரமும், மரெண்டா கீரைகளும், நிலம் தெரியாமல் பூக்களைச் சொரிந்திருக்கும் ஜகரண்டா மரங்களையும் காண முடிந்தது. கதிரைகள் செய்யப் பயன்படும் காஷ்மீரி வால்நட் மரமும், வானத்தில் பறந்து வந்த வாழையிலைகளும் ஆழ்குளிரிலிருந்து எழுப்பிய மாவிலைகளையும்கூட பார்த்தேன். தோறா இலையும் குயினைன் மரப்பட்டைகளும் இருக்கின்றன. எங்கோ கமகமவென்று இலுப்பைப்பூ மணமடித்தது

பேயின் கைவிரல்களைப் போல் பரவி வளரும் ஐவி செடியும் வழியில் இருந்தது. இதுநாள் வரை மணிப்ளாண்ட் என்றே சொல்லியும் கேட்டும் வாசித்தும் பழக்கமாயிருந்த, முதன் முதலில் அ.மு—வால் மணிச்செடி என்று அழைக்கப்பட்ட அந்தச் செடியைக் கண்டதும் அத்தனை பிரியம் உண்டாகி விட்டிருந்தது. பயணத்தில் இப்படி பல புதிய அழகிய சொற்கள் இடையிடையே வந்து எட்டிப் பார்த்து சந்தோஷப்படுத்தும்.

அடடா... பட்சிகள் உச்சியில் அமர்ந்திருக்கும் மிமோசா விருட்சங்கள். முதலில் இலைகளைக் கொட்டும் பேர்ச் மரமும் இலைகளைக் கொட்டவே கொட்டாத மேப்பிள் மரமும், தோட்டத்தின் சிவப்பு வத்தகப் பழமரம், அக்லனீமா செடிகளும், தோலுரித்து வைத்த தோடம்பழங்களுமாய் பசுமைப்பெருக்கும் பயணத்தில் கூடவே வந்தது.

நம்மூர் தீக்கொன்றை மரத்தை அவர் தீச்சுவாலை மரம் என்கையில் அதற்கொரு ஆப்பிரிக்கத்தனம் வந்துவிட்டிருந்தது. வீட்டை விட்டு வெளியேற்றப்பட்ட பரமசோதியின் சாமான்களுடன் நின்றது ஒரு வாகைமரம்.

இடிமுழக்கத் துண்டுகளைக் கட்டி இழுப்பது போல் சத்தம் போடும் ஒரு மோட்டார் சைக்கிளும், கோபத்துடன் உறுமி எழுந்த

சிங்கம் போல ஒரு ஓஸ்டின் காரும் ரயிலைக் கடந்து சென்றன. வழியில் மகரந்தத் துகள்களைப் பரப்பி வைத்தது போலப் பரவிக் கிடந்த மணலைப் பார்க்க முடிந்தது. பிரயாணத்தின் ஓரிரவில் குழைத்து வைத்ததுபோல் கலங்கலாகத் தெரிந்தான் சந்திரன். யாரோ ராக்ஷஸன் அடித்து வீழ்த்தியது போலச் சிவந்திருக்கும் ஆகாயத்தையும் அந்தியொன்றில் கடந்தது ரயில்.

பிரயாணத்தில் கந்தபுராணமும், சிவபுராணமும், சிலப்பதிகாரமும், ராமாயணமும் மகாபாரதமும் கூட கேட்கிறது. துரியோதனன் மனத்தைக் கொடுக்கிறது ஒரு சடைக்காரச் சிறுக்கி நாய்.

"அம்மணத்துக்கு கோமணம் மேல்" போன்ற முதுமொழிகள் இடையிடையே வந்து விழுகின்றன. பேசிக்கொண்டிருப்பவர்களின் நெருக்கமாக வந்து அணில்கள் பொறுக்கிச் சாப்பிடுகின்றன. அந்த செகரட்டரி பறவைதான் என்ன வினோதம், அப்படியொன்றைக் கேள்விப்பட்டதுகூட இல்லையே!

அதைப் போலவே சாளரம் 2000 என்பது முதலில் என்னவென்று மனசில் தைக்கவே இல்லை; அத்துடன் சேர்ந்து நின்ற பில்கேட்ஸைப் பார்த்ததும்தான் அது விண்டோஸ் 2000 என்பது உரைத்தது. Veloy don என்கிற வேலாயுதம் வருகிறார்.

சாளரம் உள்ள கடித உறையும் அப்படித்தான் வியப்பூட்டிய மற்றொன்று. அப்படியான கடித உறையை இதுவரை பலநூறு பயன்படுத்தி இருப்பேன். அதைக் கவனித்து இப்படி ஒரு பெயர் இருக்கலாமென்று ஒருபோதும் எண்ணியதில்லையே!

அ.முத்துலிங்கத்திற்கே உரித்தான அங்கதங்களும் வேடிக்கையான மனிதர்களும் குறைவில்லாமல் உண்டு குறிப்பாக அடைப்புக்குறிக்குள் சொல்லப்பட்டிருப்பவை. (கடைசி மூச்சில் இருந்த பேட்டரி) 'நாலு பியருக்கு மேல் நாப்பதுவாட்டில் மூளை வேலை செய்கையில் மட்டும் அரசியல் பேசும்' தம்பிராசா, சிவராத்திரி கந்த சஷ்டியையெல்லாம் தீவிரமாகச் சிந்திக்கும் மாரியோ, இவர்களுடன் இடது கைப்பழக்கம் கொண்ட ஒரு கரப்பான் பூச்சியும் இருக்கிறது, ஆம், நிஜம்தான்.

கனடிய அரசுக்கு அனுப்பும் குரல் பதிவில் வசந்தம் வந்து, தோட்டத்தில் முதல் பூ பூத்ததையும், பெண்ணின் சடைபோல் பின்னப்பட்ட பிரெஞ்ச் ரொட்டியைப் பிய்த்துத் தின்றதையும், தட்டில் கிடந்தபடி தன்னையே பார்த்துக் கொண்டிருந்த வதக்கபட்ட பெரிய மீனை உண்ணாமல் விட்டதையும் சொல்லும் ஒருவர் எத்தனை சுவாரஸ்யமான மனிதராயிருப்பார்? மைமலான மழைநாளில்

காதலிக்கு முதல் முத்தம் பதிக்கும் காதலனும் ஸ்ட்ராபெர்ரி ஜாம் வாசனையுடன் கொட்டாவி விடும் மனிதர்களையும் போல அ.மு.தம் வாழ்க்கையில் சந்தித்த, அறிந்துகொண்ட சுவாரஸ்யமானவர்களை உலகில் வேறு யாருமே சந்தித்திருக்க மாட்டார்கள்

ஒரு பிரயாணம் இப்படி ரசிக்கத்தக்க விஷயங்களுடன் மட்டும் முடிந்துவிடாதில்லையா?

தோலைச் சீவுகையில் பூரணமாக ஒத்துழைப்பு கொடுத்து இறைச்சி வெட்டப்படுகையிலும் கண்களை அசைத்துக்கொண்டே இருந்த உடும்பையும், அந்நியமான ஊருக்கு வந்து அடிபட்டு செத்துப் போகிற பறவையொன்றையும், நிலவறையில் விறைத்துக் கிடப்பவரையும் அ.மு. சொல்லிக் கேட்கையில் என்னையறியாமல் கண் நிறைந்து வழிந்தது.

தில்லை அம்பலப் பிள்ளையார் கோவில் கதையைக் கேட்டு முடித்ததும் கல்மனசுக்காரர் என்று அ.மு—வை மனத்தில் மரியாதையுடன் கடிந்து கொண்டேன்.

இத்தனை சுவாரஸ்யமான பிரயாணமொன்றை இதுவரையிலும் நான் செய்ததில்லை; இனிமேலும் செய்யப்போவதுமில்லை. அ.மு. இத்தொகுப்பில், உள்ளதைப் பெரிதாக்கவில்லை, இல்லாததை இட்டுக்கட்டவில்லை, ஏன் உள்ளது உள்ளபடிகூடச் சொல்லவில்லை; நம்மைக் கையைப் பிடித்து இழுத்துக்கொண்டு போய், கதைகளின் நடுவில் நிறுத்தி விடுகிறார். எல்லாக் கதைகளும் நம்மைச் சுற்றித்தான் நடக்கிறது; நாம் கதைகளை பார்த்துக்கொண்டிருக்கிறோம்.

கன்னத்து உப்பலில் கூர்பார்க்கப்படும் கல்லுப் பென்சிலும், பென்னம் பெரிய காரில் பொம்பளை பார்க்க வருபவர்களுமாக நிறைந்திருக்கும் கதைத்தொகுப்பை அ.முத்துலிங்கமல்லாது வேறு யாரால் அளிக்க முடியும்?

திரு. அ.முத்துலிங்கம் அவர்கள் இன்னுமோர் நூற்றாண்டு நல்ல தேக ஆரோக்கியத்துடனும் மகிழ்வுடனும் இருக்கட்டும். அவருக்கு என் வணக்கங்கள்.

(லோகமாதேவி தாவரவியல் பேராசிரியர், துறைசார் எழுத்தாளர், கட்டுரையாளர். அரிஸோனா பல்கலைக்கழக வலைத்தளத்தில் அறிவியல் தகவல்களை தமிழில் மொழிமாற்றம் செய்யும் பணியில் உள்ளார்.)

10

எல்லாம் கடந்த புன்னகை – ராஜன் சோமசுந்தரம்

கடவுள் தொடங்கிய இடம் நாவலில் எத்தனை எத்தனை கதைகள். அவலம், சாகசம், காதல், விரக்தி, துரோகம், கொண்டாட்டம் என்று வாழ்வை நேரடியாக கண்ணோடு கண் நோக்கித் திகைக்கும் தருணங்கள். அவை அனைத்தையும் கோர்க்கும் பட்டு நூலாக மாறாத புன்னகையுடன் கதைசொல்லியாக அ.முத்துலிங்கம்.

இசையில், ஆதார சுருதியை எட்டாத ஆனால் மிக அருகில் வந்துவிட்ட சுவரத்தை நிஷாதம் என்பார்கள். பகலை நோக்கும் இரவின் அந்தம். புதிய வாழ்க்கைக்காகக் கிளம்பியவன், தன் நாட்டைக் கண்டுகொள்ளும்வரை மேற்கொள்ளும் பயணம் என்பதால் நிஷாந்த் என்று நாயகனுக்கு பொருத்தமாகப் பெயரிட்டுள்ளார்.

சொந்தநாடு தேடி அலையும் பயணத்தில் கோடைமழை என காதலிகள் வாய்க்கிறார்கள். அகல்யா அவர்களுள் முக்கியமானவள். செகாவ் எழுதிய அகஃவ்யா என்னும் சிறுகதையைப் பற்றிய குறிப்பு நாவலில் வருகிறது. செகாவ்வின் அச்சிறுகதை ராமாயண அகல்யாவின் கதையேதான். இருப்பதைவிட சிறந்தது வரும்போது பற்றிக்கொள்ளும் அழகுமட்டுமேயான (பெயரின் பொருளே அதுதான்) பெண்ணின் கதை. உயிரின் விசை. அதனாலேயே பொருத்தமாக அகல்யா என்று அ.மு.வும் பெயரிட்டிருக்கிறார்.

வேரல் வேலி கவிதையின் 'காமமே பெரிது' என்ற அற்புதமான வரி, செகாவ்வின் கதை, மான் கூட்டத்தை வேட்டையாடும் மனிதனின் சித்திரம் வரும் ஓரியன் விண்மீன் அமைப்பு, ஆற்று வெள்ளம் வற்றி அடிமணலான குறிப்பு, வில்லக விரலின் பொருந்தி என்றாலும் அம்பெய்திய பிறகு பிரியும் விரல்கள் என்ற உட்குறிப்பு என்று அகல்யாவின் ஒவ்வொரு சொல்லும் அவளையே குறியீடாகச்

சுட்டி விரிந்துகொண்டே செல்கின்றது. ஒருவகையில் பார்த்தால், புலம் பெயர்ந்து வாழ்வோர் அனைவருக்குமே அகல்யாதான் குறியீடு எனலாம்.

வந்துகொண்டே இருக்கும் புதிய தகவல்கள், ஒவ்வொரு நாட்டிலும் குடிவரவில் இருக்கும் பாதுகாப்பு ஓட்டைகள், விமான நிலையப் பாதுகாப்பில் இருக்கும் ஓட்டைகள், விசா வழங்கும் முறைகள், முறைகேடுகள், கப்பல் காப்பீட்டுப் பணத்தைப் பெற பழைய கப்பலை ரகசியமாக கடலுக்கு எடுத்துச்சென்று பாறையில் மோதவிட்டு உடைப்பது, எந்தப் பெண் எந்தக் கோப்பையில் குடித்திருப்பாள் என்று எண்ணிக்கொண்டே கோப்பையைக் கழுவுவது, முறைகேடாக கடன் அட்டைகளைப் பெற்று அதில் துணிகளை வாங்கி வியாபாரம் செய்வது என்று தமிழில் சர்வதேச வாழ்வையும், நிழலுலகையும் பேசும் நாவலாக விரிகிறது கடவுள் தொடங்கிய இடம்.

வாழ நினைக்கும் மனிதர்கள், அவ்வாழ்வையே பணயம் வைத்து வேறு ஒரு வாழ்வுக்காக ஏங்கி அலைகிறார்கள். பல சம்பவங்கள் கைக்கெட்டும் தூரத்தில் சாவை/சிறையை வைத்துக்கொண்டு ஆடும் பந்தயமே. கண் எதிரில் சமையலறையில் ஒரு கொலையைப் பார்க்கிறார்கள். மொழிதெரியாத காவல்துறையால் இழுத்துச் செல்லப்பட்டு ரத்தம் வரும்வரை அடிக்கப்படுகிறார்கள். பின் வீடு திரும்பி காயங்களுக்கு மருந்திட்டுக்கொண்டே பாதி பார்த்த தமிழ்த் திரைப்படத்தின் மீதியைப் பார்க்கிறார்கள். கலைந்து கிடக்கும் அகதிவாழ்வை சில நிமிடங்களில் சித்திரிக்கும் அற்புதமான காட்சி.

இதில் ஒன்றி, ஒவ்வொரு ஊரைப்பற்றிய விவரணை வரும்போதும் அந்த ஊரைத் தேடிப் படித்து, படங்களைப் பார்த்து, வரைபடத்தில் நோக்கி, யாழில் இருந்து ஒட்டாவா வரை நானும் நிஷாந்துடன் பயணித்தேன். உக்ரைனின் நட்சத்திரம் செறிந்த இரவுவானின் கீழ் பெண்ணுடன் கைகோர்த்து காதலில் கரைந்தேன். நீலக்கண் அழகியுடன் சாகசப் பயணம் மேற்கொண்டேன். அடுத்து என்ன என்பது தெரியாமல் எந்த ஆவணமும் இல்லாமல் ஐரோப்பிய ரயிலில் பயணம் செய்தேன். இத்தனை கதைகளை, வாழ்வுக்கும் சாவுக்குமான அடர்ந்த ஊசலாட்டத்தை, எப்படி இந்தச் சிறிய நாவலில் ஆர்வம் குன்றாமல் சொல்ல முடிந்தது என்று வியந்து கொண்டிருக்கிறேன்!

அ.முத்துலிங்கம் அவர்களின் எல்லாம் கடந்த புன்னகையே இந்த நாவலை சாத்தியமாக்கி இருக்கிறது என்று நினைக்கிறேன்.

(ராஜன் சோமசுந்தரம், ராலே - இவரது இசையமைப்பில் வெளிவந்த 'சந்தம்', சங்கப்பாடல்கள் இசைத்தொகுதி அமேஸானின் சர்வதேச இசை டாப் #10 பட்டியலில் இடம் பெற்றுள்ளது. "வெண்முரசு" ஆவணப்படம் இவரது இசையமைப்பில் வெளிவந்தது)

11

உலக நிலக்காட்சிகளின் ஊடே... -
சு.வேணுகோபால்

1

அ.முத்துலிங்கத்தின் கதைகளைப் படிக்கும்போது பறவைகளின் ஞாபகம் வருகிறது. வலசைபோகும் பறவைகள் அந்தந்த தேசத்து நீர்த்தேக்கங்களில் அமர்ந்து காதல் வாழ்வைத் தொடங்குகின்றன. அந்த நிலத்து சிறு குச்சிகளை, பட்டைகளை எடுத்து கூடு பின்னி, அந்த நிலத்து தானியங்களை உண்டு, அந்த நிலத்து வெயிலையும், குளிரையும் நீரையும் குடித்து, முட்டையிட்டு குஞ்சு பொரித்து அருகிருந்து மிக விழிப்புடன் காவல் காத்து இரையூட்டி — இரையூட்டி — இரையூட்டி சிறகு முளைத்ததும் பறக்கவிடும் தாய்ப்பறவையின் சித்திரம் போன்றன இவரது கதைகள். வலசை வந்த இடத்தில் உண்டான குஞ்சுகள் பறவைகளாகி தன் பூர்வீகம் நோக்கி பறப்பதுபோல முத்துலிங்கத்திடமிருந்து பிறந்த கதைகள் சுயமாகப் பிரிந்து பறக்கின்றன. முத்துலிங்கம் வலசை போகும் பறவை. உண்டு வாழ்ந்து உருவான விதத்தைச் சொல்லியபடியே அதன் இலக்கு ஒன்று தன்னியல்போடு வெளிப்படுவதைப் போன்றவை முத்துலிங்கத்தின் கதைகள்.

பூ மலர்வது போல, மரம் கிளைவிரித்து அடர்வதுபோல கதைகளில் வாழ்க்கைப்பாடுகள் சித்திரங்களாக விரிகின்றன. ஒவ்வொரு பூவிற்கும் ஒவ்வொரு மரத்திற்கும் உரித்தான வாழ்க்கை பற்றிய விமர்சனப் பார்வை உருவாகி மணக்கிறது. பிரச்னையின் மையம் விரிந்து விரிந்து வாழ்க்கையாக அடர்த்தி கொள்கிறது. இந்த அடர்த்தியிலிருந்து வாழ்க்கை பற்றிய ஆழமான கேள்வியை இவரின் சிறுகதைகள் முன் வைக்கின்றன. கதையின் ஓரிடத்தில் வெளிப்படும்

சின்னச் சின்ன சித்திரங்கள், தகவல்கள், குறிப்புகள் அத்தனையும் அவ்வாழ்க்கைக்கே உரித்தான கிளைகளாகச் செழிக்கின்றன. கதை முடிந்ததும் சொல்லப்பட்ட தகவல்கள், குறிப்புகள் காட்சிகள் அனைத்தும் கண்களாக விழிப்படைவது இவரின் படைப்பாற்றலின் தனித்துவம். தூக்கணாங்குருவி கூடு கட்டுவதுபோல பிசிறில்லாமல் அவ்வளவு நேர்த்தியாக அந்த விஷயத்தின் இன்னபிற அம்சங்களிலும் தோய்ந்து தோய்ந்து கதையை உருவாக்குகிறார். மிகமிகத் துல்லியமாகச் சொல்லிவிடவேண்டும் என்ற தீரா ஆவல் படைப்பாக்க மனநிலையில் பின்னின்று தொழிற்பட்டிருப்பதாலேயே முதலில் அது ஒரு படைப்பாகவும், பின் அது வாழ்வின் எதிர்வினை என்றும் இரு உயர்ந்த எல்லைகளைத் தொடுகின்றது.

'ஒரு சாதம்', 'வம்சவிருத்தி', 'யதேச்சை', 'கொழுத்தாடு பிடிப்பேன்' போன்ற கதைகள் இந்த வகையில் சாதனைகள். 'வடக்குவீதி', 'பூமாதேவி', 'ஒட்டகம்', 'ஐந்தாவது கதிரை', 'ராகுகாலம்', 'அடுத்த புதன்கிழமை உன்னுடைய முறை' போன்ற கதைகள் கணிப்புகளால் அடைத்துவிட முடியாத விசித்திர எண்ணங்களின் ஊற்றுக்கண்களைத் திறக்கும் சிறந்த கதைகள் எனலாம்.

புதிய நாகரிகம் நேற்றைய மதிப்பீடுகளை எவ்விதத் தயக்கமும் இல்லாமல் உதறிவிட்டு சுயநலத்தை மட்டுமே தாவிப்பற்றி விரைவதை ஒரு கையறுநிலையில் சொல்கின்றன. விரிந்திருந்த உறவின் இழைகள் அறுபட்டு அறுபட்டு தான் என்ற தன் முனைப்பு மட்டுமே வீங்கத் தொடங்கும் மானிட உலகை இவரின் கதைகள் முன் வைக்கின்றன. 'ரி', 'மகாராஜாவின் ரயில் வண்டி', 'தொடக்கம்' முதலிய கதைகள் வாழ்வில் நேர்ந்துவிடும் — திரும்பக் கிட்டாத அபூர்வ தருணங்களைச் சொல்கின்றன. இந்தக் கணங்கள் ஏதோ வகையில் வாழ்க்கையைத் தொடர்ந்து அர்த்தபூர்வமாக்குகின்றன.

முத்துலிங்கம் இன்றளவு நூற்று ஐம்பது கதைகள் எழுதியிருக்கக்கூடும். முக்கியமான தமிழ்ச் சிறுகதை ஆளுமைகளின் சாதனைகளைப்போல சிறந்த தரமான - நல்ல — கதைகளைத் தந்திருக்கிறார். தமிழ்ச்சிறுகதை வரலாற்றில் தி.ஜானகிராமன், கி.ராஜநாராயணன், வண்ணதாசன் இவர்களுக்கு நிகரானவர். ந.பிச்சமூர்த்தி, லா.ச.ரா, கோணங்கி, எஸ்.ராமகிருஷ்ணன், யுவன் சந்திரசேகர் இவர்களுக்கெல்லாம் மேலானவர் என்று சொன்னால் ஒன்றும் குடிமுழுகிப்போய்விடாது. எடுத்துரைக்கும் விதத்தில் இவர்களில் சிலர் வித்தைகள் செய்திருக்கலாம். வித்தைகள் மட்டுமே இலக்கியம் ஆகா.

புலம்பெயர்ந்த தமிழர்களின் துயரவாழ்வு ஒருபக்கம் இருந்தாலும், அவர்களிடமும் தலைகாட்டும் துர்குணங்களை எவ்வித பச்சாதாபமும் இல்லாமல் போட்டுடைக்கிறார். புதுமைப்பித்தனைப் போன்ற குணம் இது என்றாலும் அவசரமற்ற வேகமற்ற மிக நிதானத்தோடு வாழ்வின் பின்னலிலிருந்து உருவாகி வந்த படைப்பு விமர்சனமாக இருக்கின்றது. புதுமைப்பித்தன் கருத்தியல் விமர்சனத்திற்காகக் கதையை ஒரு வடிவமாகக் கையாண்டார் என்றால் முத்துலிங்கம் சிறுகதை வடிவத்தினுள் விமர்சனத்தைப் புதைத்து வைக்கிறார். கி.ரா. இடைசெவல் கரிசல்நிலத்து மக்களை வைத்து எழுதினார் என்றால் முத்துலிங்கம் உலக நிலத்து மக்களை திணையியல் அடிப்படையில் படைத்தார் எனலாம். உலகின் வெவ்வேறு நிலத்து மக்களின் பிரச்னைகளை உலகின் பொதுவாசகன் முன் வைக்கிறார். தமிழ்த்திணை இலக்கியம் போல உலகை ஒரு திணை இலக்கியமாக மாற்றி பக்கத்துப் பக்கத்து நில மக்களின் பாடுகள் போல ஆக்கிவிடுகிறார். அவை அந்நிலத்திற்கே உரிய வேறுபாடுகளோடும், தனித்துவங்களோடும் இருக்கின்றன. குறிஞ்சி நில வாழ்க்கைப் பின்னலை மருத நிலத்தவன் பார்ப்பதுபோல நெருக்கம் கொள்கின்றன. ஆப்பிரிக்க மக்களைப்பற்றி எழுதிய கதைகள் தமிழ்நாட்டுக் கதைகளே போல இருக்கின்றன. உரிப்பொருள் திணைமயக்கம் கொண்டது போன்ற உறவு வெளிப்படுகிறது.

ஐம்பதுகளின் இறுதியில் (1959) பத்து கதைகள் எழுதியிருக்கிறார். இவை மட்டுமே தொடக்ககாலக் கதைகளாக இருக்கின்றன. பின் முப்பத்து ஐந்து ஆண்டுகள் கழித்து 1994வாக்கில் பணி ஓய்விற்குப்பின் ஒரு இளைஞனின் உற்சாகத்தோடு வேகவேகமாக எழுதத்தொடங்குகிறார். ஆரம்ப காலக் கதைகளைக்கூட பக்குவம் — பக்குவமின்மை என்று பார்ப்பதைவிட அக்கதைகளின் அடர்த்தியும் பார்வையும் மெல்லிதாக உள்ளன. என்றாலும் வாழ்வை ஒரு பக்குவத்தோடு அணுகியிருப்பது இளம் பருவத்து எழுத்துக்களிலேயே வெளிப்பட்டிருக்கிறது. ஏழை சிங்களப்பெண் தமிழன்மீது கொண்ட தூய காதலையும் தனக்கே உரிய குறுகல் எண்ணங்களோடு (பாசாங்கு காதல்) காதலைக் கையாண்ட விதத்தையும் நுட்பமாக அவரின் ஆரம்பகாலக் கதையான 'அனுலா'வில் வெளிப்படுத்தியிருக்கிறார். ஏய்த்துப் பிழைக்கும் கிழவியை மகள் ஏய்த்துவிடும் சாகசத்தைச் சொல்லும் 'கோடைமழை' கதையையும் சேர்த்துப் பார்க்கலாம். 1994க்குப்பின் எழுதத்தொடங்கிய கதைகளில் மிகச்செறிவானதாகவும் வாழ்வின் பின்னல்கள் மிக நெருக்கமாகவும் நுட்பமாகவும் கூடி வந்திருக்கின்றன.

முத்துலிங்கத்தின் தொடர் இயக்கம் என்பது 1994லிருந்து இன்று வரை தொடர்கிறது. இக்காலகட்டம் இடையறாத படைப்பெழுச்சி காலகட்டமாக விரிகிறது. பணி நெருக்கடியில் முப்பத்து ஐந்து ஆண்டுகள் சிறுகதைகள் ஏதும் எழுதாது ஓய்விற்குப்பின் ‘படைப்பின் கனவு’ எழுச்சியோடு பொங்குகிறது என்றுதான் கூறவேண்டும். இது தமிழ்ச்சூழலில் வெகு அபூர்வம். முத்துலிங்கம் யாழ்ப்பாணத்துப் படைப்பாளியாக இருப்பதால் அவர் மீது இயல்பான ஒரு விமர்சனம் வைக்கப்படக்கூடும். ஐம்பது ஆண்டுகால இலங்கை இனமோதல்கள் பல்வேறு நெருக்கடிகளை, வரலாற்றின் கோரமுகங்களை, அழிவுகளை, இழிவுகளை தமிழ்ச்சமூகம் சந்தித்து வந்திருக்கிறது. அந்த வரலாற்றின் அவலம் முத்துலிங்கத்தின் கதைகளில் இல்லை என வைக்கலாம். இது ஒரு எதிர்பார்ப்பு சார்ந்த விமர்சனம். அவர் எழுதிய கதைகளுக்கு இதனை ஒரு அளவுகோலாகக் கொண்டு மதிப்பிடவும் முடியாது எனறு சொல்லியாகவேண்டும். புதுமைப்பித்தன், கு.ப.ரா, கு.அழகிரிசாமி, தி.ஜானகிராமன் முதலிய மிகச்சிறந்த படைப்பாளிகள் சுதந்திரப் போராட்டத்தின் கொந்தளிப்பான காலகட்டத்தில் வாழ்ந்தவர்கள். அந்தக் கொந்தளிப்பின் வழியே மானிட நெருக்கடிகளை இவர்கள் தங்கள் படைப்புகளில் கொண்டு வரவில்லை என்பதால் அப்படைப்பாளிகளின் படைப்பாளுமையைக் குறைத்து மதிப்பிட்டு விடமுடியாது. அதே சமயம் இந்திய — பாகிஸ்தான் பிரிவினையில் மனிதர்களிடம் வெளிப்பட்ட கோரமுகங்களை சதத்ஹசன் மண்டோ தீவிரமாக எழுதினார். சுதந்திரப் போராட்டச் சிக்கல்களை எழுதவில்லை. பிரிவினையில் விளைந்த சீரழிவுகள் மண்டோவை மிகவும் பாதித்ததால் அவை படைப்புகளாக வெளிவந்திருக்கின்றன. பிரிவினை காலக் கதைகளில் வெளிப்பட்ட உக்கிரம் அவரின் பிற கதைகளில் இல்லை. முத்துலிங்கம் இலங்கை போர்ச்சூழலில் வாழாததால் — அதன் அனுபவம் இல்லாததால் அதுபற்றி எழுதாமல் ஒதுங்கியிருந்திருக்கிறார் என்பது நேர்மையான விஷயம்தான். எனவே ஒரு படைப்பாளியிடம் இன்ன வகையான படைப்புகள் வெளிவரவில்லை என்ற காரணத்தை வைத்து மட்டும் மதிப்பிட முடியாது. இதெல்லாம் படைப்பு மனம் சார்ந்த விஷயம். படைப்பாளியின் உள்ளத்திற்கு நெருக்கமில்லாத பிரச்னைப்பாடுகள் படைப்புகளாக உருவாவதில்லை.

அதே சமயம் ஈழப்போர்ச்சூழல் காரணமாக உயிர்தப்பி மேலைநாடுகளில் அகதிகளாக நுழைந்து பிழைக்க அவர்கள் பட்ட பாடுகளை வலியோடு சில கதைகளில் சொல்லியும் இருக்கிறார். பண்பாட்டாலும் நிலவியல் சூழலாலும் முற்றிலும் அந்நியப்பட்ட

— உடலாலும் மனத்தாலும் ஒன்ற முடியாத நிலையிலும் வேறு கதியற்று கிடைத்த வேலையைப் பற்றிக்கொண்டு உயிரைத் தக்கவைக்கவேண்டிய வரலாற்றுச் சோகத்தை (கறுப்பு அணில்) சில கதைகளில் காட்டியிருக்கிறார்.

முத்துலிங்கத்தின் மனசை அதிகமும் அழுத்துவது திரும்பமுடியாத — பார்க்கமுடியாத மீண்டும் வாழ முடியாத ஈழத்து கிராம வாழ்க்கைதான். தனது நினைவுகளில் மட்டுமே உறைந்து கிடக்கும் அம் மனிதர்களின் உலகங்களை, பல கதைகளில் உயிர்பெற வைத்திருக்கிறார். அவர்களின் மர்மங்களை, எழுந்தாடிய தீமைகளை, நெஞ்சைப் பரவசப்படுத்திய செயல்களை, நடைஉடை பாவனைகளை அழிக்கமுடியாத சித்திரங்களாகக் காட்டுகிறார். இனமோதலோ, போர் ஓலமோ கேட்காத காலகட்டத்து தமிழர்களின் வாழ்க்கையாக இவை இருக்கின்றன. இந்த இந்த இடத்தில் இவர்கள் இப்படி வாழ்ந்தார்கள் என்று காட்டப்படுவது, இன்று வரலாற்றிலிருந்து துடைக்கப்பட்ட நிலமாக இருப்பதை நினைக்கும்போது பெருஞ்சோகம் கவ்வுகிறது. விலகி நின்று புறஉலகின் நுட்பமான மொழியில் இதனை அகப்படுத்துகிறார். இவை மகத்தான கதைகளாக இல்லாமல் இருக்கலாம்; ஆனால் நினைவுகளை அழுத்தும் கதைகளாக இருக்கின்றன. ஏழ்மையை, குரூரத்தை, காதலை, களங்கமின்மையை, கள்ளத்தனத்தை, விடுதலையை நினைவிலிருந்து எழுதும்போது எழுத்தில் நிதானம் கூடிவந்துவிடுகிறது. இந்த நிதானம் அன்றைய பதற்றத்தையும் சார்பையும் ஒதுக்குகிறது. அன்றைய தீமையைக்கூட விலகி நின்று இன்று எழுதும்போது அதன் ஆட்டத்தை முழு சுதந்திரத்தோடு ஆடவிடுகிற பக்குவம் வந்துவிடுகிறது. ஒளிக்கவேண்டாம் என்று முடிவெடுத்தபிறகு அதனை ரசித்து ஆக்கவேண்டும் என்கிற கலை ஆர்வத்தால் விளைந்தவைதான் இவரின் கதைகள்.

ஈழத்து மண்ணின் நினைவுகளிலிருந்து எழுந்த 'அம்மாவின் பாவாடை', 'வடக்குவீதி', 'தில்லை அம்பலப் பிள்ளையார் கோவில்' போன்ற கதைகளும், அங்கே வாழ்ந்தபோதே எழுதிய 'அனுலா', 'அக்கா', 'கோடைமழை' முதலிய கதைகளும் உடனே நினைவிற்கு வருகின்றன.

2

அ.முத்துலிங்கம் தொழில் நிமித்தமாக பாகிஸ்தான், அமெரிக்கா, கனடா, ஆப்கானிஸ்தான், சோமாலியா, இந்தியா என சில நாடுகளில் சில ஆண்டுகள், சில மாதங்கள் இருக்க நேர்ந்தவர்.

இளம் பருவம் அவரது பூர்வீக பூமியான யாழ்ப்பாணத்தில். இப்படியான அனுகூலங்கள் படைப்பாளிக்கு, புதிய அனுபவங்களை வழங்குகின்றன; புதிய வாழ்க்கை முறைகளை அறியவைக்கின்றன. வாழ்க்கை பற்றிய புதிய புரிதல்களை உண்டாக்குகின்றன. இந்த வாழ்விட அனுபவங்களின் பின்னணியில் அவர் தனது கதைகளைப் படைத்திருக்கிறார். இக்கதைகள் மூன்று நான்கு விதங்களில் அமைகின்றன. ஒன்றாவது தமிழ் மனிதனாக, இரண்டாவது வேற்று பிரதேசத்து மனிதனாக, மூன்றாவது அகமனிதனாக, நான்காவது பணத்தின் மீது மோகம்கொண்டு மதிப்புகளைப் பொருட்படுத்தாத மனிதனாகக் கண்டு படைத்திருக்கிறார். பிரதேசத்து மனிதன் என்பது அந்தந்த நாட்டு மக்களின் வாழ்க்கையில் முத்துலிங்கம் என்ற யாழ்ப்பாணத்து மனிதனின் தலையீடும் எண்ணமும் அற்ற அந்த நிலத்து மனிதனின் வாழ்வை விலகி நின்றும் அதே சமயம் உள்ளத்தின் (பாத்திர உள்ளம்) துணைகொண்டும் பிரச்னையை அணுகிப் படைத்திருக்கும் பாங்கு; அரசியல், தொழில் காரணங்களால் புதிய வாழ்விடச் சூழலில் யாழ்ப்பாணத்து அல்லது ஈழத்து மனிதனின் வாழ்க்கைப்போக்கு மாற்றமுறுவதைக் காண்பது; யாழ்ப்பாணம் பிரதேசம் என்ற நிலச்சாரத்திற்கு அப்பால் மனிதன் என்னவாக இருக்கிறான் என அறிய முயல்கிற கதைகள் என வகைப்படுத்திவிடலாம்.

முத்துலிங்கத்தின் படைப்பாக்கத் திறனில் அவரது ஆழ்மனத்தில் படிந்திருக்கும் இலக்கிய வாசிப்பின் சாரம் பொருத்தமான இடத்தில் கதைப்பின்னலோடு பிறப்பெடுக்கிறது. வாய்ப்புகள் அமைகிறபோது மனிதன் தன்னை வெளிப்படுத்திக்கொள்கிற குரூரம் — மகத்துவம் என்ற இரண்டையும் காண விழைந்திருக்கிறார். புதிய காலம் மனிதர்களின் பண்புகளை மாண்புகளை உருமாற்றிக் கொள்ளும்போது, முன்தலைமுறையினரிடம் அவர்களை நிலைநிறுத்திய மாண்புகள் கழன்று போவது முத்துலிங்கத்தின் கதைகளில் அடிநாதமாக ஒலிக்கின்றது. சுவாரஸ்யமான தகவல்கள் போலத் தெரியும் அத்தனை பண்பாட்டு நிகழ்வுகளும் கதை வைக்கும் விமர்சனத்திற்கான அங்கங்களாக மாறியிருப்பதை இவரின் கதைகளில் காணலாம்.

வெவ்வேறு நாட்டின் பண்பாட்டு விழுமியங்களை, முரண்களை நிகழ்கால வரலாறுகளை, நம்பிக்கைகளை, கோபதாபங்களை அந்நாட்டின் கண்களிலிருந்து முடிந்த மட்டும் முழுமையாக ஒரு சிறுகதைக்குள் கொண்டுவந்து விடுகிறார். அந்தந்த தேசத்து நிலமும் கருப்பொருளும் உறவு முறைகளும் வழக்காறுகளும், பழமொழிகள்,

முதுமொழிகள், பாடல்கள், நடை உடை பாவனைகள் எல்லாம் இணைந்து உருவாகும்போது அந்த மண்ணுக்கே உரிய கதைகளாக உருவாகியிருக்கின்றன. அந்தப் பண்பாட்டு விழுமியங்களை விரும்பி உணர்ந்து, தோய்ந்து படித்து வராமல் படைப்பழகு கூடி வராது. பிற பண்பாட்டின் நுட்பங்கள் படைப்பாளியான முத்துலிங்கத்தை வசீகரிப்பதனாலேயே இதனைச் செய்ய முடிந்திருக்கிறது. இது தமிழ் எழுத்தாளன் செய்திருக்கும் ஒரு சாதனைதான். முத்துலிங்கம் கதைகளுக்குத் தரும் தலைப்புகள்கூட ஆழ்ந்த பொருளுடையனவாக அமைந்திருக்கின்றன.

உலகம் பல்வேறு பண்பாட்டுக் கலப்பால் வேறொரு புதிய பண்பாட்டை உருவாக்கிக் கொண்டிருப்பதை இவர் கவனித்திருப்பதால் இந்தப் புதிய போக்கை இவரின் கதைகள் சொல்கின்றன. தனித்துவமான பண்பாட்டு இழைகள் பிற சமூகத்தவரால் உள்வாங்கப்பட்டும் அல்லது வெளித்தள்ளப்பட்டும், சிதைந்த வடிவில் பாதி ஏற்கப்பட்டு – பாதி தள்ளப்பட்டு விருப்பம்போல உள்வாங்கப்பட்டு புதிய சமூக வடிவம் கொள்வதை இவரின் கதைகள் உணர்த்துகின்றன. சில சமயம் மோஸ்தர் மனநிலையில் புதியவற்றை ஏற்றுக்கொண்டு சொந்த அடையாளங்களை உதறவும் செய்கிறார்.

1977—ல் இலங்கை இனக்கலவரத்தில் இந்தியா வந்து அங்கிருந்து அகதியாக கனடா சென்ற புத்திக்கூர்மை மிக்க கணக்குத் தணிக்கையாளர் ஒரு வாட்ச்மேன் வேலையைப் பிடித்து உயிர்வாழ்வதற்கான பிடிப்பை ஏற்படுத்தவே சில வருடங்கள் ஆகின்றன. அமெரிக்காவிலும் தணிக்கைக் கணக்காளருக்கான படிப்பைப் படித்தும் உரிய வேலை உடனே கிட்டுவதில்லை. பெரிய நிறுவனத்தில் கணினி, டைப்படிப்பதில் செய்த பிழையை நீக்குவதற்குரிய சந்தர்ப்பத்தைப் பெறமுயன்று அத் தருணத்தைப் பெற்று நீக்குகிறான். அதுவரை கம்பெனி இழந்த தொகையையும், பெற்றிருக்கவேண்டிய லாபத்தையும் இயக்குநரிடம் சமர்ப்பிக்கிறான். இந்த ஆற்றலைக் கண்ட கம்பெனி முதலாளி பட்பட்டென பெரும் பதவியில் அமர்த்துகிறான். இந்த உழைப்பின் பயணம் நெடியது. ஓட்டைக்கார், சிறிய வீடு என்ற சாதாரண நிலையிலிருந்து உயர்ந்த இடத்திற்குச் செல்கிறான். இந்தத் திருப்புமுனை நிகழ்ந்ததற்கு ஞாபகார்த்தமாக அவன் கட்டிய வீட்டிற்கு ‘ஒரு சதம்’ (ORU SATHAM) எனப் பெயர் வைக்கிறான். இவனைப் பார்க்க வருகிற பால்யகால நண்பன் ஆங்கில வார்த்தையை, தவறாக ‘ஒரு சாதம்’ என வாசிக்கிறான். கதை இந்த இடத்தில் தொடங்குகிறது. நண்பன்

(பரமனாதன்) யாழ்ப்பாண சாப்பாட்டுப்பிரியன். ஆனால் சாப்பாடும் விருந்தினருக்கு சமைத்துப்போடும் காலம்போய் ஆர்டரின் பேரில் யாழ்ப்பாணச் சாப்பாட்டுக் காய்கறி வகைகளோடு பெற்று உபசரிக்கும் நாகரிகம் காலூன்றுகிறது கனடாவில்.

கனடாவில் பனிக்காலம்; தெருக்களில் தோன்றும் மாற்றம்; வீட்டின் அமைப்பு; அதற்குரிய உடைகள் தமிழன் தகவமைவதும் புதிய அனுபவமாக மாறுகிறது. 90களுக்குப்பின் கனடா வந்த சில அகதிகள் எடுத்த உடனே நல்ல வேலையில் அமர்ந்து உயர்தர காரில் பவனிவரும் வாய்ப்பைப் பெறுகின்றனர். இதுவும் காலத்தின் கோலம்தான். இந்தக் கதையில் ஒருவன் வெற்றியடைந்ததற்கான புத்திக்கூர்மை. இலக்கியப்படிப்பின் அனுபவம், விடாமுயற்சி என பல்வேறு அம்சங்கள் கூடி உச்சத்தை அடைந்த மனிதனையும் — இவ்விதமான எந்த குணவிசேஷங்களும் இல்லாமல்கூட வாய்ப்பு அமைந்து உயர்ந்துவிடுகிற வேடிக்கையையும் பார்க்க முடிகிறது. கனடாவில் உதவித்தொகையை அதிகரிக்க மனைவியை ஒதுக்கிவிட்டதாகச் செய்கிற ஊழல் புதிய வாழ்விடத்தில் தலைதூக்குகிறது. JAMES GLEICK எழுதிய 'CHAOS' நூலின் சாரம், ஔவையின் 'வரப்புயர நீர் உயரும்' பாடலின் நுட்பம், ஹெமிங்வே எழுதிய 'கடலும் கிழவனும்' நூலின் சாரம், மகாத்மா காந்திக்காக லண்டனுக்கு ஆடு கொண்டு செல்லப்பட்ட சம்பவம், ராவணன் இதயத்தில் பாய்ந்த அம்பு, காதலைத் தேடிய கம்பனின் பாடல், பென்சீனுடைய அணு அடுக்கு முறையின் அமைப்பு என வாசிப்பில் கிடைத்த சாரமெல்லாம் இந்தக் கதாபாத்திரத்தின் வாழ்வோடு இயைந்து சிறந்த சிறுகதையாக (ஒரு சாதம்) உருவாகி இருக்கிறது. உலகத்தின் இரு வேறு இயற்கை என சங்கப்புலவன் சொன்னதுபோல எந்தவிதக் குற்றச்சாட்டையும் முன் வைக்காமல் அறவழியிலும், அறமற்ற வழியிலும் ஒரு சமூகம் நகர்கிறது என்பதையும் சொல்ல எத்தனிக்கிறது. ஒரு எழுத்தாளனாக, கனடா, அமெரிக்கா போன்ற நாடுகளில் குடியேறிய ஈழத்தவர்களை, பச்சாதாபத்தோடு பார்க்காமல் அவர்கள் எப்படியெல்லாம் தங்களை தகவமைத்துக் கொள்கிறார்கள் என்பதை ஒளிவுமறைவு இல்லாமல் முன்வைக்கவே செய்கிறார்.

'பூமாதேவி' கதை இரண்டு தலைமுறையின் எண்ணத்தைப் பற்றிய கதை. யாழ்ப்பாணத்திலும், அமெரிக்காவிலும் அப்பா தான் வாழ்ந்த ஒவ்வொரு இடத்தையும் ஒவ்வொரு பொருளையும் உயிருள்ள ஜீவனாக நினைவில் தேக்குகிறார். அமெரிக்காவில் பிறந்த மகள் சிறுவயதில் ஒவ்வொரு இடத்தையும், ஒவ்வொரு பொருளையும் நேசித்தவள்தான். ஆனால் அவற்றை சுகமான

சுமைகளாக, நினைவுகளாகக் கொள்வதில்லை. அடுத்தடுத்த பருவத்தில் முந்தைய பருவ நேசிப்புகளைத் தூக்கி எறிந்துவிட்டு முன்நகர்கிறாள். மாறும் நவீன கருவிகளுடனும் மனநிலையுடனும் அப்பா பொருந்தாமல் இருக்கிறார். மகள் நிகழும் நவீன காலத்தின் வேகத்தையும் தாண்டி பறக்கிறாள். நண்பனின் பிறந்தநாள் விழாவில் கலந்துகொள்ள நியூஜெர்சியிலிருந்து ஒகஸ்டாவுக்கு அப்பாவுடன் செல்ல நியூயார்க்கிலிருந்து அவரை வரவைத்து காரில் பயணம் செய்வதுதான் கதை வடிவம். இந்த உத்திக்குள் காலத்தின் வேகத்தில் முன் தலைமுறையின் நினைவுகள் இளம் தலைமுறையினருக்கு பொருளற்றுப் போய்விட்டதை உணர்வதுதான் கதை. அப்பா பிறந்த யாழ்ப்பாணம் என்ற பூமாதேவியை மட்டும் மகள் நினைவிலிருந்து உதறவில்லை! அமெரிக்காவில் அவள் வாழ்ந்த பழைய இடங்களின் நினைவுகளைக்கூட உதறிவிட்டுச் செல்லும் மனப்பான்மை உருவாகி இருப்பதை உயர்வு தாழ்வு என்ற கண்ணோட்டத்தில் எடைபோடாமல் காலத்தின் இயல்பாக மென்சோகத்துடன் முத்துலிங்கம் தமது பார்வையை முன்வைக்கிறார்.

ஈழத்துப் போர்ச்சூழலிலிருந்து தப்பிவந்து கனடாவில் அகதியாக நுழைந்து கம்பெனியில் துப்புரவுத் தொழிலாளியாக இடம்பிடித்த உழைப்பவனின் கதைதான் ‘கருப்பு அணில்’. பனிக்காலத்தின் அழகியல் மாற்றம் வாசிப்பவர்களுக்கு ஒரு ரம்மியத்தைத் தரும். அந்த ரம்மியம் வாழ்க்கையில் இல்லை. லோகிதாசனுக்கு அந்தக் குளிர் உயிரைப் பறிப்பதாக இருக்கிறது. கணப்பு இல்லா வீடு தூக்கத்தை விரட்டுகிறது. மஞ்சள் நிறச் சீனர்கள், வெள்ளையர்கள் சொகுசாகவும் நல்லுணவு உண்டும் வாழ்கிற தேசத்தில் குடும்பச்சுமையோடு தாயின் துயர் போக்க வந்தவன், கருப்பன் என்ற வெறுப்பின் அடையாளத்தோடு வாழ நேர்கிறது. சக ஊழியர்களால் மதிக்கப்பெறாத கடைநிலை ஊழியனாக, தனியனாக நாட்டின் பருவகாலத்திற்கு உவப்பில்லாதவனாக சம்பந்தமற்றவனாக அந்நியனாக வாழநேர்கிற துக்கம் — ஒரு சீன இளம்பெண்ணிற்கு இருக்கிற மதிப்பு ஏன் கருப்பனுக்கு இல்லை என்கிற ஏமாற்றம் — இந்த அழகிய தேசத்தில் அழகிய வாழ்க்கையாக இல்லை என்பதை உணர்கிற தருணங்களை இக்கதை வெளிப்படுத்துகிறது.

புதிய நாகரிக நதியில் தமிழன் சுரணை அற்றவனாகப் போகும் நிலையை ‘ஐந்தாவது கதிரை’ கதை சொல்கிறது. அமெரிக்கா வந்த அகதிகள் தங்களுக்கான மணமகன் மணமகளை முகவர் மூலம் தமிழர்களாகத் தேர்ந்தெடுக்கின்றனர். யாழ்ப்பாண முறையில் கூட திருமணம் நடக்கிறது. கிடைக்காத பொருட்களுக்கு (பிளாஸ்டிக்

வாழைமரம்) பிளாஸ்டிக்கைப் பயன்படுத்துகின்றனர். மணமகள் வேலைக்குச் செல்லும்படியான சந்தர்ப்பம் நிகழ்ந்தவுடன் படுவேகமாக மேலைநாட்டு கலாச்சாரப்புயல் புகுந்து வீசுகிறது. தமிழர் மரபுகள் பொலபொலவென உதிர்கின்றன. அதே சமயம் பெண் ஒரு கொலாம்பியா, கொஸ்டாரிகா பெண்ணைப்போல மாற விரும்புகிறாள். முடி அலங்காரம், முகச்சாயம் என ஒப்பனைகளிலும் நடையுடை பாவனைகளிலும் — மனப்போக்கிலும் தன்னை மாற்றிக் கொள்ள விரும்புகிறாள். இந்த மாற்றம் உறவில் கசப்பைத் தோற்றுவிக்கிறது. கொலம்பியா பெண்ணைப்போல முலைகளில் ட்ராகன் பச்சை குத்திக்கொள்கிறாள். இந்த மாதிரி மாற்றத்தைத் தவிர்க்க முடியாமல் ஏற்று வாழும்படியான சூழலுக்குள் தமிழ்ப்பெண்கள் நகர்கின்றனர். ஒரு சோபா செட் போல அதன் மடியில் புதிய கலாச்சாரம் அமர்வதைத் தூக்கி எறிய முடியாமல் தாங்குவதாக, ஏற்றுக்கொள்வதாக மாறுகிறது தமிழர் வாழ்க்கை.

ஈழத்தில் குக்கிராமத்தில் பிறந்து அரசியல் நெருக்கடியால் அகதியாக ஐரோப்பிய தேசங்களில் ஏற்கெனவே குடியேறியவர்களைத் தொடர்புகொண்டு தஞ்சமடைவது தொடரும் நிகழ்வு. அப்படி தஞ்சம் அடைந்த தேசத்தில் மனிதர்களிடம் வெளிப்படும் தீமையின் ஆட்டங்களை முத்துலிங்கம் கதைகள் சொல்கின்றன. அகதிக்கான பணம் பெற்று, சிறுவேலையில் அமர்ந்து மிச்சம்பிடித்து ஓட்டும் வாழ்க்கையில் மற்றொரு தமிழன் சுரண்டி விரட்டுவதுதான் ‘கொழுத்தாடு பிடிப்பேன்’ கதை. கொழுந்தியாள் வீட்டில் தங்கி வேலைக்குச் செல்கிறவன் அவர்கள் நடத்தும் சீட்டில் மிச்சம் பிடிக்கிறான். யாழ்ப்பாணத்தில் மனைவி குழந்தைகளுக்கு அனுப்ப ஒரு நல்ல தொகை சேர்கிறது. கொழுந்தி, கணவன் இல்லாதபோது எதேச்சையாக கவர்ச்சிகாட்டி வீழ்த்துகிறாள். அவளுடைய குழந்தை கில்லாடியாக வளர்கிறது; அல்லது வளர்த்திருக்கிறார்கள். யாழ்ப்பாணத்தில் குழந்தைகள் விளையாடும் ‘கொழுத்தாடு பிடிப்பேன்’ விளையாட்டை விளையாட வீம்பு பிடித்து அழைக்கிறது. வயது பத்து, பெரியப்பன் வேறு வழியில்லாமல் கட்டிலைச் சுற்றி விரட்டி விளையாடுகிறான். விளையாட்டில் ஆடை நழுவி கட்டிலில் விழுகிறது. திடுக்கென கொழுந்தியின் கணவன் உள் நுழைந்து அவனை அடிக்கிறான். குழந்தையைப் பாலியலுக்கு ஈடுபடுத்த முயன்றதாகக் காவலில் மாட்டிவிடுகிறான். குழந்தை பெரியப்பாதான் இதற்குக் காரணம் என அழுது பாசாங்கு பண்ணுகிறது. அவன் சீட்டில் சேமித்த பணத்தை அமுக்கிக் கொள்கின்றனர். ‘கொழுத்தாடு பிடிப்பேன்’ என்ற விளையாட்டை, குழந்தை மட்டுமல்ல பெரியவர்களும் விளையாடி

ஏமாற்றும் ஒரு போக்கு அகதிதேசத்தில் உருவாகிறது. உயிர் தப்பி வாழ வந்த அகதிகள் மெல்ல பணமோகத்தில் வீழ்ந்து அறம் பிறழ்ந்த வாழ்வை விரும்பித் தழுவத் தயாராகவும் இருக்கின்றனர்.

ஈழத்தில் போர் உண்டாக்கிய அவலம் பெருங்கொடுமையானது. சிதறடிக்கப்பட்டது தமிழ் இனம். உயிர்பிழைக்க எங்கெங்கோ விழுந்தோடினர். சென்ற இடங்களில் கடுமையாக உழைத்தனர்; காலூன்றினர். நேர்மைமிக்க அவர்களின் வாழ்வின் ஊடே போக்கிரித்தனங்களும் வெளிப்படுவதை, தமிழ்ப் பெருமை பேசாது வெளிச்சத்திற்குக் கொண்டு வருகிறார் முத்துலிங்கம். படைப்பாளி எப்போதும் தேடுவது உண்மையை மட்டுமே. அந்த உண்மை நாடும் கலைஞனாக முத்துலிங்கம் இருக்கிறார். பச்சாதாபம் கலைக்கும் உண்மைக்கும் எதிரி என்பதை உணர்ந்த கலைஞன் அவர்.

இசுலாமிய பண்பாட்டு இழைகளின் நுட்பங்களை நெய்தபடி வேற்று மதத்து எழுத்தாளன் எழுதுவது – அதுவும் மதக்காழ்ப்புணர்வு இல்லாமல் வாழ்வை அணுகுவதும் விமர்சிப்பதும் ஒரு சவாலான காரியம். இந்தக் காரியத்தைத் தமது கதைகளில் பாகிஸ்தான், ஆப்கானிஸ்தான், சோமாலியா போன்ற நாடுகளின் பின்னணியில் வைத்து படைத்திருக்கிறார். ஆண்மகன் பிறந்து பனிரெண்டு வயது அடையும்போது அவன் ஆண்மகன் என்பதை நிரூபிக்க வேட்டையாடி விலங்கை வீழ்த்துவது ஒரு வழக்கம். முக்கியமாக பாகிஸ்தானின் வடபிரதேசத்து மலை மக்களின் பண்பாடு. இந்தப் பண்பாட்டை அடிப்படையாகக் கொண்டு நாம் அறியாத இசுலாமியப் பண்பாட்டையும், பழக்கவழக்கங்களையும், திருமண முறைகளையும், பெண்களின் நிலைகளையும், ஆண்களின் மூர்க்கத்தனங்களையும், பாகிஸ்தானிலேயே நிலவும் வட்டார குணத்தையும், துப்பாக்கிக் கலாச்சாரத்தையும், ஆண்வாரிசு பெருமையையும் ஆண்ஆதிக்கப் பெருமையையும், தலைமுறை – குடும்பப் பெருமையையும், காம வெளிப்பாட்டின் நுண்மைகளையும், அதன் விழைவுகளையும், வேட்டைக் கொண்டாட்டங்களையும், தேசப் போராட்ட வரலாற்றின் கீற்றுகளையும் வெகு நுட்பமாக கதையின் இயல்பின் அங்கமாக மாற்றியபடி எழுதப்பட்டிருக்கும் கதை ‘வம்சவிருத்தி’. ஒரு ஆண்வாரிசுக்காக பண்பாட்டு – வரலாற்று — தலைமுறைபேசும் மக்கள் அதே பிரதேசத்திற்கு மட்டுமே உரித்தான அழிந்துவரும் மலை ஆட்டை (இடருற்ற உயிரினம் ENDANJERED SPECIES) — வேட்டையாடத் தடைசெய்யப்பட்ட அபூர்வ ஆட்டை — வேட்டையாடி ‘வம்சவிருத்தி’ இல்லாமல் அழித்தொழிப்பதை விமர்சிக்கிறது. ‘ஒரு வேட்டைப் பண்பாட்டை

வாழ்க்கைப் பண்பாட்டை சிறப்பாகக் காட்டி அந்நிலத்திற்கே உரிய மலையாட்டின் அழிவை நிகழ்த்துவது என்ன பண்பாடு என உள்ளுறையாகக் கேட்கிறது. இரண்டு மூன்று வரிகளிலேயே அழியும் எண்ணிக்கையைக் காட்டி மொத்தக் கதையையும் மொத்தப் பண்பாட்டையும் சுயவிமர்சனம் செய்துகொள்ளும்படி வைத்துவிடுகிறார். அல்லது அந்தப் பண்பாட்டை புதிய பாதையில் மேன்மைப்படுத்திக்கொள்ள படைப்பின் வழி வற்புறுத்துகிறார்.

'பூங்கொத்து கொடுத்த பெண்' பாகிஸ்தானில் நடக்கிற கதை. ஸைரா என்ற பெண், கதைசொல்லியின் அலுவலகம் வெளியிடும் பணிக்கான விளம்பரங்கள் எதுவந்தாலும் விண்ணப்பிப்பவள். கதைசொல்லி பாகிஸ்தானில் இருந்த நாலரை ஆண்டுகளும் அவளுக்கு வேலை கிடைப்பதில்லை. அவள் நல்ல அழகி. இளம் வயதினள். வேலை கிடைக்காத போதும் கதைசொல்லிக்கு பூங்கொத்தைத் தந்து ஒப்படைக்கச் சொல்கிறாள். இந்த ஸைராவுக்கு ஏன் வேலை கிடைப்பதில்லை? இரண்டு முறை திருமணம் செய்த, பேரழகியான, முக்காடுபோடாத, முடியைப் பாப்வெட்டிக்கொண்ட கால்மேல் கால்போட்டுப் பேசுகிற, நாகரிகம் பேணுகிற, எந்த வேலைக்கும் துணிகிற (ஓட்டுநர் வேலைக்கும்) அவளை, இவற்றிற்கெல்லாம் தகுதியற்றவளாகக் கருதி நேர்முகத்தேர்விற்கு வரும் அதிகாரிகளும் நிராகரிக்கின்றனர். இதனை அறிந்தவளாக இருந்தும் தொடர்ந்து வேலைக்குப் போராடுகிறாள். இந்தக் கதையில் ஸ்ரீதேவியின் சினிமாப்பட போஸ்டர்கள் சந்து பொந்துகளிலும் வண்டிகளிலும், பேருந்துகளிலும் ஒட்டப்பட்டிருக்கின்றன. அதனை ரசிக்கின்றனர். திருமணங்களில் தடைசெய்யப்பட்ட ராஜஸ்தானிய முஜ்ரா நடனத்தை ரகசியமாக இரவில் நடத்தி ரசிக்கின்றனர். இப்படியான நிகழ்வுகள் கதையின் பின்னணியில் வருகின்றன. இதை ஏற்றுக்கொள்கிறவர்களால் ஒரு இசுலாமிய இளம் விதவையின் உடைகள் நவீனமாக இருப்பதை ஏற்க முடிவதில்லை. இந்தத் தகவல்கள் அவர்களின் இரட்டை வேடத்தை விமர்சிக்கின்றன. ஸைரா என்பதற்கு 'சிரிப்பு அகலாதவள்' என்று பொருள். ஸைரா என்று பெயர் வைக்க உரிமை உண்டு. ஆனால் அவளுக்குரிய இடம் சமுதாயத்தில் இல்லை. அந்த சிரிப்பை அர்த்தப்படுத்த எந்த ஆணும் விரும்புவதில்லை. நவீனமனம் கொண்ட — உழைத்து சொந்தக்காலில் நிற்க விரும்புகிற இளம் பெண்ணின் முயற்சிக்கு இசுலாமிய அடிப்படைவாதிகள் ஆதரவு தர விரும்புவதில்லை. எந்தப் பணியும் கிட்டாதபோதும் பரிவுடன் தன்னை நடத்திய கதைசொல்லிக்குப் பூங்கொத்து வாங்கிவந்து ஒப்படைத்து விடும்படி தருகிறாள். அந்தப்

பூங்கொத்து மென்சிவப்பு நிறம் கொண்ட கார்னேசன் மலர்களால் ஆனது. அந்த பூங்கொத்திற்கு 'உன்னை என்றும் மறக்க மாட்டேன்' என்ற பொருள் உண்டு. தன்னை மதித்த ஒரு மனிதனுக்கு அவள் தந்த மரியாதை அது.

தாலிபான்களின் கை ஓங்கியிருக்கும் ஆப்கானிஸ்தான் சூழலில் விதவைப் பெண்ணிற்கும் (ரஸீமா) அவளுடைய சிறுபிராயத்துத் தோழனுக்கும் (காசிம் அலேமி) பனிக்கால பின்மாலையில் சுள்ளி பொறுக்கச் சென்ற இடத்தில் காமநுகர்வு சம்பவிக்கிறது. காசிம் அலேமி ரஷ்யப் படைகளை விரட்டியடித்த முஜாஹிதின் படையில் இருந்த தேசப் பற்றாளன். ரஸீமாவின் கணவன் ரஷ்யப் படைகள் வைத்திருந்த கண்ணிவெடியில் சிக்கி மரணமடைந்தவன். அவனோடு வாழ்ந்த வாழ்க்கை இரண்டு வருடம் மட்டுமே. ஆப்கானிஸ்தான் வழக்கப்படி (பத்து வருடம் இளவயதினனான) கணவனின் தம்பியை பதினெட்டு வயது நிரம்பவும் மணக்க இருக்கிறாள். அவனைத் தூக்கி வளர்த்தவளே இவள்தான். இந்த சூழலில்தான் ரஸீமாவிற்கும் காசிமிக்கும் நடந்த உறவு, கொழுந்தனுக்குத் தெரியவருகிறது. இந்த விசயம் முழுக்க மறைக்கப்பட்டு — ஆனால் இதனைக் காரணமாக வைத்து நீர்பாய்ச்சும் வயல் பிரச்னையில் வருங்காலக் கணவன் மோதுகிறான். காசிம் அவனைச் சுட்டுக் கொல்கிறான். இதற்குத் தண்டனை ரஸிமாவின் மாமனார் மூன்று குண்டுகளைப் பயன்படுத்தி பொது இடத்தில் வைத்து சுடலாம். தாலிபான்களின் நீதி இது. சுட்டுக் கொல்லும் நிகழ்ச்சியை மையமிட்டுத்தான் 'யதேச்சை' முழுக்கதையும் நிகழ்கிறது. தாலிபான்கள் பற்றி, ரஷ்யப் படைகள் பற்றி, போராட்டம் பற்றி, மண உறவுகள் பற்றி, பெண்களுக்கான வரையறுக்கப்பட்ட உரிமைகள் பற்றி, கட்டுப்பாடான ஆடைகள் பற்றி என இசுலாமிய மத அடிப்படையிலான தாலிபான்களின் ஆட்சி நடக்கும் நெருக்கடியான சூழலில்தான் அந்தப் பாலியல் உறவும் நிகழ்கிறது. விசயம் வெளியே விடாததால் கல்லெறிந்து கொல்லும் வைபவம் தவிர்க்கப்படுகிறது. பதினைந்து வயதில் விதவையான ரஸிமா நீண்டகாலத்திற்குப்பின் இருபத்தி ஐந்தாவது வயதில் — ஒரு சந்தர்ப்பத்தில் பழைய சிறுவயது காதலன் காசிமுடன் உறவு கொள்கிறாள். ரஸிமாவின் மாமனார் சுட்ட ஒரு குண்டு குறிதவறுகிறது. ஒரு குண்டு தோளைப் பிய்த்துப் போகிறது. அவன் கதறுவதைப் பார்த்த கூட்டம், 'அல்லாவிடம் விடு... சுடாதே' என்கிறது. மூன்றாவது குண்டை பூமியில் பாய்ச்சுகிறார். காசிம் தப்பிக்கிறான். மிச்ச தண்டனையை முடித்து காசிம் திரும்பி வர பதினைந்து ஆண்டுகள் ஆகலாம். அப்படி அவன் திரும்பி வந்து ரஸிமாவை விரும்பினால், திருமணம் நடப்பதாக இருந்தால்

– மீண்டும் ரஸிமா ஒரு ஆணுடன் தனது இச்சையைப் பகிர்ந்து கொள்ள பதினைந்து ஆண்டுகள் காத்திருக்க வேண்டும். பதினைந்து வயதிலிருந்து நாற்பது வயதுவரை ஆணுடன் பகிர்ந்து கொண்ட காமம் ஒரே ஒருமுறைதான். இந்தப் பேசப்படாத மௌனத்தைப் பேசுகிறது 'யதேச்சை' கதை.

தாலிபன் ஆட்சியில் இசுலாமிய வாழ்வின் நுண் தகவல்கள் எல்லாம் ஒன்றுகூடித் திரண்ட இக்கதை, பாலியல் ஒடுக்குமுறையில் பட்டழுந்தி ஒடுங்கும் பெண்களின் உலகத்தை பரிவுடன் பொதுவெளிக்குக் கொண்டு வருகிறது. விமர்சனமாக இல்லாமல் அவர்களின் அசலான வாழ்க்கையிலிருந்து உருவாகிவரும் படைப்பின் எதிர்வினை இது எனலாம். ஆனால் ஆப்பிரிக்கக் கருப்பினத்து இசுலாமியர்களிடம் இவ்வளவு கறாரான பாலியல் ஒடுக்குமுறை இல்லை. 'ஒட்டகம்' கதை சோமாலியப் பெண்கள் குடிநீருக்காக அலைகிறதைச் சொல்கிறது. எட்டும் எட்டும் பதினாறு கிலோமீட்டர் நடந்து சென்று பக்கத்து ஊரில் தண்ணீர் எடுத்துத் திரும்புகிற மைமூன் தனது இளம்வயதுக் காதலனை நிராகரித்து — ஐம்பது வயது நிரம்பியவனுக்கு மூன்றாவது மனைவியாகப் போவதற்கு உளப்பூர்வமாகச் சம்மதிக்கிறாள். இளம்வயதுக் காதலனுக்கு பரிசப் பணம் தர ஐம்பது ஒட்டகங்கள் இருக்கின்றன. அவன் பக்கத்து ஊர் என்பதால் தாய் தந்தையை அடிக்கடி சென்று பார்க்கமுடியும். இதையெல்லாம் விட்டு ஒரு நாள் பயணத்தொலைவில் அதுவும் கிழவனாகும் வயதினனைத் தேர்கிறாள். இரண்டு காரணங்களால் இந்த முடிவுக்கு வருகிறாள். கிழவனை மணந்தால் தண்ணீர் எடுக்க வெயிலில் வெகுதூரம் நடக்கவேண்டியதில்லை. தன் தாயைப் போல பதினொரு பிள்ளைகள் பெற வேண்டியதில்லை. இரண்டு குழந்தைகளுடன் முடிந்துவிட வாய்ப்புண்டு. மைமூனின் ஊருக்கு கிணறு தோண்டித் தர ஐ.நா.குழு வந்தபோது, ஊர்த்தலைவனான இவளுடைய தகப்பன், 'மசூதி கட்டித் தாருங்கள். கிணறு விசயத்தை அல்லா பார்த்துக்கொள்வார்' என்கிறார். வந்த அந்த வாய்ப்பு பக்கத்து ஊருக்குப் போய்விடுகிறது. வாய்ப்பை மைமூனின் தகப்பன் கெடுக்கிறான். அவள் தண்ணீர் எடுக்கச் செல்லும் வழியில் ஒரு மரத்தடி. அதில் ஒரு தாயும் குழந்தையும் ஐந்து ஆண்டுக்கு முன் கடுமையான வறட்சியில் தண்ணீர் கிட்டாமல் இறந்து போகின்றனர். அவர்களின் எலும்புக்கூடுகள் நீண்ட நாட்கள் கிடப்பதை, தண்ணீர் எடுக்கச் செல்லும் மைமூன் பார்ப்பதாக ஒரு தகவல் கதையில் வருகிறது.

உயிர் வாழ்தலின் அடிப்படையான தேவை தண்ணீர். அதை நாடித்தான் உயிரினங்கள் இடம்பெயர்கின்றன. பாலைவனத்தில் ஒட்டகத்தின் நினைவு தண்ணீரை நோக்கியே இருக்கும். தண்ணீரைத் தேடி ஓடி நிரப்பிக்கொள்ளும் மைமூன், இந்த அடிப்படைப் பிரச்னையை உணர்ந்து வாழ்நாள் முழுதும் சீரழியவேண்டாம் என முடிவெடுத்து, பிற இன்பங்களை நிராகரிக்கிறாள். சோமாலிய மக்களை ஒரு இனக்குழுவை ஆதாரமாகக் கொண்டு பண்பாட்டுப் பின்னணியோடு உருவாக்கி இருக்கிறார். அரபு நாட்டு மத அழுத்தம் இந்தப் பெண்களுக்கு இல்லை. இனக்குழு வாழ்வில் இன்னும் தங்கியிருக்கும் சுதந்திரத்தை 'ஒட்டகம்' கதை சொல்கிறது. தமிழ்க் கலாச்சாரத்திற்கு இயைந்த வாழ்க்கையாக ஆப்பிரிக்க வாழ்க்கை அமைந்திருப்பதை இவரின் கதை வழி அறியமுடிகிறது.

'எதிரி' ஒரு ஆப்பிரிக்கக் கதைதான் என்றாலும் தமிழ்நாட்டின் வாழ்க்கை போல இருக்கிறது. ஒரு வித்தியாசம்; காதலித்துக் குழந்தை பெற்றபின் திருமணச் சடங்கை மகன் மலர்ச்செண்டு பிடித்து முன் செல்ல நடத்த விரும்பும் பண்பாடு இருக்கிறது. கோழிகளின் முட்டைகளைக் குடித்து ஏப்பம்விடும் ஒரு பாம்பை அடிக்க, கணவன் பல்வேறு உத்திகளைக் கையாள்கிறான்; தோல்விதான். பாம்பு பற்றி அறிந்த பக்கத்து வீட்டு யோசேப் முட்டைகளுடன் பிளாஸ்டிக் பந்துகளை (பிங்பாங்) வைக்கச் சொல்கிறான். இந்த யோசனை வெற்றி பெறுகிறது. பாம்பு விழுங்கிய பந்தை நொறுக்கவோ, செறிக்கவோ முடியாமல் தலையால் அடித்து அடித்து உயிர் துறக்கிறது. பெரும் பிரயத்தனங்கள் செய்கிற ஒருவனால் செய்யமுடியாத காரியத்தை வழிப்போக்கன் செய்து விடுவது உண்டு. இந்த வேடிக்கைதான் இந்தக் கதை; எளிய கதைதான். ஆனால் கருப்பின மக்களின் பழமொழிகள், பாடல்கள், அலங்காரங்கள் எல்லாம் எளிமையாகவும் அர்த்தமுள்ளதாகவும் புதுமையாகவும் இருக்கின்றன. முத்துலிங்கம் இம்மாதிரியான வெவ்வேறு நாட்டுக் கதைகளை ஒரு டூரிஸ்ட் மனநிலையில் எழுதவில்லை. வாழ்ந்துபட்ட வாழ்வின் சித்திரங்களை ஈர்ப்பான தகவல்களுடன் உண்டாக்குகிறார். அதில் படைப்பாளியாக தனது பார்வையை, குரல் உயர்த்தாத தொனியில் உள்ளூறை விமர்சனமாக வைக்கிறார். வெவ்வேறு நிலங்களின் வாழ்வை அதன் இயல்போடு எழுதிய முதல் தமிழ் எழுத்தாளர் அ.முத்துலிங்கம். சங்கத் திணை இலக்கியத்தின் இன்னுமொரு பரிமாணம் இது.

அமெரிக்காவும், கனடாவும் பல தேசத்தவர்களின் சங்கமமாக இருக்கிறது. பல நாட்டவர்கள் பிழைப்பு தேடி வருகின்றனர். போர் காரணமாக, அரசியல் நெருக்கடி காரணமாக, வறுமை

காரணமாக, கல்வி காரணமாக, பணத்தாசை காரணமாக சொகுசு காரணமாக, உறவு காரணமாக (காரணம் காட்டி) வருகின்றனர். அவர்களுடனே அவர்களது நம்பிக்கைகள், பண்பாட்டம்சங்கள் மற்றொரு சமூகத்துடன் இணைகின்றன; நினைவு கூரப்படுகின்றன; பிடிவாதமாகப் போற்றப்படுகின்றன; கைவிடப்படுகின்றன. வேறு வழியில்லாமல் ஏற்றுக்கொள்ளப்பட்டு நகர்கின்றன. இந்த அம்சங்கள் இங்கு கிட்டும் பணியிடச் சூழலில் முட்டி மோதி உருமாறுகிற தன்மையை, பல கதைகளில் அதிகம் காட்டியுள்ளார். இதில் தமிழ்ச்சமூகமும் ஒன்று. இத்தேசத்தின் புதிய பண்பாட்டுடன், நடைமுறை பழக்கவழக்கங்களுடன், தொழில்நுட்ப வளர்ச்சியுடன், பல்சமூகக் கட்டமைப்புடன் பண்பாடு சார்ந்து உரசிக்கொள்வதும் ஒன்றுகலப்பதுமான இரண்டாம் தலைமுறையை இயல்பாகப் பார்க்கிறோம். கலக்க முடியாதபோது வெளியேறும் பழைய தலைமுறையினரையும் காணமுடிகிறது. முத்துலிங்கத்தின் கதையுலகம் மாறி நிற்கும் சமூகத்தை நமக்குக் காட்டுகிறது. தமிழ்க் கதை உலகிற்கு இது புதிதான தன்மையைக் காட்டுகிறது. இக்கதைகளின் ஊடே எழுந்துவரும் புலம்பெயர்ந்தோர் வரலாற்றின் பின் உள்ள வலிகள், வேறு வழியற்றுச் செய்ய நேர்கின்ற வேலைகள், அவர்களின் பண்பாடு சார்ந்த அபூர்வமான நம்பிக்கைகள், வரலாற்றுத் தகவல்கள் கதைகளுக்குக் கூடுதல் வலுவை ஏற்படுத்துகின்றன. வறுமையை வறுமை என்று ரொம்பவும் அழுத்தாமல் இனக்கலப்பை இனக்கலப்பு என்று அழுத்தாமல் இருபுற அலைகளின் ஆட்டத்தை வாழ்வில் வைத்து சாகசமாக எழுதிச் செல்கிறார். எல்லா வகையிலும் மாற்றங்களை ஏற்று நகரும் புதிய வாழ்க்கைச் சூழலை மனத்தடை அற்று எழுதுகிறார்.

பருவ மகள் இருக்க ஒரு ஆண் துணையைச் சுதந்திரமாகத் தேடிக் கொள்ளும் தமிழ்ப்பெண்ணை (மூளையால் யோசி), துருக்கி, கிரீஸ் நாடுகள் மாஃபியா கும்பலில் சேர்ந்து கள்ளக்கடத்தலில் ஈடுபடும் தமிழ் இளைஞனை (ஓணானுக்குப் பிறந்தவன்), சிங்கள ராணுவப் பணியை உதறிவிட்டு டொரொண்டோ சாலையில் உதிரிவேலை கேட்டு நிற்கும் சிங்களவனை (சூனியக்காரியின் தங்கச்சி) என்று வேறு பக்கங்களையும் காட்டுகிறார். இலக்கியப் புத்தகங்களிலிருந்து, அறிவியல் உண்மையிலிருந்து உலகச் சமூக வரலாற்றிலிருந்து, நம்பிக்கையிலிருந்து எடுத்துக்கொள்ளும் தகவல்களைப் புனைவிற்குச் சாத்தியமான விதத்தில் கையாள்கிறார். அவை வெற்றுத் தகவல்களாக மிதக்காமல் அக்கதை மாந்தர்களின் வாழ்வோடு கலந்திருக்கும் விதமாகப் புனைந்துவிடுகிறார். இது

கதைகளுக்கு ஒரு புதிய பரிமாணத்தைத் தருகின்றன. போர்ஹேஸ் தமது கதைகளில் கையாளும் இவ்விதமான தகவல்களைவிட முத்துலிங்கம் தரும் தகவல்கள் அழுத்தமாகவும், உணர்வோட்டத்துடனும் பொருத்தமாகவும் கூடி வந்திருக்கின்றன. சில சமயம் கதைகள் தரும் புள்ளிவிவரங்கள் கடந்து வந்த பாதையைப் பரிசீலிக்கின்றன.

படுத்திருக்கும் ஒருநாள், வானிலே பறக்கும் பறவைகள், மரம், பனி, சுவர் கூட கதையிலே அர்த்தப்பூர்வமான குறியீடுகளாக மாறிவிடுகின்றன. முத்துலிங்கத்தின் நினைவுச் சுரங்கத்திலிருந்து கதையோட்டத்தில் மேலெழுந்து வரும் முதுமொழி போன்ற கற்ற வாசகங்கள் கதையைத் திறக்க ஏதுவாக இருக்கின்றன. ஆமை பூட்டு, சீஸ்பீக் நாள், அஸ்பென் செடி, திரோஸ் அரசன், பாஸோவர் நாள், ஜாதகப் பித்து, காதலர் காப்பாற்ற வேண்டிய ரகசியம், ரகசியமான சாதிக் கலப்பு, அழியும் நிலையில் இருக்கும் அராபிக் மொழி, சர்வதேச தேதிக் கோடு, க்ரீன்விச் நகரில் போட்டிருக்கும் மெரிடியன் கோடு, வியட்நாமியரின் சந்திரக் கிழவனின் திருமண சாட்சி, காதலுக்காக இழந்த ஆயிரத்து அறுநூறு மைல்கள், இருநூற்றுத்தொண்ணூறு மணிநேரங்கள், இரவில் பிறப்பவர்களுக்குச் சேரும் ராட்சச குணம் என்று எத்தனை எத்தனையோ தகவல்கள் கதைகளை ஈர்ப்புள்ளதாக ஆக்குகின்றன. கிரீஸ் நாட்டிலிருந்து வந்து முப்பத்து ஐந்து ஆண்டுகள் துப்புரவுப் பணி செய்யும் ஹெலன், விதவிதமான உணவு தயாரிப்பதில் ஆர்வம் கொண்ட சலோனிக்கா நகரத்திலிருந்து வந்த சாரா, முடி திருத்தும் வேலை செய்யும் ஈரான் தேசத்து ரோனி, எந்தப் பொருளையும் கணக்கு போட்டுப் பார்க்கும் உக்ரேன் தேசத்து நடாஷா, குதிரைப் பண்ணையில் வேலை செய்யும் பிலிப்பைன்ஸ் தேசத்து மார்ட்டென் என்ற மார்ட்டின், சொந்த நாட்டில் அயல்தேசத்து புலம்பெயர்ந்தவர்களிடம் அடிமை வேலை செய்யும் உக்கோ, ஈழதேசத்துக்காகச் சமர் புரிந்து வெறுங்கையுடன் கனடா வரும் சைமன், கனடா கனவுடன் வந்து கிரீஸ் எல்லையில் சிக்கி வெனிஸ் நகரில் 'பசி, பசி' என்று ஓடும் மகேஸ் — இப்படி உலகமெங்கிலிருந்து தப்பித்து வந்தவர்களின் புலம்பெயர் கதைகளுக்குப் பின்னால் இனவாதமும், போரும், வறுமையும், அதிகார மோதல்களும் துரத்தித் துரத்தி அடித்த கனமான வரலாற்றின் ஆறாத வடுக்களைச் சுமந்து திரிபவர்களைத் திறந்து வைக்கிறார்.

முத்துலிங்கத்தின் கதைகளைப் படிக்கும்போது அங்கு புலம்பெயர்ந்து குடியேறிய ஒவ்வொரு தேசத்தவரும் ஒரு வேதனையான கதையைச் சொல்லாமல் சுமந்துகொண்டு இருப்பவர்களாகவே நமக்குத் தோன்றுகிறார்கள். முத்துலிங்கம்

தம் கதைகளின் வழி பிரமாண்டமாகக் காட்டுவது மானுட துக்கம். ஈழத்தின் விடுதலைப்போரில் பங்கேற்ற பெண்களின் ஆண்களின் வீரம் செறிந்ததும், லட்சியக் கனவு கலைந்ததுமான போர்க்காலக் கதைகளை, பிற்காலத்தில் தொடர்ந்து எழுதியிருக்கிறார். இலக்கியத்தை மதிப்பார்ந்த இடத்தில் வைத்துப் பார்க்கும் அவரது கலை உள்ளம் சமூகத்திற்குப் பெரிய பங்களிப்பைச் செய்திருக்கிறது. தன் கதையுலகின் வழி உலக மனிதர்களின் வாழ்வியல் சித்திரங்களைப் பெரிய அளவில் நமக்குத் தந்திருக்கும் முதன்மையான தமிழ்ப் படைப்பாளி அ.முத்துலிங்கம் விதவிதமான மானுடச் சீரழிவுகளுக்கு இடையே வாழ்ந்துவிடத் துடித்த துயரத் தத்தளிப்புகளின் இலக்கிய சாட்சியங்களைத் தந்திருக்கிறார். அடைக்கலம் தேடி வந்த இடங்களில் ஏமாற்றப்பட்டதும் இளைப்பாறுதல் கிட்டியதும் நேர்கிறது. அதை மிகையில்லாமல் சார்பில்லாமல் சொல்லத் தெரிந்த கலைஞனாகவும் இருக்கிறார். உலகத்தின் உறைந்த கண்ணீர் இலக்கியமாகியிருக்கிறது.

முத்துலிங்கம் பணிசார்ந்து இருக்க நேர்ந்த ஆப்கானிஸ்தான், பாகிஸ்தான், ஸ்வீடன், ஃப்ரான்ஸ் நைரோபி, ஆப்பிரிக்கா, சோமாலியா, ரம்பூர் பள்ளத்தாக்கு என்று பல்வேறு தேச நிலத்தில் வைத்து எழுதப்பட்ட கதைகளிலும், இலங்கை மண்ணிலிருந்து புலம்பெயர்ந்து கனடா வந்த தமிழர்களின் கதைகளிலும் பின்னணியும் விஷயமும் வலுவாகக் கூடி வந்திருக்கின்றன. அமெரிக்கா, கனடாவில் குடியேறிய பிறநாட்டு மாந்தர்களின் கதைகளில் விஷயம் வலுவாக இருந்தாலும் கதைகள் அதிகமும் சந்திப்புகளில் நிகழும் உரையாடல் வழி விரிகின்றன. விஷயங்கள் கொட்டப்படுகின்றன; மலரவில்லை; புனைவின் சாத்தியங்களை மற்ற கதைகள் போல விரித்துக் கொள்ளவில்லை; நிலம் வலுவாக உருவாகவில்லை. தமிழ்ச்சிறுகதை உலகிற்குப் புதியதாக இருப்பதால் மட்டுமே முக்கியத்துவத்தைப் பெறுகின்றன. தமிழ் எழுத்தாளனின் பார்வையில் எழுதப்பட்ட சர்வதேசக் கதைகள் இவை.

முத்துலிங்கம் இக்கதைகளைத் தன் பாதுகாப்பில் அழகாக உருவாக்கிவிடுகிறார். (சுவருடன் பேசும் மனிதர், மயானப் பராமரிப்பாளர், ஐந்து கால் மனிதன், புளிக்கவைத்த அப்பம், ஓணானுக்குப் பிறந்தவன், வேட்டை நாள், ரயில்பெண், அமெரிக்கக்காரி...) சென்று முடிய வேண்டிய இடத்தைச் சரியாகச் செலுத்தி விடுகிறார். அவரது வாசிப்பும், வித்தியாசமான தகவல்களைக் கதையில் இழைத்துவிடுகிற கைவண்ணமும், இக்கதைகளை ஈர்க்கும்படியாக ஆக்கிவிடுகின்றன. இது இலக்கியவாசனை அறிந்த அவரின் பலமாகக் கருதுகிறேன். ஆனால் கதை நிகழ்வுகள் எதேச்சையாக இல்லை. எழுத்தாளனின்

கட்டுப்பாட்டை மீறிச் சென்று நிகழும் கண்டடைதல்கள் இல்லை. சுய அனுபவம் சாராத பிறத்தியாரின் கதைகள் தன் வழியாகச் சொல்லப்பட்ட முறையில் இருப்பதால், வேறு அம்சங்கள் கூடி வரவில்லை என்று நினைக்கிறேன். அகப்பாய்ச்சலுக்கு பதிலாக புறப்பாய்ச்சலில் விளைந்த கதைகள் அதிகம். மர்மங்களைத் திறப்பதில்லை; வரலாற்றைத் திறக்கின்றன. நடைமுறை வாழ்க்கையின் மறுபக்கத்தைக் காட்டுகின்றன. இத்தோடு தமிழ்ப்பண்பாட்டில் ஊறியவர்கள் மேலைநாட்டு நடைமுறைகளில் ஒட்ட முடியாது உரசும் கதைகளில் வெளிப்படும் வேடிக்கைகள் படிக்க வைக்கின்றன என்றாலும், அவை மிகச்சிறந்த கதைகள் என்று சொல்வதற்கில்லை. அதில் நெருக்கடியான முரண்களை எதிர்கொண்ட கதைகள்தான் எனக்குச் சிறப்பாகத் தோன்றுகின்றன.

இதையெல்லாம் மீறி 'மயானப் பராமரிப்பாளன்', 'புளிக்க வைத்த அப்பம்', 'சூனியக்காரியின் தங்கச்சி' கதைகள் நன்றாக இருக்கின்றன. 'வேட்டை நாய்' நல்ல கதைதான். அக்கதையில் கூட நடாஷா காதல் கணவனுடன் சண்டையிட்டு அவன் மேல் ஏறி அமர்ந்து தாக்கப் பார்த்து தாக்க முடியாமல் திகைக்கிற இடத்தில் 'கழிவு விலையில் வாங்கிய வேட்டை நாய் போல பாதியிலேயே பரிதாபமாக விழித்தாள்' என்று மீண்டும் நாய் வர்க்கத்தைத் தொட்டுக் காட்டாமலே சொல்லப்பட்டிருக்கலாம். ஏனெனில் அதில் கூடி வந்திருக்கும் உளவியலே அக்கதையை உயர்த்தி விடுகிறது. ஒட்டுமொத்தமாகப் பார்க்கிறபோது சிறந்த கதைகள், நல்ல கதைகள் நிரம்ப உண்டு. மகத்தான கதைகள் எழுதப்பட வில்லையோ என்று தோன்றுகிறது.

முத்துலிங்கத்திற்கு வாய்த்திருக்கும் மெல்லிய குறும்பு நடை, வாசிப்பதில் வசீகரத்தைக் கூட்டுவது; குதியாட்டம் போடாமல் எள்ளுவது. எள்ளல் என்றாலும் மறைந்து வெளிப்படும் தன்மையிலானது. ஒரு விஷயத்தை சுவாரஸ்யமாக விவரித்துக்கொண்டே போய் இறுதியில் தலைகீழாகிப்போன இக்கட்டைக் காட்டும்போது மனத்தைக் கவ்விப் பிடிக்கிறது. எனக்குச் சில சமயம் இப்படித் தோன்றும்: இந்த நெருக்கடியை இப்படிச் சொல்ல இந்தத் துள்ளலான குறும்பு நடை தேவையா என்று. அதில் காலம் பங்காற்றுவதைக் கவனிக்க முடிந்தது. உரிய சம்பவத்திலிருந்து வெகுதூரம் கடந்து வந்து பார்க்கும் மனநிலையில் சொல்லப்படும்போது எல்லாவற்றையும் ஏற்கும் பக்குவத்தை காலம் தந்திருப்பதை உணர முடிகிறது. 'எங்கள் வீட்டு நீதிவான்', 'மூளையால் யோசி', 'தாழ்ப்பாள்களின் அவசியம்' போன்ற கதைகளை இவ்விடத்தில் சொல்லலாம்.

அ.முத்துலிங்கத்தின் ஒட்டுமொத்தக் கதைகளையும் படிக்கின்றபோது கி.ராஜநாராயணன் கதைகளோடு அருகில் வைத்துப் பார்க்கத் தோன்றியது. அவரது கதைகள் உள்ளூர் கரிசல் மனிதர்களின் கதைகள். தோட்டங்களில் ராகியோ, மல்லியோ, பருத்தியோ தனித்து நிற்பது போன்ற தோற்றத்தைத் தருவன. அவற்றின் தினுசுகள் வெவ்வேறு தனித்தன்மைகளைக் காட்டுவதாக இருக்கின்றன. முத்துலிங்கத்தின் கதைகள் ஒரே புலத்திலேயே வெள்ளைச் சோளமும், கம்பும், கேழ்வரகும், சாமையும், சம்பாநெல்லும், தினையும், குதிரைவாலியும், இருங்குச் சோளமும், அவரையும் துவரையும், பாசிப்பயறும், உளுந்தும், கல்லுப்பயறும், தட்டாம்பயறும் கலந்து விளைகிற தோற்றத்தைத் தருகின்றன. ஒரு தாழ்வாரத்தின் கீழே உலகமக்களின் வெவ்வேறு முகங்களை, வெவ்வேறு பணிகளை, வெவ்வேறு பிரச்னைகளை சர்வதேச சங்குமுகமாக அவர் காட்டுகிறார். கி.ரா.வின் கரிசல் இலக்கியம் ஒரு தனித்துவம் என்றால் அதன் நேர் எதிர்நிலையில் பன்மைத்துவமான மானுட சங்கமம் அ.முத்துலிங்கத்தின் கதைகள். வெவ்வேறு நாட்டுப் பூக்களில் தேனை உறிஞ்சிக் கொண்டுவந்து சேர்த்த தேனடை. இருக்கவிடாமல் துரத்தி அடித்த தேசக் காரணங்களிலிருந்து தப்பித்து வந்து விழுந்து தத்தளிப்பவர்களை எங்கிருந்தோ நீந்தி வந்து சுற்றி முட்டித் தூக்கி ஆசுவாசத்தோடு அன்பு பாராட்டும் டால்ஃபின். தமிழ்ச் சிறுகதைப் பரப்பை இவ்விதம் விஸ்தாரமாக்கிய கலைஞன் அ.முத்துலிங்கம்.

(சு.வேணுகோபால் – சிறுகதைகள், குறுநாவல்கள், நாவல்கள், விமர்சனக் கட்டுரைகள் எழுதி வருகிறார்.)

12

"போ" எனும் மந்திரச்சொல்
– ஸ்வர்ணவேல் ஈஸ்வரன்

"போ" என்ற சொல்லே தனது தாய் கடைசியாகக் கூறிய சொல் என்று முத்துலிங்கம் அவர்கள், தியடோர் பாஸ்கரன் அவர்களுக்கான இயல் விருது விழாவையொட்டி நான் டொரான்டோ சென்றிருந்த சமயத்தில் காலைச் சிற்றுண்டியை அன்னபூர்ணா ஹோட்டலில் அருந்தும்பொழுது சொல்லியிருக்கிறார்கள்.

அது என்மேல் பெரிய தாக்கத்தை ஏற்படுத்தியது. மேலதிகமாக, அவரது நேர்காணல்களில் எப்படி தண்ணீருக்காக அவரது தாய் தவமிருந்தார் என்பதை நமது நெஞ்சைக் கனக்கவைக்கும் ரீதியில் விவரிக்கிறார். அவரது தாய் சிறுகச் சிறுகச் சேமித்துவைத்த பணம், அரைக்கிணறு வெட்டப் போதுமானதாக இருந்தது. அந்தப் பணம் அவர் அரைக்கிணறு தாண்டாததன் குறியீடாகவும் முன்வைக்கிறார். 'போ' எனும் அவரது தாயின் மந்திரச்சொல் முத்துலிங்கம் அவர்கள் திரைகடல் ஓடியும் திரவியம் தேடியதற்குப் பின்னாலுள்ள உந்துசக்தியை நமக்குச் சொல்கிறது. மிக முக்கியமாக, எழுத்தின் மூலம் தனது தாயினால் தாண்டமுடியாத அரைக்கிணற்றை, தொடர்ந்து நிறைத்துத் தாண்டிவிடவேண்டும் என்கிற ஆர்வம் அவரை இன்றளவும் இயக்கிக்கொண்டிருக்கிறது என்று சொல்லலாம். ஒரு வேளை அவர் ஆங்கில எழுத்தாளராக உருக்கொண்டிருந்தால் கிடைத்திருக்கக்கூடிய பணத்தில் இன்று வரை நூற்றுக்கணக்கில் கிணறுவெட்டி ஆசுவாசமடைந்திருப்பார். இங்கு போ என்பது முத்துலிங்கம் அவர்கள் குறிப்பிடும் எட்கர் அல்லன் போவையும், போவின் பாரதியின் கவிதையையொத்த வரிகளையும் நினைவுகூர்கிறது: நாம் காண்பதெல்லாம் கனவிற்குள் உருக்கொண்டிருக்கும் ஒரு சிறிய கனவுதான்.

போய்க்கொண்டேயிருப்பது பெருங்கனவிற்கு நிகரான ஒன்றாக விரிந்து கொண்டிருக்கையில் நேற்றிருந்த வெளியும் காலமும் அவற்றைப் பதிவு செய்துகொண்டிருக்கும் தருணத்திலேயே உருமாறுகின்றன. மாறுதலே சாசுவதமான ஒன்றாக இருக்கையில் அந்தப் பெருங்கனவிற்குள் மலரும் சிறிய கனவாக முத்துலிங்கத்தின் புன்முறுவலிருக்கிறது. இங்கு பாரதியின் நெஞ்சை அழுத்தும் 'மெலன்க்கலி' (melancholy)க்கு எதிர்த்திசையில் முத்துலிங்கம் அவர்களின் நுண்ணிய ஹாஸ்யம் உள்ளது. 'உலகெலாம் ஒரு பெருங்கனவு, அதில் உண்டு உறங்கி இடர்செய்து செத்திடும் கலக மானிடப் பூச்சிகளின்' வாழ்வை ஒரு சிறு கனவாகக் கண்ட பாரதிக்கு மறுபக்கத்தில் இவரது பயணம் அமைந்துள்ளது. உண்டு உறங்கி மையல் கொள்ளும் மானிட வண்ணத்துப்பூச்சிகளை, பாலைவனத்திலிருந்து பனிக்கட்டிகளுக்கு ஊடாக, தாயின் போ என்கிற மந்திரச் சொல்லினால் உந்தப்பட்ட முத்துலிங்கம் அவர்கள் சொற்களைக் கொண்டு துரத்தியபடி உள்ளார். ஆப்பிரிக்க நாடுகளிலிருந்து ஆப்கானிஸ்தான் வரை மற்றும் ஈழத்திலிருந்து ஐரோப்பிய நாடுகள் வழியாக தான் வாழும் கனடா வரை பல வெளிகளில் பயணித்துக்கொண்டெ இருக்கிறார். கான்ஸ்டான்ஸ் கார்னட் போன்று தல்ஸ்தாய் மற்றும் தஸ்தாவெவ்ஸ்கியை மொழியாக்கம் செய்து இலக்கியத்தை உலகெலாம் பறக்கவிட்டவர்களின் மேல் மனம் லயிக்கிறார். டைப்ரைட்டரிலிருந்து போய்க்கொண்டிருக்கும் தட்டச்சு செய்த காகிதங்களைப் பொறுக்க நேரமில்லாமல் காலத்துடன் மல்லுகட்டி துரிதமாக இயங்கிக்கொண்டிருக்கும் கார்னட் 'போ' என்கிற மந்திரத்தின் உருவகமாக இருப்பது இவரது சிலாகிப்புக்குக் காரணமாக இருக்கலாம்.

தவிர, அவரது தாயின் மந்திரச் சொல் ஃப்ராய்டிய நோக்கில் வேறு சில புரிதல்களை அளிக்கிறது. ஒன்று, ஈடிபஸ்ஸாக மகனுடனான அதீதப் பற்றையும் அதன் காரணமாக தத்தளிப்புக்கு உள்ளாவதையும் சொல்கிறது: [சகோதர சகோதரிகளில் என்மேல்தான் அதிக அன்பை எனது தாய் கொண்டிருந்தார்கள். அதை அவர்கள் முன் வெளிக்காட்டாமலும் இருந்தார்கள்.] மற்றொன்று நகைச்சுவை உணர்வுக்கும் ஆழ்மனத்திற்கும் உள்ள நெருங்கிய உறவைச் சொல்கிறது. சர்காஸ்டிக்கான கசப்பும் வன்மமும் நிறைந்த ஹாஸ்ய உணர்விலிருந்து முற்றிலும் மாறுபட்டது, ஏளனமற்ற அவரது நகைச்சுவை உணர்வு. பண்பாட்டுப் புரிதலில் உள்ள சிக்கலை எதிர்கொள்ளாமல் விலகுவதைத் தவிர்த்து அதைக் கட்டமைக்கும் மானுட வாழ்வின் ஆசுவாசத்தில் தான் மயங்கியதைக் கடத்த நுண்ணிய ஹாஸ்யம்

கைகொடுக்கிறது. சப்ஜெக்டுடைய நிறைவின்மை / குறைபாடு ஆசிரியரின் முழுமையின்மையாக விரிந்து கற்றதும் பெற்றதும் கரைந்து கொண்டிருக்கிறது. அந்த கரைந்து கொண்டிருக்கும் கைப்பிடியளவு மணலை தனது மொழி மூலம் ஒரு புலனனுபவமாக மாற்றுவது அவரது தனித்துவம். உதாரணத்திற்கு, சூடான் மற்றும் ஆப்பிரிக்கப் பின்னணியில் எழுதப்பட்ட கதைகளை எண்ணிப் பாருங்கள். மற்றும் ஆட்டுப்பால் புட்டும், ஒட்டகமும், வெள்ளிக்கிழமையும் தற்சமயம் மனத்தில் ஓடுகின்றன.

அந்நியப் பண்பாட்டுச் சிக்கலை மற்றுமல்ல; உள்ளூர் விஷயங்களிலும் அவரது அவதானிப்பு காத்திரமானவை. ‘ஆட்டுப்பால் புட்டு’ ஒரு சென்ஸோரியத்தை நம் கண்முன் நிறுத்துகிறது. எளிதாகச் செரிமனமாகும் ஆட்டுப்பாலிற்கு எதிர்மறையாக அதிகார/சாதி ஆணவமும் இறுக்கமான மானிட யதார்த்தமும் உள்ளன. ஆயினும் ருசியின் மயக்கம் போதையிலாழ்த்திக் கொண்டிருக்கிறது. ஆம். புலனின்றி அமையாது இவ்வுலகு. ருசியும் மனத்திலிருந்து ஆழ்மனத்திற்கு வடியும் ஒரு வாசனைதான். வாசனை படர காற்றுகூடத் தேவையில்லை. ஆட்டுப்பால் ஒரு கோடியிலென்றால், மற்றொரு எல்லையில் சதம் சாதமாகிக்கொண்டிருக்கிறது. சொல்லின் மாயாஜாலத்தை எண்ணிப் பாருங்கள். தமிழை ஆங்கிலத்தில் மொழிபெயர்ப்பதிலுள்ள சிக்கல் ஒரு பக்கமென்றால் தமிழை ஆங்கிலமாக்குவதிலுள்ள சவால்கள் பல. த் என்பதற்கு th சேர்க்க வேண்டுமா/வேண்டாமா எனும் குழப்பத்தில் தொடங்கி தமிழ் எனபது Tamil—ஆ Tamizh—ஆ என்பது வரை. அங்கும் புலன் வந்து ஊடுபாவுகிறது. சதம் என்பது Sadham சாதமாகிறது. கணினியுலகில் தேர்ச்சிபெற்று சவாலான சூழலில் சிக்கலான கேள்விகளுக்கு விடை கண்டுபிடித்து தான் வேலைபார்க்கும் கம்பெனிக்கு அதன் பலனாக சதவிகிதமாக வந்த அதிக வருவாயினால் கிடைத்த பலனினால் கட்டிய வீட்டிற்கு per cent அல்லது சதம் என்று தமிழில் பெயர் சூட்டி மகிழ்ந்த நண்பர் பாராட்டுக்குரியவரே. ஆயினும் ஆங்கில சதம் (sadham) சாதம் என்றும் அழைக்க வழிவகுத்து தாயின் வாசனையை அங்கு பரப்புகிறது.

எனது நண்பர் நீரஜா அவர்கள் தனது பாட்டியைப்பற்றிச் சொன்ன சம்பவம் ஒன்று ஞாபகத்திற்கு வருகிறது. வயதான அவர்கள் பாட்டி தனது கடைசிக் காலத்தில் ஹாஸ்பிடலில் இருக்கும்தறுவாயில் கோமாவிற்குச் சென்று நினைவிழந்துள்ளார்கள். அவர்களுக்கு நொடிப்பொழுது நினைவு திரும்புகையில் நீரஜா அங்கிருந்துள்ளாரகள். நினைவு திரும்பிய அத்தருணத்தில் அவர்கள் மெல்லிய குரலில் கூறிய

ஒரே சொல் "சாதம்" என்பது. ஆழ்மனத்தில் ருசிக்கு ஒரு பெரிய இடமிருக்கிறது. அது பண்பாடு சார்ந்தது. ருசிக்கும் தாய்க்கும் உள்ள உறவு இணையற்றது. ஒரே இட்லி, ஒரே சட்னி, ஒரே சாம்பார்/குழம்பு என்றாலும் ஒவ்வொரு வீட்டிலும் அதற்கு ஒரு மணம். சிறுவயதில் தாயை இழந்த குழந்தைகளின் வாழ்விலும் அடுக்களை மணம் என்பது அவர்களின் நினைவுகளில் தாய் உருவகத்தைச் சுற்றி விரிவதைக் காணலாம். முத்துலிங்கம் அவர்களின் கதைகளிலும் ருசிக்கு முக்கியத்துவம் அளிக்கப்படுகிறது. பிறன் என்று ஒதுக்கிவைக்கப்படும் மக்களையும் பண்பாட்டையும் முற்சாய்வும் பாரபட்சமும் அன்றி வாசிக்கும் அவர் தனது மேல்சாதி அடையாளங்களையும் வசதியான வாழ்வின் போதாமைகளையும் கட்டவிழ்க்க தனது கதைகளைக் களமாகப் பயன்படுத்துகிறார். ஆயினும், அடியில் ஆழ்மனத்தில் கங்கொன்று சதா கனன்று கொண்டிருக்கிறது. அது அடுக்களையில் உள்ள ஊதுகுழலில் ஒலிக்கும் தனது தாயின் மூச்சின் உருவகமாகவும் இருக்கிறது. அமைதியுடன் பொங்கிப் போடுவதற்கு தேவையான தண்ணீருக்கான ஏக்கத்தின் குறியீடாகவும்.

நீரின்றி அமையாது இவ்வுலகு!

எனது தாய்க்கும் தண்ணீர் பற்றிய பெரிய கவலை எப்போதுமிருந்தது. வீட்டிலிருந்த கிணற்றுத் தண்ணீர் உப்பேறி துணியைத் துவைக்கக்கூட உபயோகமின்றி வற்றியும் விட்டது. பின்னர் போடப்பட்ட போர்வெல்லும் நீரின்றி அடிக்கடி வற்றிவிடும். அதன் துருபிடித்த மேற்பம்பும் அடர்த்தியான உப்பும்தான் இன்று மனதில் நினைவில் நிற்கின்றன. அத்தகைய கடுமையான சூழலில் தண்ணீர் ஒரு அரிய கனவாக நீடித்து வந்தது. ஒரு முக்கால் மைல் தூரத்திலிருந்த குளத்திலிருந்து தண்ணீரெடுத்துவருவது ஒரு பெரிய சவால். மற்றும் வருடத்தில் ஆறேழு மாதங்கள் குளம்வற்றி அங்கு தண்ணீருக்கான உத்தரவாதம் கிடையாது. தாமிரபரணி நீருக்கு இரண்டு மைல் தள்ளி ரங்கசமுத்திரம் தாண்டிப் போகவேண்டும். அத்தகைய சூழலில் குலதெய்வத்தை வேண்டுவதைத் தவிர வேறு வழியில்லை. கார்த்திகை மாதத்திலே நான் ஒரு முறை சென்னையிலிருந்து எனது ஊருக்குச் சென்றபோது வெளியில் திண்ணையில் அமர்ந்திருந்தேன். பொதுவாக மாலைவேளையில் எனக்கு காபியை அங்கு கொண்டுவந்து தரும் அவர்கள் என்னை உள்ளே அழைத்து இரண்டு முறுக்கையும் கொடுத்து ஒரு முக்கியமான செய்தியைச் சொன்னார்கள். எப்படி இரண்டு நாட்களுக்கு முன்னர் ஒரு வெள்ளிக்கிழமை இரவில் அவர்களுக்கு முக்கியமான கனவொன்று வந்ததென்று. அக்கனவில் எங்கள் குலதெய்வங்களாக வீற்றிருக்கும் நான்கு பூடங்களின்

தலையில் வைக்கப்படும் கும்பத்திலிருந்து தண்ணீர் வற்றாமல் கொட்டிக்கொண்டே இருந்ததை சிலிர்ப்புடன் விவரித்தார்கள். சித்திரபுத்திரரும், மாடசாமியும், சங்கிலி பூதத்தாரும், கௌதலை மாடசாமியும் தங்கள் தலையிலுள்ள கும்பங்களை சற்றே சரித்து எனது தாயின் வேண்டுதலை ஏற்று தண்ணீரை இறைத்ததை அவர் வர்ணிக்கையிலேயே எனது கண்கள் குளமாகின. தந்தையார் அதைப் பற்றிச் சட்டைசெய்யவில்லை. அலங்காரி, பிரம்மநாயகி மற்றும் மாகாளியின் அருள் நமக்கிருக்கிறது என்றார்கள்.

சில மாதங்கள் சென்றபின் பேட்டையிலிருந்து சித்தப்பா அனுப்பிய போர்வெல்காரர் வந்து பழைய போர் இருந்த இடத்திலிருந்து தள்ளி இன்னொரு இடத்தில் போர்கிணற்றை வெட்ட முயன்றார். அவரது இயந்திரம் கீழே இறங்க இறங்க மண்வந்து மேலே கொட்டியவாறு இருந்தது. மெஷினை இறக்க இறக்க தண்ணீரில்லை என்றே சொல்லிக்கொண்டிருந்தார். சில நூறு அடிகள் இறக்கியும் தண்ணீருக்கான அறிகுறியில்லை. தந்தையாரும் பொறுமையிழந்து, ஆகும் செலவையும் கணக்கில்கொண்டு முடித்துக் கொள்ளலாம் என்றார். ஆயினும் தாயார் அவர்கள் விடுவதாக இல்லை. இன்னும் கொஞ்சம் முயல வேண்டினார். தண்ணீர் வராமல் போகாது என்று சொல்லிக்கொண்டே இருந்தார். படுவிசையின் கீழே இறக்கிய போர் ஒரு பெரும் பாறையுடன் முட்டி நின்றது. குலதெய்வத்தின் அனுமதியினால் பாறையையுடைத்து கீழேயுள்ள ஊற்றை ஊடறுத்து உள்ளிறங்கிய போர்வெல் குழாய் தண்ணீரை மேலே கொட்டு கொட்டென்று கொட்டியது. இன்னும் கொட்டிக்கொண்டே இருக்கிறது. உப்பும் மிகமிகக் குறைவு. சொன்னால்தான் கண்டுபிடிக்க முடியும். பலவருடங்கள், தாமிரபரணியின் நீர் பைப் மூலமாக வீடுகளுக்கு எங்கள் ஊரான வழுதூருக்கு வரும்வரை ஊருக்கே நீர் இறைத்திருக்கிறது அந்தப் புதிய போர்கிணறு. எனது தாய் 2013ல் இறந்தபோது மொத்த ஊரே மயானத்துக்கு வந்ததும், அந்த நீரின் ஈரம் இன்னும் காயாமல் அவர்கள் நினைவுகளில் இருப்பதனால்தான். முத்துலிங்கம் அவர்களிடமிருந்து கதைகள் கொட்டிக்கொண்டே இருப்பது எனது தாயை நிச்சயமாக மகிழ்ச்சியில் ஆழ்த்தியிருக்கும். பழங்குடி வாழ்வின் பண்பாட்டுத் தன்மையறாமல் ஆப்பிரிக்காவிலிருந்து ஆப்கானிஸ்தான் வரையிலுள்ள மாமனிதர்களின் இதயகும்பங்களிலிருந்து கதைகளாகக் கொட்டும் நீர், மானுடம் எனும் பேரூற்றிலிருந்து பெருகிவருவது ஒன்றே குலம் ஒருவனே தேவன் என்கிற திருமந்திரத்தை ரீங்கரிக்கச் செய்கிறது. ஆயினும் அத்தகைய திருமூலரிலிருந்து அண்ணாதுரை

வரை ஓதப்பட்ட ஒரு மந்திரத்திற்குத் திறவுகோலாக, தாயின் போ எனும் மந்திரமே அமைந்தது என்பதை மறந்துவிடக்கூடாது. 'போ என்று சொல்லாதே அது அபசகுனமானது, போய் வா என்று சொல்' எனும் ஒரு சமூகத்தில், 'போ' எனும் சொல்லே அன்னையின் ஆணையாகவும் ஆசீர்வாதமாகவும் அமைந்தது ஒரு கதைக்கான கருவே. மிக முக்கியமாக, அது ஒரு வரலாற்று நிகழ்வே! நமது காலத்தின் முக்கியக் கதைசொல்லிக்கான ஆத்மார்த்தமான போற்றுதல் எனபது அவரை நினைக்கையிலே வந்து சூழும் படிமங்களும் வாழ்விலிருந்து உருக்கொள்ளும் கிளைக்கதைகளும்தான். அவற்றையே இங்கு மாலையாகச் சூடி, அவருக்கு எனது அன்பார்ந்த காணிக்கையாகச் செலுத்துவதில் நிறைவுறுகிறேன்.

அவரது கதைகளைப்பற்றி எழுதுவதும் எனக்கு இனிமையான அனுபவம்தான். எனது இந்திய மாணவர்களின் ஒரு வார திரைக்கதைப் பயிற்சிப் பட்டறைகளில் அவரது கதைகளை வாசித்திருக்கிறோம். வெவ்வேறு காலகட்டங்களில் எழுதப்பட்ட அவரது கதைகளைப் படித்து, தெரிவுசெய்யப்பட்ட கதைகளிலிருந்து திரைக்கதையை மாணவர்கள் எழுதியிருக்கிறார்கள். அத்தகைய திரைக்கதைப் பட்டறைகள் பயனுள்ளதாக இருந்தது என்று பின்னர் கூறியிருக்கிறார்கள். நடு ஆற்றில் செல்லும் தாமிரபரணியின் நீரை தெள்ளிய நீராக உள்ளங்கையில் ஏந்தலாம். குற்றாலத்தில் கொட்டும் அருவியைக் கையிலேந்தி நீராகக் கையகப்படுத்த முடியாது. வந்து விழும் விசையினால் சிதறி சிறிதளவே தங்கிய கையளவு நீரில் அவரது கதையுலகத்தின் முழுமையை நுகரமுடியாது. ஆயினும் ஒரு பானை சோற்றுக்கு ஒரு பருக்கை எடுத்து பதம்பார்க்கலாம் என்கிற பழ(ங்குடி)மொழியின் வாக்கில் பயணிக்க நினைக்கிறேன். அது போ என்கிற மந்திரம் எப்படி தனது வீரியத்தை இழக்காமல் அவரை இன்றளவும் செலுத்திக் கொண்டிருக்கிறது என்பதைப் பார்க்க, அவரது சமீபத்திய கதைகளின்பால் என்னை ஈர்க்கிறது. 'யானையின் சம்பள'த்தைப் பார்ப்போம். அதுவும் முத்துலிங்கம் அவர்களின் எழுத்தில்:

> "லலித் ஜெயவர்த்தனா, யாருக்கும் எதுக்கும் பயப்படமாட்டான். யாராவது வாளை உருவிக்கொண்டு வந்தால் அதன் நுனியை பிடித்து இழுத்து வாளைப் பறிக்கக்கூடிய துணிச்சல்காரன். பயிற்சியர் சிலரை இத்தாலிக்கு மேல்பயிற்சிக்காக அடுத்த வருடம் அனுப்புவதாக முடிவெடுக்கப்பட்டபோது அதை எப்படியோ அறிந்து கொண்டு என்னிடம் வந்தான். 'என்னை அனுப்புங்கள் சேர்'

என்றான்.'நீ அற்புதமாக வேலை செய்கிறாய். உனக்குப் பயிற்சி தேவையில்லை' என்றேன். 'பயிற்சி வேண்டாம் சேர். நான் இத்தாலியில் நகரும் மாடிப்படிகளைப் பார்க்கவேண்டும்.' 'மாடிப்படிகளா? உனக்குப் பைத்தியமா?' 'இல்லை சேர். பிரமாதமாக நகரும் மாடிப்படிகளை நான் கனவுகளில்தான் பார்க்கிறேன். என் வாழ்நாள் ஆசை, ப்ளீஸ் சேர்.' அவன் மன்றாட ஆரம்பித்தான்.' நீங்கள் ஒன்றுமே செய்யத் தேவை இல்லை. சும்மா நிற்கலாம். படிக்கட்டுகள் உங்களை மேலே மேலே தூக்கிச் செல்லும்.'"

இத்தாலியிலுள்ள ஸ்கூட்டர் கம்பெனியான லாம்ப்ரெட்டாவின் இலங்கைத் தொழிற்சாலையில் நடக்கும் நிகழ்வுகளையும் மாந்தர்களையும் மையமாகக் கொண்டு கதையாடல் நகர்கிறது. முக்கியமாக, அதில் ஒரு சாதாரணத் தொழிலாளியாகச் சேரும் ஜெயவர்த்தனா தனது ஸ்ட்ரீட் ஸ்மார்ட்னெஸை வைத்துக் கொண்டு முன்னேறுவதை, கதை சொல்கிறது. அதே வேளையில் கதைசொல்லி அங்கு அவனது அதிகாரியாக ஒரு முந்தைய காலகட்டத்தைச் சார்ந்த விழுமியங்களில் மூழ்கியவராக இருக்கிறார். மரங்களைச் சாய்த்து, தரையைச் சீராக்கி, தொழிற்சாலையை விஸ்தரிக்க இத்தாலியிலிருந்து உத்தரவு வருகிறது. இன்றைய உலகமயமாதல் சார்ந்த சூழலியல் பிரச்னைகளை அன்றைய லாம்ப்ரெட்டா தொழிற்சாலையை மையமாகக் கொண்ட இந்தக் கதை எதிர்பார்த்து நிற்கிறது. யானைப் பாகனுக்கு மட்டுமல்ல; மரங்களை லகுவாக வீழ்த்தும் "யானைக்கும் சம்பளம் கொடுக்க வேண்டும்" என்று இடதுசாரிச் சிந்தனையினால் உந்தப்பட்டவனாக அல்லாமல் சந்தர்ப்பத்தைப் பயன்படுத்தி தன்னை முன்னிலைப்படுத்தி பாப்புலர் ஆக விரும்பும் ஜெயவர்த்தனா குரல் கொடுக்கிறான்.

"யானைக்கு என்ன பேர் என்றேன். கஜபாகு என்றான். கஜபாகுவா? ஓம் சேர் இலங்கை அரசன் ஒருவரின் பெயர். கடல் சூழ் இலங்கை கயவாகு வேந்தன் என்ற சிலப்பதிகார வரிகள் நினைவுக்கு வந்தன. லலித் என்ன சம்பளம் போடலாம் என்றேன். சேர் நீங்கள் தாராளமானவர். ஒரு யானையின் வயிற்றில் அடிக்க மாட்டீர்கள் என்று எனக்குத் தெரியும் என்றான். அன்று இரவு கயவாகு என்று எழுதி அவனுக்கு கொடுத்த சம்பளக் கணக்கை இத்தாலிக்கு அறிவித்தேன். கயவாகு என்பது யானையின் பெயர் என்பதைச் சொல்ல மறந்துவிட்டேன்."

முத்துலிங்கம் அவர்களின் ஆசிரியத்துவத்தின் சாரத்தை இந்த வரிகள் முன்வைக்கின்றன. சிலப்பதிகாரம் போன்ற செவ்விலக்கியத்தின் வரியையும் தற்கால அந்நிய நாட்டு கம்பெனியுடனான தனது உறவாடலையும் இங்கு அவர் ஒன்றிணைக்கிறார். அத்துடன் கயவாகு என்பது மொழிபெயர்கையில் (வேண்டுமென்றே) விடுபடுவதையும் ஒருங்கே இணைத்து ஒரு புன்முறுவலை வரவழைக்கும் தருணத்திலேயே நடைமுறை சார்ந்த வாழ்வெதார்த்தத்தையும் முன்னிருத்தி அந்தப் புன்முறுவல் பெரிய ஹாஸ்யமாக மாறுவதிலிருந்து அதைத் தடுக்கிறார். அந்தக் கதைசொல்லியான அதிகாரியிடம் இத்தாலிக்குப் பயிற்சிக்குச் செல்லும் குழுவில் தன்னை இணைக்குமாறு வேண்டி நிராகரிக்கப்பட்ட ஜெயவர்த்தனா, இறுதியில் தனது லாம்ப்ரெட்டா கம்பெனி வேலையை இழந்து புதிய வேலையைத் தேடிக்கொண்டு வீட்டிலிருக்கும் மாஜி அதிகாரி/கதைசொல்லியை இவ்வாறு சந்திக்கிறான்:

> பத்திரிகையில் அன்று விளம்பரம் இல்லை. மடித்து வைக்கப் போனபோது நாலாம் பக்கத்தில் காணப்பட்ட ஒரு பெட்டிச் செய்தியில், இத்தாலிக்கு இலங்கை அரசு அனுப்பும் வர்த்தகக் குழுவில் லலித் [ஜெயவர்த்தனாவின்] பெயரும் இருந்தது. ஸ்கூட்டர் சோதனையாளன், இயந்திர வல்லுநர், யானைப்பாகன், வான்கோழி விருந்துபசாரி ஆகிய பணிகளைத் திறம்படச் செய்தவனுக்கு வர்த்தகக் குழுவில் பணியாற்றுவது ஒன்றும் பெரிய சிரமமாக இராது. அவன் நகரும் படிக்கட்டுகளைப் பார்க்க ஆசைப்பட்டு தன்னை இத்தாலிக்கு அனுப்பும்படி என்னிடம் மன்றாடியதை நினைத்துப் பார்த்தேன். அவன் அப்பொழுது சொன்னது மீண்டும் ஞாபகத்தில் வந்தது. 'நீங்கள் ஒன்றுமே செய்யத் தேவை இல்லை. சும்மா நிற்கலாம். படிக்கட்டுகள் உங்களை மேலே மேலே தூக்கிச் செல்லும்.'

எலிவேட்டரில் போய்க்கொண்டேயிருக்கும் படிமத்துடன் கதை முடிகின்றது. நின்ற நிலையிலும் "போ"ய்க்கொண்டேயிருக்கும் கதைசொல்லியான முத்துலிங்கம் அவர்களைப் பற்றியும் இந்தப் படிமம் ஒரு புரிதலை அளிக்கிறது. எலிவேட்டரில் மேலே போய்க்கொண்டிருக்கையில் பக்கவாட்டில் வேறு மட்டத்திலிருந்து வந்துகொண்டிருக்கும் மானுடர்களைக் காண்கிறார். அவர்கள் பயணித்து நிகர்நிலையில் அந்த நகரும் படிக்கட்டில் வரும்பொழுது அணுக்கமான புன்முறுவலுடன் ஒரு ஸ்நாப் ஷாட்டை எடுக்கிறார். பின்னர் அந்த நிழற்படத்தில் உறைந்திருக்கும் வாழ்வு அவரது

எழுத்தின் வெப்பத்தில் உயிர்கொள்கிறது. அவதானிப்பு என்ற வார்த்தை அமர்ந்திருத்தலைச் சுட்டுவது போல இருக்கிறது. அது ஒரு மாயமே. நகரும் படிக்கட்டில் நிற்பதைப் போல! ஏனென்றால் அதன் அடித்தளத்தில் "போ" என்ற மந்திரத்தின் ஆற்றல் இருக்கிறது.

(ஐயோவா பல்கலைக்கழகத்தில் சினிமாத்துறையில் முனைவர் பட்டம் பெற்றிருக்கும் பேராசிரியர் ஸ்வர்ணவேல் ஈஸ்வரன், தற்சமயம் மிச்சிகன் மாநிலப் பல்கலைக்கழகத்தில் திரைத்துறைப் பேராசிரியராக உள்ளார்.)

13

amuttu@gmail.com – தமிழ்மகன்

இதுவரை நேரில் பார்த்ததில்லை; பாசத்தோடு கைகுலுக்கிப் பேசியதில்லை; சென்னைக்கும் கனடாவுக்கும் 13,368 கிலோமீட்டர் தூரம் காட்டுகிறது கூகுள் மேப். ஆனாலும் என்ன... அ.முத்துலிங்கம் எழுத்துகளுடன் உருண்டு புரண்டவன் நான். ஒரு மனிதரை, ஒரு காட்சியை அவர் எப்படி எழுத்துகளாகச் சித்திரிக்கிறார் என்பதில் எனக்கிருக்கும் கவனமும் ஆர்வமும் அலாதியானவை.

எழுத்துகளாக மட்டுமே எனக்கு அறிமுகம் ஆனவர் அ.முத்துலிங்கம். அவருடைய 'ரி' என்ற கதையைத்தான் முதலில் படித்தேன். 'ஆரோகணத்தில் ரி இருந்தது. அவரோகணத்தில் ரி இல்லை' என அந்தக் கதை முடியும். இசையையும் ஆசையாய் வளர்த்த எருதையும் இணைத்து அந்தக் கதையை உருவாக்கியிருப்பார். அப்போது என்னை ஆள ஆரம்பித்தது அவரது எழுத்து.

எனக்கு முத்துலிங்கத்தைத் தொடர்புகொள்ள, @gmail.com என்ற யாவருக்கும் பொதுவான முகவரி இணைப்புக்கு முன்பாகப் பதிய ஆறெழுத்து மந்திரம் ஒன்று கிடைத்தது. amuttu எனப் பதிந்தால் போதும். நான் அவருக்குத் தெரிவிக்க வேண்டியவை ஒரு நொடியில் அவருக்குச் சென்று சேர்ந்துவிடும். அவரும் உடனே என்னைத் தொடர்புகொள்வார். இமெயில் என்கிற இந்தச் சாதனம் கண்டுபிடிக்கப்பட்டதன் முழு அர்த்தமும் எனக்கு விளங்கிப்போனது. நான் கி.பி. 2000—ல் மெயில் பயன்படுத்த ஆரம்பித்தேன். என்னுடைய மெயில் முகவரியில் என் பெயரோடு 2000—த்தை நினைவுக்காகச் சேர்த்துவைத்தேன். அப்போது hot mail, yahoo mail இரண்டும் பிரபலம். அ.மு. ஜிமெயிலில் இருக்கிறார் என நானும் ஜிமெயிலுக்கு மாறினேன். 'வியத்தலும் இலமே' என்ற புத்தகத்தை வாங்கி வாசிக்க ஆரம்பித்து, அதிலுள்ள வியப்பளிக்கும் வரிகளை மார்க்கர் கொண்டு அடையாளப்படுத்திக்கொண்டே வந்தேன். சரிபாதி புத்தகம்

அளவுக்கு அந்த வரிகள் சேர்ந்துவிட்டன. வியந்து வியந்து போற்றிய அந்த நூலுக்கு, 'வியத்தலுக்கு ஒன்றுமில்லை' என ஒரு தலைப்பு வைத்திருந்தார். பல பிரபலமான எழுத்தாளர்களைச் சந்தித்து எடுக்கப்பட்ட நேர்காணல்கள் அவை. ஒருமுறை அந்த நூல் பற்றி நான் எழுதியதன் சில வரிகளை இங்கே நினைவூட்டலாம் எனக் கருதுகிறேன்.

இவர் நேர்காணல் செய்திருக்கும் பலர், நம்மில் பலருக்கு அவர்களின் ஒரு சில படைப்புகள் மூலமாகவோ அல்லது பெயரளவிலோதான் அறிமுகமாகியிருப்பார்கள். ஆனால், முத்துலிங்கமோ அவர்களையெல்லாம் நேரில் சந்தித்து அவர்களின் இலக்கியக் கொள்கைகள், கோட்பாடுகள், அவர்களுடைய வாசிப்பு ரசனை, எழுத்துப் பாணி, வாழ்வியல் நம்பிக்கைகள் என்று மிக விரிவாகவும் அதேநேரம் ஆத்மார்த்தமாகவும் உரையாடலை நிகழ்த்தியிருப்பார்.

"எத்தனை தடவை வேண்டுமானாலும் திருத்தி எழுதத் தயங்க மாட்டேன். நீங்கள் பார்ப்பது செதுக்கப்பட்ட சிலையின் இறுதி வடிவம்தான்" என்கிறார் டேவிட் செடாரீஸ். இவர் துப்புரவுப் பணியாளராக வேலை செய்தவர். எதற்காகப் பிரபலமான பிறகும்கூட வேலை செய்தீர்கள் என்ற அ.மு—வின் கேள்விக்கு, "நான் இரவில்தான் எழுதுகிறேன். பகலில் செய்வதற்கு எனக்கு ஒன்றுமில்லை. அதனால் வேலைக்குப் போனேன்" என்கிறார். "ஒருமுறை எழுதிவிட்டால் எழுதியதுதான், திருத்தி எழுதுகிற பேச்சுக்கே இடமில்லை" என்கிறார் டேவிட் பெஸ்மாஸ்கிஸ். ஒரு எழுத்தாளரை இவ்வளவு நேசிக்க, மதிக்க முடியுமா என்று யோசிக்க வைக்கிற ஒருவர் எழுத்தாளர் டேவிட் செடாரிஸ். இவர் போற்றுவது டோபையாஸ் வுல்ஃப் அவர்களை. "நான் இன்னும் தற்கொலை செய்துகொள்ளாமல் இருப்பதற்குக் காரணமே, நான் இறந்த பிறகு டோபையாஸ் எழுதும் கதையைப் படிக்க முடியாமல் போய்விடுமே என்பதால்தான்" என்கிறார் செடாரிஸ்.

இந்த நேர்காணல்களில் (சற்றே) விலகி 'ஓடுவது' மாரத்தான் ஓட்டப் பந்தய வீராங்கனை ஜெனிவீவ் கெல்லியுடனான உரையாடல். அந்தப் பெண்ணே ஓர் ஓடும் இலக்கியமாக இவருக்குத் தெரிந்திருக்கலாம். பெய்ஜிங் ஒலிம்பிக் போட்டியில் கலந்துகொண்டவர். முத்துலிங்கத்தின் வீட்டுக்கு விருந்தினராக வந்து தங்குகிறார். 'அவளுடைய ஆங்கில உச்சரிப்பு தேனில் கலந்ததுபோல மிருதுவாக இருந்தது' என்று வர்ணிக்கிறார் முத்துலிங்கம். கனடாவை மூன்று நாள்களில் சுற்றிப் பார்த்துவிட வேண்டும் என்பது அவருடைய திட்டம். உலகின் மூன்று

மகா சமுத்திரத்தால் சூழப்பட்ட கனடாவை மூன்று நாள்களில் சுற்றிப் பார்க்க நினைப்பது அவளுடைய அறியாமையா, பேராசையா என்று விளங்கவில்லை என்கிறார். விடைபெறும்போது ஏர்போர்ட்டில் முத்துலிங்கத்துக்கு கெல்லி ஒரு முத்தம் கொடுத்துவிட்டுச் செல்கிறார். ஏதோ முத்தம் கொடுப்பதற்கு நாளை முதல் தடை விதித்துவிட்டதுபோல் அந்த முத்தம் மிக நீண்டதாக இருந்தது என்கிறார் அ.மு. எழுத்தைத் தாண்டியும் இப்படிப் பலவிதங்களில் நம்மைப் பொறாமைப்படுத்துகிறார் அ.மு.

ஒரு நல்ல எழுத்தாளர் எதையும் படிக்கவைக்கும்படி எழுத முடியும். அவருடைய கனடா தேச அனுபவங்களைச் சொல்லும் 'அங்கே இப்ப என்ன நேரம்?' கிட்டத்தட்ட அவருடைய டைரிக் குறிப்புகள்போல. அவர் கடனட்டை வாங்கியது, சூப்பர் மார்க்கெட் போனது எல்லாம் இருக்கும். நாமும்தானே அதையெல்லாம் செய்கிறோம். அவற்றை ஏன் இப்படி எழுத முடியவில்லை என்று நம்மைக் கேட்கத் தூண்டுபவைதான் அவரது எழுத்துச் சுவாரஸ்யம்; சூட்சுமம். ஒரு நடன அரங்கத்துக்குச் செல்வார். அங்கு கண்டதை இப்படி விவரிக்கிறார்... 'அந்த நடன மங்கை அரங்கின் முன்னே வந்ததும் கலை பின்னே போய்விட்டது. உடலிலிருந்து கையையும் காலையும் கழற்றி எறிந்துவிடும் உத்தேசத்துடன் குதிக்க ஆரம்பித்தார்.'

'உண்மை கலந்த நாட்குறிப்பு...' அது அவருடைய சுயசரிதக் குறிப்புகள். உலகமெல்லாம் பயணித்த ஒரு தமிழ் எழுத்தாளரின் அனுபவங்களைப் படிக்க நமக்குக் கிடைத்த வாய்ப்பு. வரிக்கு வரி சிரிக்கலாம்; ரசிக்கலாம்; வியக்கலாம் என ஒரு நடை. 'வேகவைத்த கோழி முட்டையின் வெள்ளைக்கருபோல அவளுடைய கன்னங்கள் இருந்தன' என்பார். நான் ஒரு கணம், நான் படித்த கன்ன வர்ணனைகளை எல்லாம் யோசித்துப் பார்ப்பேன். ஆப்பிள் கன்னம், சந்தனக் கிண்ணம், பட்டுக் கன்னம் என ஓடி அடங்கும். எழுதுவதற்கு முன் வரிசையாக யார் யாரை எப்படி வர்ணிப்பது என ஒரு நோட்டுப் புத்தகம் முழுவதும் பட்டியல் போட்டுவிட்டு எழுதுவாரா?

அவருடைய கதைகளில் மெல்லிய நகைச்சுவை இழையோடும், நிறைய தகவல்கள் இருக்கும், புதிய விவரணைகள், புதிய சொல்லாடல்கள், புதிய நகரங்கள் எல்லாம் இருக்கும். புதிய மனிதர்களும் இருப்பார்கள். இதுவரை தமிழில் படித்தே இல்லாத உவமைகள் அவருடைய கதைகளில் இருக்கும். பெண்களைப் புத்தம் புதிதாக வர்ணிப்பார். உலகில் வேறு யாரும் அப்படி வர்ணித்திருப்பார்களா என யோசிக்க வேண்டியிருக்கும்.

நேர்காணல்கள், கட்டுரைகள் எல்லாவற்றிலும் கண்கள் பிரகாசிக்க வைக்கிற பல இடங்கள் இருக்கும். மெல்லிய புன்முறுவலோடு இறுதியில் இருக்கும் முற்றுப்புள்ளி வரை கடந்து செல்லவைப்பார். சில உணர்ச்சிவசப்பட்ட மனிதர்கள் படிக்க ஆரம்பித்தால், வெடித்துச் சிரிக்கவும் செய்வார்கள். யாரையும் துன்புறுத்தாத எழுத்து அவருடையது. சிரிக்க வைப்பதும் சிந்திக்க வைப்பதும்தான் அவருடைய பணி.

'புதிதாய்ப் பிறந்த மான்குட்டி தரையில் கால் வைக்க முடியாமல் தவிப்பது போல, அவள் ஓரிடத்தில் நிற்காமல் தவித்தாள்' என்பது போன்ற புதிய உவமானங்கள் என்னை அவருக்கு நெருக்கமாக்கின. முதன்முதலாக அவருக்கு எழுதிய கடிதத்தில், "நீங்கள் பழந்தமிழ் ஆர்வம்கொண்ட ஓர் ஆங்கிலேயரைப்போலச் சிந்திக்கிறீர்கள்' என்று எழுதியிருந்தேன். "எதற்காக அப்படி சொல்கிறீர்கள்; எனக்குச் சிரிப்புதான் வருகிறது" என்று பதில் அனுப்பியிருந்தார். அதன் பிறகு, அவருக்கு 200 முறையாவது மின்னஞ்சல் அனுப்பியிருப்பேன். பதிலோ 200—ஐத் தாண்டும்.

ஆரம்பத்தில் என்னுடைய எல்லாச் சிறுகதையையும் அவருக்கு மின்னஞ்சல் செய்து கருத்து கேட்பேன். அது மிகச் சுமாரான சிறுகதையாக இருந்தாலும் உடனே ஒரு பதில் வரும். அந்தக் கதையினுள் பாராட்ட வேண்டிய ஒரு விஷயத்தைக் கண்டுபிடித்துவிடுவார். 'கன்று' என ஒரு கதை எழுதி அனுப்பியிருந்தேன். அதில், பிச்சை எடுக்கும் சிறுமி ஒருத்தி தன் கையில் இருக்கும் எவர்சில்வர் தட்டில் தெரியும் தனது முகத்தைப் பார்த்து பொட்டுவைத்துக்கொள்வதாக எழுதியிருந்ததை 'அருமை' எனக் குறிப்பிட்டிருந்தார். எழுதுவதில் மட்டுமல்ல, படிப்பதிலும் அவருடைய பாணி புதிதாக இருந்தது. விகடனுக்கு வந்த பிறகு அவருடனான நெருக்கம், அலுவலகரீதியாக இன்னும் பெருகியது. ஆனந்த விகடனில் வெளியான 'கடவுள் தொடங்கிய இடம்' தொடர்கதை, தடம் இதழுக்கான கட்டுரைகள் என அவரிடம் கேட்டுப் பெறுவது எனக்குப் பெருமிதமான பணி. அலுவலகத்தில் கரும்பு தின்னக் கூலி கொடுத்தார்கள். ஏனென்றால், கனடாவிலிருந்து தமிழகம் வந்து சேர்ந்ததும் அதைப் படிக்கும் முதல் வாசகன் பெரும்பாலும் நான்தான். வேறு என்ன கொடுப்பினை வேண்டும்?

நான் 'ஆபரேஷன் நோவா' எழுதியபோது ஒரு வாரம்கூட விடாமல் படித்து வந்தவர்களில் அவரும் ஒருவர். ஏறத்தாழ வாரம்தோறும் மெயிலில் ஒரு பாராட்டும் வந்துவிடும். "முழு நாவலையும் எழுதிக் கொடுத்துவிட்டீர்களா? அந்தந்த வாரம் எழுதித் தருகிறீர்களா?" இந்த

ஒரு கேள்வியை மட்டும் பலமுறை கேட்டார். “வாராவாரம்தான் எழுதித் தருகிறேன்” என்று பதில் அனுப்பினேன். ஏனோ அதை அவரால் நம்பவே முடியவில்லை.

ஹார்வேர்டு பல்கலைக்கழகத்தின் தமிழ் இருக்கைக்காக அவர் எடுத்துக்கொண்ட முயற்சிகள் கொஞ்சநஞ்சம் அல்ல. உலகின் மிகச் சிறந்த பல்கலைக்கழகத்தில் தமிழுக்கு ஓர் இருக்கை அமைந்தால், எவ்வளவு நன்மைகள் நம் மொழிக்குக் கிடைக்கும் என எல்லோருக்கும் எழுதினார். விக்கிபீடியாவில் ஒரு லட்சம் தமிழ்ப் பக்கங்களை உருவாக்கிய மயூரநாதன் அவர்களைப் பற்றி, சங்க இலக்கியங்களைத் தமிழில் மொழிபெயர்த்த வைதேகி ஹெர்பட் பற்றி விகடனில் அறிமுகம் வெளிவரக் காரணமாக இருந்தார்.

நல்ல நூல்களை, நல்ல மனிதர்களை அடையாளம் கண்டு எழுதுவதில் அவர் ஒரு தேர்ந்த பத்திரிகையாளரும்கூட. எழுதக் கேட்கும்போதெல்லாம் எத்தனை சொற்கள் இருக்க வேண்டும் என்பதையும் மறக்காமல் கேட்டுக்கொள்வார். அந்தக் கட்டுப்பாட்டை மீற மாட்டார். ஒரு பக்கத்துக்குள் வேண்டும் என்றாலும் பத்து பக்கங்களுக்கு வேண்டும் என்றாலும் அதே சுவாரஸ்யத்தை அவரால் கொண்டுவர முடியும்.

பிசிராந்தையார், கோப்பெருஞ் சோழன் இருவரும் நேருக்கு நேர் சந்தித்துக்கொள்ளாத இலக்கிய ரசிகர்கள்; நண்பர்கள். ஒரு மெயிலில் அதை நினைவுபடுத்தினேன். அவரிடமிருந்து அடுத்த மெயில் ‘வணக்கம் கோப்பெருஞ் சோழன்’ என வந்தது. எங்கள் இலக்கிய நட்பு கோப்பெருஞ் சோழன் — பிசிராந்தையார் அளவுக்குப் பரிதாபகரமானது அல்ல. நாங்கள் ஃபோனில் பேசிக்கொள்ள முடிகிறது. என்னுடைய நூல் வெளியீட்டு விழா ஒன்றில் அவர் வீடியோவில் தோன்றிப் பேசினார். கனடாவுக்குச் சென்று அவரைக் காண்பேன்.

சாமுவேல் ஜான்சனை நேரில் பார்த்துவிட அவருடைய சீடனான பாஸ்வெல் துடித்த கதையை என் அப்பா அடிக்கடி சொல்வார். ஜான்சன் அடிக்கடி வருகிற புத்தகக் கடை அது. அந்தப் புத்தகக் கடைக்காரரின் தயவில்தான் ஜான்சனைச் சந்திக்க பாஸ்வெல் திட்டமிட்டிருப்பார். தூரத்தில் ஜான்சன் வருவார். புத்தகக் கடைக்காரர் சொல்வார். 'It's comes!' ஆங்கில அகராதி படைத்த மேதையைப் பிழையாக விளித்ததில் இருக்கிறது ஒரு பரவசம். அது எனக்கும் நிகழும்!

(தமிழ்மகனின் இந்தக் கட்டுரை தடம், செப்டம்பர் 2017 இதழில் வெளிவந்தது. இவர் சிறுகதை எழுத்தாளர், வரலாற்று நாவலாசிரியர்; திரைப்படத்துறையிலும் பணியாற்றுகிறார்.)

14

மண்ணைச் சுமக்கும் மொழி
– அமுது ஜோசப் சந்திரகாந்தன்

உலகம் இன்றுவரை மிக உயரத்தில் வைத்து மதிக்கும் கிரேக்க எழுத்தாளர் புளூட்டார்க் முதலாம் நூற்றாண்டில் வாழ்ந்த ஒரு பேரறிஞர். அவரது இருநூற்றுக்கும் மேற்பட்ட நூல்களுள் "சமாந்தர சரிதைகள்" (Parallel Lives) எனப் பெயரிட்டு அவர் எழுதிய இருபதுக்கும் மேலான நூல்கள் மிகவும் பிரசித்தி பெற்றவை. புகழ்பெற்ற கிரேக்கப் பேரரசர்கள், போர்த் தளபதிகளை பாராட்டுக்குரிய உரோமப் பேரரசர்கள், பெருந்தளபதிகளுடன் இணைத்து, ஒப்புநோக்கி நகைச்சுவையும் சிலேடையான விகடமும் இனிமையாக இழையோடும் வகையில் இந்தச் சரிதை நூல்கள் எழுதப்பட்டவை.

புளூட்டார்க் பல நாடுகளுக்கும் பயணங்கள் மேற்கொண்ட போதிலும் தான் பிறந்த செரோனியா எனும் சிறிய ஊருக்கே எப்போதும் திரும்பி வருவார். இதற்காக அவர் கூறும் காரணம்: "நான் ஒரு சிறிய ஊரில் வசிக்கிறேன், அது இன்னும் சிறியதாகிவிடாமலிருக்க அங்கு தங்கி வாழ்வதே எனக்குப் பெருமகிழ்ச்சி." இந்தப் பற்றுணர்வே அந்த அறிஞரின் உயர்ந்த உள்ளத்தின் அடையாளம் என்பர்.

"ராட்டினம் எவ்வளவுதான் சுற்றினாலும் அதனுடைய நடுக்கம்பு அச்சை விட்டு அகலுவதில்லை. நாங்கள் எங்கெயெங்கே போய் அலைந்தாலும் எங்கள் இதயம் பிறந்த இடத்தை விட்டுப் போவதில்லை. அது அதை நிரந்தரமாகப் பிடித்தபடியே இருக்கிறது..." இது முத்துலிங்கத்தின் வரிகள். இதைப் படித்தபோது இருபது நூற்றாண்டுகளுக்கு முன் தனது சிறிய ஊர் பற்றி பேரறிஞர் புளூட்டார்க் தனது மண்பாசத்துடன் எழுதிய வரிகள் என் நினைவில் மிதந்தன.

முத்துலிங்கத்தின் நேர்காணல்களின் ஒரு தொகுப்பு, 'தமிழ்மொழிக்கு ஒரு நாடில்லை' எனும் நூலாக 2013இல் வெளிவந்தது. 'இலங்கையில், வசதி குறைந்த ஓர் குக்கிராமத்தில் பிறந்த நீங்கள் பணி நிமித்தம் பூமிப்பந்தின் பல எல்லைகளைக் கடந்து பல நாடுகளில் வாழ்ந்தீர்கள், இப்போ கனடாவில் வசிக்கின்றீர்கள், உங்களின் இன்றைய மனம் குறித்து பகிர்ந்துகொள்ள முடியுமா?' என்ற பாணியில் எழுத்தாளர் கடற்கரய் கேட்ட கேள்விக்கு, முத்துலிங்கம் கொடுத்த பதிலின் சில வரிகளையே மேலே தந்துள்ளேன்.

"எங்கள் இதயம் பிறந்த இடத்தை விட்டுப் போவதில்லை" என்ற மண்பாசமுள்ள இந்த வரிகள், முத்துலிங்கத்தின் எழுத்தாளுமையின் ஆதார சுருதியாக அமைவது யாதென்பதை இனம் காணவும், மழைக்காட்டுப் பெருவிருட்சம்போல் விரிந்து வரும் அவரது இலக்கிய மேதா விலாசத்தின் இரகசியத்தை வெளிக்காட்டும் திசைமானி போலவும் அமைகின்றது.

முத்துலிங்கம் ஒரு யாழ்ப்பாணத் தமிழ் எழுத்தாளன் என்ற அடையாள முத்திரையைத் தேர்ந்து கொண்டவர் என்பதனை அவரது வளம் குன்றாத வட்டாரத் தமிழ்ப் பதங்களும் வசனபாவனையும் இடைவிடாமல் எடுத்தியம்புபவை. தனது குழந்தைப் பருவமுதல் அவர் எழுதி விளையாடிய அந்தக் கொக்குவில் புழுதி மண்ணே அவரது எழுத்துகளுக்கு துவக்கம் முதல் உயிரும், உரமும், ஒளியும், நீரும், காற்றும் தந்து வளர்த்தது. அந்த மண்வாசனையோடு இணைந்த அவரது ஆத்மார்த்த உறவும் அனுபவமுமே எழுத்துலகில் பல சிகரங்களை எட்டித் தொட அவரை இடைவிடாது உந்தி வந்திருக்கின்றது. காட்சிப்பின்புலம் நிறைந்த அவரது வட்டார மொழிவழக்கு பாவனையிலேயே அவரது எழுத்தின் யதார்த்தப் பாங்கு பளிச்சிடுகின்றது.

பதினெட்டு வயதில் தனது குழந்தைப் பிராய அனுபவத் தேக்கத்தை, கபடற்ற ஓர் சிறுவனின் களங்கமற்ற விவரணை மொழியில் ஒரு நிகழ்ச்சித் தொகுப்பாக 'அக்கா' எனும் தலைப்பில் அவர் வரைந்த முதல் சிறுகதை, இலங்கையின் அப்போதைய பிரசித்தி பெற்ற தினகரன் பத்திரிகையின் சிறுகதைப் போட்டியில் 1961இல் முதல் பரிசு பெற்று, இவர் படைப்புலகினுள் முதலடி வைத்தார். நடிகர் திலகம் சிவாஜி கணேசன் அவர்களை, தலைமை விருந்தினராக அழைத்து தினகரன் பத்திரிகை தலைநகர் கொழும்பில் நடத்திய விழாவில் அப்பரிசு இவருக்கு வழங்கப்பட்டது.

'அக்கா' சிறுகதையில் கவனிக்கத்தக்க தனிச்சிறப்புகளில் ஒன்று அதன் நிகழ்வோட்ட உரைப்பியப் பதிகைகள். பதினெட்டு

கதைப் பாத்திரங்களை உள்ளடக்கும் இச்சிறுகதையில் அப்பாத்திரங்களுக்கிடையிலான உரையாடல்கள் ஐந்திலும் குறைவு.

இக்கதையில் புனைவுக்கும் அபுனைவுக்கும் இடையிலான இடைவெளி, ஒரு தலைமுடியை விட மெல்லிது. அங்கு இடம்பெற்ற நிகழ்வுகளும், அக்காவின் ஏமாற்றமடைந்த மனப்போக்கும் யாழ்ப்பாணத்தில் ஒரு நடுத்தரத் தமிழ்க் குடும்பத்தில் பிறந்த பல இளம்பெண்களின் பரிதாபமான ஒரு பண்பாட்டனுபவப் பதிகை. நிகழ்வுகளின் உயிரோட்டமான உரைப்புகள் கதையின் உயிர்நிலையை உரையாடல்களுக்குள் சிக்கவிடாமல் நிகழ்வுத் தொடர்ச்சிகளினூடாக அதன் யதார்த்தத் தன்மையை வலிமையுடன் வழங்கலாம் என்பதற்கு இது ஒரு நல்ல எடுத்துக்காட்டு. பின்னரும் இதுபற்றி விரிவாய் விளக்குவோம்.

தன்சரிதைப் போக்கில் அவர் எழுதிய 'உண்மை கலந்த நாட்குறிப்புகள்' எனும் நூலில் உள்ள 'முதல் நினைவு', 'குதிரைவால் தாவணி', 'படிக்காசு' போன்ற நினைவு மீட்டல் கட்டுரைகளும் மற்றும் தமிழினி வெளியீடான எழுநூற்றெழுபது பக்கம் கொண்ட அ.முத்துலிங்கம் கதைகள் பெருந்தொகுப்பிலுள்ள, 'கோடை மழை', 'செல்லரம்மான்', 'அம்மாவின் பாவாடை', 'தாத்தா விட்டுப்போன தட்டச்சு மெசின்' போன்ற சிறுகதைகளிலும் மண்வாசனை மிக்க இந்த யதார்த்தப் போக்கினைக் கண்டு தெளியலாம்.

மாட்டு வண்டியில் திருவிழாப் பயணமும், விடலைப் பள்ளிப்பருவத்தே மாணவர்கள் இளம் ஆசிரியைகள் மீது காட்டும் பாச நாட்டங்களும் அழியாத கோலங்களாய் அடிமனதை வருடி நிற்கும் அனுபவங்களையும், இன்னும் இளமையில் கல்வி, சிலையில் எழுத்து போல் இசை கற்றலும் கற்பித்தலும் பற்றிய பல்வேறு இசையியல் அறிவுக் கூறுகளையும் மிக நுணுக்கமான நீறுகளாக வார்த்தைச் சிற்பம் போல் இக்கதைகளில் செதுக்கியுள்ளார். யாழ்ப்பாணத்தைச் சுற்றியுள்ள பழம்பெரும் ஊர்களின் வேர்களும், முன்னிருந்த முகங்களும், சுருங்கி, சிதைந்து அழிந்துவரும் இக்காலத்தில் இத்தகைய எழுத்தோவியப் பிரதிமம் போன்ற நிஜத் தன்மை மிக்க தன்சரிதைக் கூறுகள் இழையோடும் கதைகள், கட்டுரைகள் சாட்சியம் மிக்க ஒரு பெரும் வரலாற்று ஆவணமாக என்றும் விளங்கும்.

மெல்ல மெல்ல மறந்தும், மறைந்தும் வரும் ஈழத்தின் வரலாற்றுத் தூலங்களை வாசகர்முன் தூக்கி நிறுத்தும் வல்லமை அவரது மென்மையான யதார்த்தமான வசன விவரிப்புகளினூடாக வெளிவரும்போது அது வாசகரை தேய்ந்துபோகும் வரலாற்றின்

வாசற்படிக்கு மீண்டும் மீண்டும் வரவழைக்கும். இது அவரது எழுத்தின் தனித்துவ வலிமையும் கலைத்துவ வல்லமையுமாகும்.

இந்த நூற்றாண்டின் முதற்காலில் இருந்தே உலகத் தமிழர்களில் அதிக எண்ணிக்கையானோர் விரும்பியும், தேடியும் படிக்கும் முக்கிய எழுத்தாளர் பட்டியலில் முத்துலிங்கம் முதலிடத்தில் உள்ளார் என்பது பொதுவாக ஏற்கப்படும் ஓர் உண்மை. அவரது எழுத்தாளுமையை மேல்நோக்கி எஃகும் அவரது பல்துறைப் புலமை பற்றியும், பன்முக அறிவியல் விகாசிப்பு பற்றியும், கலை—இலக்கியச் செழுமை பற்றியும் பல நேர்முகமான பாராட்டுதல்களும் விமர்சனங்களும் அவரது வாசகர் பலராலும் அடிக்கடி முன்வைக்கப்படுகின்றன.

பரந்த அளவில் தமிழ் உலகில் அவரது எழுத்துக்கள் செலுத்திவரும் செல்வாக்கை அறிந்த, உணர்ந்த சில இலக்கிய நிறுவனங்கள், பத்திரிகைத் துறையினர் மற்றும் கலை—இலக்கிய ஆர்வலர்கள் அவரைப் பாராட்டி இலக்கிய விருதுகள் வழங்கி கௌரவித்திருக்கின்றனர்.

கல்கி சிறுகதைப் போட்டியில் பரிசுபெற்றதுடன், வம்சவிருத்தி - சிறுகதைத் தொகுப்பினைப் பாராட்டி தமிழ்நாடு அரசாங்கம் 1996இல் வழங்கிய முதல் பரிசும் பெற்றிருக்கிறார்; அதே நூலுக்கு அதே ஆண்டில், இந்திய ஸ்டேட் வங்கியும் முதல் பரிசு வழங்கிக் கௌரவித்தது. 1999ஆம் ஆண்டில் இவரது வடக்கு வீதி - சிறுகதைத் தொகுப்புக்கு இலங்கை அரசு சாகித்தியப் பரிசினை அளித்தது. பிப்ரவரி 2006இல் கனடா தமிழர் தகவல் - நாற்பது ஆண்டு தமிழ் இலக்கியச் சாதனை விருது வழங்கிப் பாராட்டியது. 'குதிரைக்காரன்' எனும் தலைப்பில் வெளிவந்த இவரது சிறுகதைத் தொகுப்பு, 2012—ன் சிறந்த சிறுகதைத் தொகுப்புக்கான விகடன் விருதினைப் பெற்றது. அடுத்த ஆண்டில் எஸ்.ஆர்.எம் பல்கலைக்கழகம் தமிழ்ப்பேராய விருது வழங்கி இவருக்குப் பெருமை சேர்த்தது.

இவரது கட்டுரைகள், சிறுகதைத் தொகுப்புகள், நேர்காணல் தொகுப்புகள் போன்றவை மீள் பதிப்பு செய்யப்படுதல், வேற்றுமொழிகளில் பெயர்க்கப்படுதல் ஆகியன இவருக்கான வாசகவட்டத்தினரின் பெருக்கத்தை விளம்புகின்றன. கடந்த இரண்டு தசாப்தங்களுக்கு மேலாக தமிழ்ப் படைப்புலகின் மீதும் அவரது வாசகர்கள், சக எழுத்தாளர்கள், படைப்பாளிகள் மீதும் அவர் சுட்டிக்காட்டக்கூடிய அளவுக்கு செழுமையான செல்வாக்கு செலுத்தி வருகின்றார் என்பதும் தமிழ் எழுத்துலகம் போற்றும் உண்மை.

எனவேதான் இவரது படைப்புகள் சிலவற்றைத் தளமாகக் கொண்டு, இவரது எழுத்தாளுமையின் சில செவ்விலக்கியத் தூலங்களை, சற்றுத் துலக்கமாக இங்கு விளங்க முனைவது பயனுள்ளதாய் அமையும்..

முத்துலிங்கம் தமிழ்ஈழத்தின் யாழ்ப்பாணத்துக்கு அருகாமையில் உள்ள கொக்குவில் கிராமத்தில் பிறந்து, வளர்ந்தவர். அப்பாத்துரை, ராசம்மா இணையர்களின் ஏழுபிள்ளைகளில் இவர் ஐந்தாவதாக உதித்தவர்.

இவரது கதை உரைப்பியத் திறனின் ஆர்வ விதைகளையும், கதை கேட்கும் அறியாசை வேட்கையையும் சிறு வயதிலேயே இவரின் மனத்தோட்டத்தில் தூவியவர், இவர்மீது அதிக பாசம் காட்டிய இவரின் தாயார். புராண இதிகாசக் கதைளை அவற்றின் உபகதைகளுடன் உயிரோவியம்போல் இவரது இளைய மனத்திரையில் அன்னையார் நெடிது வரைந்துள்ளார். எனவேதான், “நாங்கள் எங்கே ஓடினாலும் எங்கள் புராணங்கள் எங்களைத் தொடரும். எங்கள் எழுத்து அதைப் பிரதிபலிக்கும்” என்று பூமாதேவி, குங்கிலியக் கலய நாயனார் போன்ற இவரது கதைகளில் வரும் புராண மரபின் தாக்கத்தைப் பற்றிக் குறிப்பிடும்போது இவராகவே அதனை முழுமூச்சுடன் முன்மொழிகின்றார்.

அன்புமிகு அன்னை ராசம்மா, ஆஸ்துமா நோயினால் இறக்கும்போது முத்துலிங்கம் பதின்மூன்று வயதுச் சிறுவன். இவரது கதைகள், கட்டுரைகள், நேர்காணல்களில் தாயிடம் இருந்து தான் பெற்ற கதைசொல்லும் கற்பிதங்கள் பற்றிய நினைவுகளை, இதய நெகிழ்வுணர்வோடு தனது படைப்புகளில் மீட்டுக்கொள்வதனை இவரது வார்த்தை வளமும் வாசகச் சுவையும் நிறைந்த சில நேர்காணல்களிலும் சிறுகதைகளிலும் ஓரளவு காணலாம்.

தமிழகத்தின் புகழ்மிக்க எழுத்தாளர் ஜெயமோகன் ஒரு முறை முத்துலிங்கத்திடம் கேட்டார்: “சிறுவயதில் இலக்கியம் போன்ற விஷயத்தில் உங்களுக்கு முன்னுதாரணமாக யாரும் இருந்திருக்கிறார்களா?” என. முத்துலிங்கம் தனது சிறுவயது காலத்துக்குப் பாய்ந்து சென்று பதில் தந்தார். “அம்மாவை உணராத எழுத்தாளர்கள் அரிது. என்னுடைய ‘எலுமிச்சை’, ‘அம்மாவின் பாவாடை’, ‘தில்லை’, ‘அம்பலப் பிள்ளையார் கோவில்’ போன்ற கதைகளிலும் இன்னும் சிலவற்றிலும் அம்மா வருகிறார். ஆனால் ஒரு சிறு கூறாகத்தான்” என தமிழ்மொழிக்கு ஒரு நாடில்லை நேர்காணல் தொகுப்பில் இவர் பதில் கூறினார்.

இலங்கைப் பல்கலைக்கழகத்தில் ஒரு பட்டதாரியாகவும் பின்பு பட்டயக் கணக்காளராகவும் சித்திபெற்று, இங்கிலாந்தின் முகாமைத்துவக் கணக்காளராக பட்டம் பெற, ஆரம்ப காலத்தில் இவரது தந்தை அப்பாத்துரை அவர்களின் சற்று கண்டிப்பான கரிசனையும் உதவின எனக் கருதுவதில் தவறில்லை. நாவல்கள், கதைகள் வாசிப்பது தனது தந்தைக்குத் தெரியாமலே அரங்கேறின என தனது நினைவுமீட்டு நாட்குறிப்புகளில் கூறியுள்ளார்.

தனது இளமை வாழ்வைப் பின்னோக்கிப் பார்த்து அவர் எழுதிய 'மற்றுப் பற்றெனக்கின்றி' எனும் கட்டுரை உண்மை கலந்த நாட்குறிப்புகள் எனும் அவரது நூலில் உள்ளது. நாவல் வாசிப்பதிலும், கல்கி வார சஞ்சிகையில் அப்போது வெளிவந்த 'அலை ஓசை' தொடர்கதையையும் தந்தைக்குத் தெரியாமலேயே அக்காவும் தானும் பல வாரங்கள் வாசித்தமையைக் கூறும்போது, தணியாத இவரது வாசிப்புத் தாகத்தின் ஆரம்ப வேர்களைக் கண்டுணர முடியும்.

"சில வருடங்களுக்கு எனக்கு கல்கிதான் கடவுளாக இருந்தார்." கல்கி பக்தனாக இருந்த இவரின் வாசிப்பு வேட்கைக் கதவுகளை அகலத் திறந்தவர் கைலாசபதி (பின்னாள் பேராசிரியர்) எனும் வகையில், "கைலாசபதி ஒருநாள் புதுமைப்பித்தனின் புத்தகம் ஒன்றையும், பிறிதொருநாள் ஜேம்ஸ் ஜோய்ஸ் எழுதிய Dubliners ஆங்கில நூலினையும்" தனக்கு வாசிக்கக் கொடுத்தார் எனவும், தன் மீது இந்த நூல்கள் நீடித்த பாதிப்பை ஏற்படுத்தியனவென்றும் பின்வருமாறு குறித்துள்ளார், "இவற்றை வாசித்தபோது இனிமேல் எழுத்தாளனாகி இவர்களைப் போல் எழுத வேண்டும் எனத் தீர்மானித்தேன். இதுவே என் வாழக்கையின் முக்கியமான கட்டம்." நாவலில் துவங்கிய அவரது வாசிப்பு ஆர்வமும் அனுபவமும் மெல்ல மெல்ல கவிதை, சிறுகதை, கட்டுரை இலக்கியம் என விரிந்தது.

அமைதியும், அடக்கமும், சாந்தமான பொறுமையும் கொண்டு விளங்கும் இந்தப் படைப்பாளியின் 'அக்கா' என்ற தலைப்பிலான முதல் சிறுகதை நூலுக்கு, நான் மிக உயரத்தில் வைத்து என் தந்தைபோல் அன்புடன் மதிக்கும் பேராசிரியர் கைலாசபதி முன்னுரை வழங்கிச் சிறப்பித்தார் என்பதை இருபது ஆண்டுகளுக்கு முன்பு நான் கேட்டபோதுதான் இவரது படைப்புகளைப் படிக்கும் ஆர்வமும், எண்ணமும் என்னில் சுடர் விட்டது.

கடந்த சில வருடங்களாக எனது கையில் கிடைத்த இவர் எழுதிய எந்த நூலானாலும், எந்த நேரமானாலும், பேரார்வத்துடன் வாசித்தேன். இதுவரை இவரது பதினைந்து சிறுகதைத் தொகுப்புகளும்,

ஒன்பது கட்டுரைத் தொகுப்புகளும் முழுமையாய் நூல் வடிவம் பெற்றுள்ளன.

விஞ்ஞான அறிவியல் துறைகளில் முறைசார் கல்வியைப் பெற்றுள்ள இவர், உலகின் பல்வேறு கல்வித்துறைகளிலும் மருவிவரும் விடயங்கள் பற்றி மிக அழகிய எளிமையான, இனிய தமிழ்நடையில் மிகத் துல்லியமான தரவுகளுடன், உவமான, உவமேயக் கூறுகளை லாவகமாக உட்புகுத்தியும் வாசக வேட்கையைத் தூண்டும் வகையில் வடிவமைத்தும் வழங்கியுள்ளார். வரலாறு முதல் வழிபாடு வரை, ஜனநாயக அரசுகளின் சிதைவுகள், மாறாத போர் உத்திகள், உளவாளிகளின் உள்மனங்கள், இவை தவிர நாடகம், இசை, நாட்டியம், சினிமா, உலக வரலாறு, அரசர்களின் வரலாறு, புராணம், இதிகாசம், சமயம், சமய நூல்கள் — இவை அனைத்துமே இவரது நேர்காணல்களில் பெரிதும் சிறிதுமாய் வந்துசெல்பவை.

முத்துலிங்கத்தின் பல்துறைப் புலமையின் விரிவும் விசாலமும் இவரது நூல்கள் அனைத்திலுமே பரவியும் விரவியும் உள்ளமையை எவரும் கண்டுணருவார்கள். அதனாலேதான் இன்றைய தமிழ் உலகின் மூத்த எழுத்தாளர்களில் ஒருவராகிய அம்பை இவரது எழுத்துப் புலமை பற்றிக் குறிப்பிடுகையில், "முத்துலிங்கத்தின் கதைகள் நாமறிந்த உலகங்களுக்கு நம்மை அறியாத பாதைகளால் இட்டுச் செல்பவை. நாமறியாத உலகின் கதவுகளையும், சாளரங்களையும் ஓசைப்படுத்தாமல் மெல்லத் திறப்பவை" என்கிறார்.

வியத்தலும் இலமே (நேர்காணல்கள்) நூலில் முத்துலிங்கம் செவ்வி கண்ட புகழ்மிக்க இலக்கியப் பேராளுமைகளிடம் தொடுத்த கேள்விக்கணைகள், பழம்பெரும் கிரேக்கக் கவிஞர் ஹோமர் முதல் இரண்டாம் நூற்றாண்டில் வாழ்ந்த கிறிஸ்துவ இலத்தீன் பேரறிஞர் தேர்துல்லியன் உள்ளடங்கலாக பிற்கால ஆங்கில நாடகப் பெருந்தகை ஷேக்ஸ்பியர் வரையான இலக்கிய மேதாவிகளைப் பற்றி இவர் திரட்டிய பல நுண்ணிய தகவல்கள் விரவியுள்ளன. அந்த நேர்காணல்கள் கூர்ந்து படிக்கும் எவரையுமே பிரமிக்க வைப்பவை.

வரலாறு மற்றும் விஞ்ஞான அறிவியல் துறைகள் சார்ந்த எப்பொருள் பற்றி இவர் எழுதினாலும் அங்கு புதியதும் புதுமையானதுமாக ஏதோ ஒன்று புலப்படும். எப்பொருள் பற்றி அவர் விவரித்தாலும், அதில் புதிய ஓர் பார்வையும் தகவலும் எதிர்பாராதவிதமாக ஆனால் இயல்பாகவே இணைந்துள்ளதுபோல் வாசிப்பின் இனிமையைக் கூட்டிவிடும். உதாரணமாக 'கில் காமேஷ்' உலகின் அதிபழைய நூல் எனக்கொள்ளப்படுகிறது. கி.மு. 2750

இல் இந்த நூல் மெசப்பத்தோமியா (இன்றைய ஈராக்) நாட்டில் எழுதப்பட்டது என்பது பொதுவான கருத்து. இந்நூல் பற்றிக் குறிப்பிடுகையில் இந்த நூலின் துவக்கத்தில் "அனைத்தையுமே கண்டேன், அதையே இவ்வுலகுக்கு எடுத்துரைப்பேன்,.." என எழுதப்பட்டுள்ளது. இவற்றை அப்படியே திருக்குறள், கம்பராமாயணம் மற்றும் சேக்கிழாரின் பெரியபுராணத்துடனும் ஒப்பிட்டு, இப்பழந்தமிழ் நூல்களிலும் முதற்பாட்டில், "உலகு" என வருதல் கவனிக்கத்தக்கதென்கிறார். இதுபோன்ற தொடர்புக் குறிப்பு நீண்ட ஒரு ஆய்வுக்கான சிறு தொடக்கப் புள்ளி போன்றே உற்றுநோக்கப்பட வேண்டும். இவ்வாறான ஒப்புநோக்குகள் இவரது எழுத்தில் வெகு நேர்த்தியாகவும் இயல்பாகவும் விரவியுள்ளன. இவை வாசகனுக்குப் புதிய பாதைகளைத் திறப்பவை.

விண்வெளி ஆய்வாளர் முதல் விளையாட்டு வீரர் வரை, ஆப்பிரிக்க எழுத்தாளர் முதல் அராபியக் கவிஞர்கள் வரை அமெரிக்க விஞ்ஞானிகளையும் கனடிய அமெரிக்க எழுத்தாளர்களையும் அவரவரின் புலமைத் தளம் பற்றிய நிறைவான புரிதலுடனும், விளக்கமான விவரணங்களுடனும் ஆழமான பல செவ்விகளை வாசக விருந்தாக்கியுள்ளார். இவரது வியத்தலும் இலமே உலக இலக்கியங்களின் பிழிசாறு போன்றது.

உலகப் புகழ்பெற்ற எழுத்தாளர்கள், இலக்கியப் பேராசிரியர்கள், விஞ்ஞானிகள், அரசியல்வாதிகள், நடிகர்கள், இயக்குநர்கள், பாடகர்கள் என பல்வேறு துறை சார்ந்த பிரமுகர்களைத் தேர்ந்து நேர்முகமாக அவர்களைச் செவ்வி கண்டுள்ளார். ஒவ்வொரு செவ்வியுமே இவரது பல்துறைப் புலமையையும், ஆழ்ந்த, பரந்த வாசிப்பையும் தெட்டென வெளிப்படுத்துபவை.

அறிவியல், விளையாட்டுத் துறை, புவியியல், அண்டவியல், பூகோளவியல், மானிடவியல், சமூகவியல், நவீன விஞ்ஞானம், வரலாற்றியல், இசையியல், பிராணியியல் ஆகிய பல்வேறு உள்ளிடத் தொடர்புகள் அறவே இல்லாத பல்துறைகள் பற்றி அபூர்வமான ஆனால் எமக்குப் பயனுள்ள, தேவையான பல தகவல்களை மிகவும் லாவகமாகவும், மேன்மையாகவும் இவரது கதைகள் கட்டுரைகளுக்கிடையில் நுட்பமான இடைசெருகலாக இணைத்துவிடுவார். இவை வாசக ஆர்வத்தைத் தூண்டி நிற்பவை. வாசிக்கக் கையில் விரித்த நூலை இடையில் வைக்காது தொடரும்படி கண்களை வருடிச் செல்பவை. முத்துலிங்கத்தின் நேர்காணல்கள் அவற்றின் தன்மையிலும், கூர்மையிலும் மிகவும் செழுமை மிக்கவை. செவ்விலக்கியச் செறிவு கொண்டவை.

பூமியின் பாதிவயது என்று தலைப்பில் முத்துலிங்கம் எழுதிய நூலில் அவரது வேலைநிமித்தம் பூமியின் பாதிப் பகுதிக்கு மேல் அவர் பயணம் செய்த இடங்கள் பணிபுரிந்த நாடுகள், பழகிய ஆட்கள் போன்றவற்றைத் தத்ரூபமாகப் பதிவு செய்துள்ளார்.

அவர் பணிபுரிந்த பல்வேறு இடங்களிலும் உலகின் பல பகுதிகளுக்கும் மேற்கொண்ட பயணங்களின்போதும் தான் சந்தித்த மனிதர்கள், வாழ்ந்த சூழல்கள் போன்றவற்றில் பெற்ற சிரீய அனுபவங்களையும், சிக்கலான ஆபத்துகளையும், வெகு இலகுவான, எளிமையான, வாசக ஈர்ப்புள்ள வார்தைகளுக்குள் மென்மையான சொல்விருந்தாக அவர் வழங்கும் விதமே அலாதியானது.

கால வரன்முறையை நோக்கும்போது இவர் வாழ்வில் பின்நோக்கிப் பயணித்து சில விடயங்களை இன்றைய சூழலுக்குள் இணைத்து எழுதும் பண்பு மிகவும் சிறப்பானது. அருமையானது. இங்கு அதிக வியப்பை ஏற்படுத்தும் விடயம் இவரது அதீத நினைவாற்றல். இளம் மாணவர் கூட மறதிக்கு மருந்து தேடி அலையும் இன்றைய நாளில் இத்தனை ஆயிரம் நினைவுகளை வெகு துல்லியமாக, பெயர், இடம் நேரம் காலம் சூழல் தவறாமல் பதிகை செய்யும் ஆற்றல் உண்மையாகவே ஆச்சரியத்துக்குரியது; பாராட்டப்பட வேண்டியது.

இவரது எழுத்தாளுமையின் கவர்ச்சியும் வாசக உள்ளிளுப்புள்ள இன்னொரு தன்மை இவர் உரையாடல் வார்த்தைகளைக் குறைத்தும் சுருக்கியும் தருவதாகும். அதேவேளை நிகழ்வுகள் சார்ந்த கூறுகளைக் கதைகூறுநெறியில் விரித்தும் விளக்கியும் எழுதுவார். தனது புதினங்கள், சிறுகதைகள் கட்டுரைகளுக்குள் இயல்பாக நிகழ்வுகளை உட்புகுத்தி எழுத்தோவியம் போல் வரைவார். இது நுட்பமான ஒரு கலைப் படைப்பை அல்லது பல வேலைப்பாடுகள் நிறைந்த நுண்ணிய சிற்பத்தை செதுக்குதல் போன்ற உத்தியாகும்.

உரையாடல்கள் நடந்து முடிந்தவற்றை பிரதியாக்கம் செய்பவை; ஆனால் நிகழ்வுகளின் பிரதிமை வாசகனை அந்த நிகழ்வுக்குள் உட்புக அழைப்பவை. ஒரு உரையாடலில் வாசகன் இறந்த காலத்தில் நடந்துமுடிந்த ஒன்றையே மீளவும் கூறக்கேட்கிறான். வாசகனின் கேட்பியப் புறநிலையில் இது வெறும் செய்தியாகிவிடுகின்றது. ஆனால் நிகழ்வுகள் அவற்றின் காண்பிய நயத்தின் வழியாக வாசகனை உள்வாங்கும் ஈர்ப்பு சக்தி கொண்டவை இதுவே அவரது இலக்கிய எழுத்தாளுமையின் ஓர் முக்கியக் கூறாகும்.

ஒரு காய்தானும் காய்க்காத "எலுமிச்சையில் தொடங்கி உவப்பான ஊறுகாயில் முடியும் "எலுமிச்சை" கதையில் ஓரிரு வசனங்களே

உரையாடல்; மீதியெல்லாம் ஒரு ஊரின், தனியாட்களின், வீட்டு மிருகங்களின், மரங்களின் ஒட்டுமொத்தமாக நிஜமான நிகழ்வுகளின் பதிகை. அக்கதை ஒரு கிராம வாழ்க்கையின் குறும்படம் போன்றது. ஒரு வாசகனை, 'நானும் அங்கிருந்தேன், இதைப் பார்த்தேன்' என கதையின் பங்காளியாக வரவழைப்பது போன்றது. இதே போல் "செல்லரம்மான்", "அம்மாவின் பாவாடை" ஆகிய கதைகளும் இதற்கு நல்ல எடுத்துக்காட்டு.

சொற்கட்டுதல்களை விடுத்து பொருளின் சாரத்தையும், அதன் பிழிசாறையும் இலகுவான எளிமையான வசன நடையில் வாசக ஆர்வத்தை வாவென்று அழைக்கும் வசீகரத்துடன் வடித்துத் தருவது போன்றதே அவரது எழுத்துக்கள். இப்போக்கு இலக்கியத்தில் புதியதோர் மடை திறப்பாக, மற்றவர்களுக்கு முன்னோடியாக விளங்குகின்றது.

நாம் வாழும் இக்கணினி யுகம் செய்திகளும், தகவல்களும், பல்வேறு வழிகளில் எழுத்துருவில் கணக்கற்ற வகையில் நாம் விரும்பினாலும் விரும்பாவிட்டாலும் எம்மைத் தேடிவந்து அமுக்குபவை. எனவே அறிவுக்குரியதை வடித்தெடுப்பதென்பது இலகுவானதல்ல. முத்துலிங்கத்தின் எழுத்துக்களில் அவரே தேவையானதையும் பயன்தருவதையும் எவ்வாறு வடிப்பதென்பதை எமக்கு விடயதானமாகத் தருகின்றார்.

தமிழறிவாளுமையின் இரண்டு முக்கிய அம்சங்கள் பற்றி இங்கு குறிப்பிட வேண்டும். ஒன்று கனடிய தமிழ் இலக்கியத் தோட்டம், இரண்டாவது வட அமெரிக்க பல்கலைக்கழகங்களில் தமிழ் இருக்கைகள் அமைத்து தமிழியல் ஆய்வுகளை முன்னெடுப்பது.

2001—ஆம் ஆண்டு கனடிய தமிழ் இலக்கியத் தோட்டம், (Tamil Literary Garden) கல்வியாளர்கள், எழுத்தாளர்கள், வாசகர்கள், விமர்சகர்கள், கொடையாளர்கள் ஆகியவர்களின் ஆதரவுடன் ஓர் அறக்கட்டளையாக ரொறொன்ரோவில் ஆரம்பிக்கப்பட்டது. அமரர் பேராசிரியர் செல்வா கனகநாயகம் அவர்களின் முயற்சியினால் ஆரம்பித்த இந்த நிறுவனம் உலக அரங்கில் தமிழ்மொழியினதும், தமிழியலினதும் பல பரிமாணங்களையும் தமது உயர்ந்த படைப்புகளால் மெருகூட்டி வரும் எழுத்தாளர்கள், ஆக்க இலக்கியப் படைப்பாளர்களை இனம்கண்டு ஊக்குவிக்கும் வண்ணம் துவங்கப் பெற்றது.

இலக்கியத் தோட்ட அமைப்பின் பொதுவான குறிக்கோள் உலகமெங்கும் தமிழ்மொழியை ஊக்குவித்து வளர்ப்பதாகும். தமிழ்,

ஆங்கில நூல்களின் மொழிபெயர்ப்பு, அரிய தமிழ் நூல்களை மீள் பதிப்பு செய்வது, தமிழ்ப் பட்டறைகள் நடத்துவது, நூலகங்களுக்கு இலவசமாக தமிழ் நூல்கள் வழங்குவது, தமிழ் சேவையாளர்களுக்கு விருது வழங்கி கௌரவிப்பது போன்றவை இதனுள் அடங்கும்.

கனடாவில் கடந்த 20 வருடங்களுக்கு மேலாக இயங்கிவரும் இலக்கியத் தோட்டம் அமைப்பானது அயராத தொடர்ச்சியோடு வருடாவருடம் உலகத்தின் மேன்மையான தமிழ் இலக்கியப் படைப்பாளிகளையும், சேவையாளர்களையும் அடையாளம் கண்டு விருது வழங்கி கௌரவித்து வருகின்றது. இதன் ஆரம்பகாலம் முதல் இதனை வெகு நேர்த்தியாகவும் பவித்திரமான வினைத்திறனுடனும் முன்னின்று நடத்தி வருபவர் திரு. முத்துலிங்கம் அவர்கள்.

அடி, முடி காண்பதற்கரிய பரந்த தமிழியல் புலமைப் படைப்புலகப் பரப்பின் வரலாற்று ஓட்டங்கள், வளங்கள், தேக்கங்கள், வளர்ச்சிகள் பற்றிய இவரது அறிவும் பார்வையும் மெச்சுதற்குரியன. தமது நீண்டகால வாசிப்புகள் வழியாகவும், பல்வேறு புலமையாளர்களுடன் அவர் கொண்டிருக்கும் தொடர்பாடல்கள் வழியாகவும் பெற்ற இந்த அறிவார்வம் செம்மொழியாம் தமிழை ஏனைய பழம்பெரும் செம்மொழிகளுக்குச் சமமாக உலகின் முன்னணிப் பல்கலைக்கழகங்களில் மாணவர்களும் ஆய்வாளர்களும் கற்றும், கற்பித்தும் எதிர்கால ஆய்வுகளுக்கு வழிவகுக்கும் வண்ணமாகவும் ஹார்வர்ட் பல்கலைக்கழக மற்றும் ரோறொன்ரோ பல்கலைக்கழகத் தமிழ் இருக்கைகளை நிறுவுவதற்கான பெருமுயற்சிகளில் தானாகவே முன்வந்து அதற்கான தேவை பற்றிய அறிவூட்டல் மற்றும் நிதிதிரட்டல் பணிகளில் முன்னின்று ஆழ்ந்த கடமையுணர்வுடன் இரவு பகல் என்று பாராது பணிசெய்த பெருமகன் இவர். இதற்குத் தமிழுலகம் என்றுமே இவருக்குக் கடமைப்பட்டதாகும்.

எந்தவிதமான ஆர்ப்பாட்டங்களும் ஆடம்பரங்களுமின்றி அமைதியான வகையில் தமிழ்மொழியின் பழமை, பெருமை, பூர்வீக இலக்கியச் செழுமை பற்றி அமெரிக்காவிலும், கனடாவிலும் வாழும் மிகப்புகழ் வாய்ந்த ஆங்கில இலக்கியப் படைப்பாளிக்கள், எழுத்தாளர்கள், பத்திரிக்கைக் கட்டுரையாளர்கள், ஒரு சில விஞ்ஞானிகள் ஆகியோரை நேரில் சென்று சந்தித்து செவ்விகண்டு அவர்களின் புலமைப் புலம் பற்றிய உரையாடல்களின்போது தமிழ் மொழியின் பெருமை பற்றியும் அவர்களுக்கு சிறிதளவேனும் அறிமுகம் செய்து மகிழ்ந்துள்ளார். இவர்களுள் டேவிட் பெஸ்மொஸ்கீஸ், கிரீஸ் ஃபிலார்டி, மொகமட் நாஸீகு அலி, வார்ரென் கரியோ, டேவிட் ஓவென், டீன் கில்மோர், மார்கிரட் அட்வூட், ரோபையாஸ் வூல்ஃப், டேவிட் செடாரிஸ், அலிஸ் மன்றோ ஆகியோரும் அடங்குவர்.

வாசிப்பு ஒரு மனிதனைப் பூரணமாக்கும் என்பது ஒரு ஆங்கிலப் பழமொழி; ஆனால் பூரணமாக்குவது மட்டுமன்றி அது ஒருவரை உன்னதமாக்கும், உயர்வடையச்செய்யும் என்பதற்கு முத்துலிங்கமும் அவரது படைப்புகளும் இன்றும் என்றும் வாழும் உயிரூட்டமுள்ள உதாரணங்கள்.

(கனடாவின் ரோறொன்ரோ பல்கலைக்கழகத்தில் கடந்த இருபது வருடங்களுக்கு மேலாக கிரேக்க விவிலிய இலக்கியங்கள் பற்றிக் கற்பித்துவரும் பேராசிரியர் முனைவர் அமுது ஜோசப் சந்திரகாந்தன் அவர்கள், பழந்தமிழ் இலக்கியங்களில், வேதகால, சமண, புத்த, கிறிஸ்தவ இலக்கியங்களின் செல்வாக்கு பற்றி, பல ஆய்வுக் கட்டுரைகளை எழுதியுள்ளார்.)

15

எழுத்தாளர் என்கிற ஜாடை – யுகபாரதி

முன்னெப்போதோ வாசித்த தேவதேவனின் ஒரு கவிதை அலாதியானது. 'காற்றை அள்ளி அள்ளி / வாரிக் குளிக்கும் மனிதனுக்குக் / காதலிக்கத் தெரியாமல் போவதெப்படி?' என்கிற வரிகளைத் தாங்கிய அக்கவிதைக்கு 'ஒரு சிறு முயற்சி' என்று தலைப்பிட்டிருப்பார். படித்தவுடனே வசீகரிக்கும் அவ்வரிகளில் காற்றும் காதலும் அள்ளி அள்ளிக் குளிக்கும் விஷயங்களாக ஆகிப்போயின. எழுத்தாளர் முத்துலிங்கத்தின் படைப்புகளையும் நான் காற்றாகவோ காதலாகவோ எண்ணித்தான் அள்ளியள்ளிக் குளிக்கிறேன்.

கடந்த முப்பது ஆண்டுகளில் எழுத்தால் சகல தரப்பினரையும் மிக நெருக்கமாக உணரவைத்திருப்பவர் அவர் மட்டுமே. 'மட்டுமே' என்கிற சொல்லை நான் அறிந்தும், தெளிந்துமே பயன்படுத்துகிறேன். காரணம், எழுத்தாளர் கிரா.விற்குப் பிறகு அனைவராலும் கொண்டாடப்படும் ஒருமுகம் அல்லது ஒரு குரல் முத்துலிங்கத்தினுடையது. எழுத்திலும் அணுகுமுறையிலும் இந்தத் தனித்துவத்தை வேறு எவருமே கைக்கொள்ளவில்லை. தீவிரம், அதிதீவிரம், நவீனம், பின்நவீனம் என்றெல்லாமல் படைப்புகளைப் பட்டியலிடாமல், தான் கண்டும் கேட்டும் உற்றுணர்ந்த சம்பவங்களை வெளிப்படைத் தன்மையுடன் எழுதுவதால் அவரை எல்லோருக்கும் பிடிக்கிறது.

அத்துடன், இலக்கிய வாசகர்களைக் குறிவைத்து எழுதிக் குவிக்காமல், புதுப்புது வாசகரை இலக்கியத்தை நோக்கி இழுப்பவராகவும் அவர் இருக்கிறார். புனைவோ அபுனைவோ எதுவாயினும், அதில் அவர் சித்திரித்துக் காட்டும் மனிதர்கள், களங்கமற்ற நதியில் மிதந்தோடும் இலைகளாக

இருக்கிறார்கள். வெவ்வேறு நாடு, வெவ்வேறு மொழியைக் கொண்டவர்களாக இருந்தாலும், அடிப்படையில் அவர்களின் ஈரம் நம்மை நனைத்துவிடுகிறது. 'திகடசக்கரம்' கதையின் முதல் வரி 'எரிச்சலூட்டுவதற்கென்றே பிறப்பெடுத்தவன் எரிக்ஸன்' என்று தொடங்கும். அதற்கு நேர்மாறாக, எல்லோரையும் உற்சாகப்படுத்துவதற்கென்றே பிறப்பெடுப்பவை முத்துலிங்கத்தின் எழுத்துகள். நானறிய, எந்தவித அசூயையும் இல்லாமல் எலும்பும் சதையுமாக மனிதக் கவிச்சியை அவர் கதைகளில் நுகரலாம்.

தனக்குத் தோன்றுவதைத்தான் அவர் எழுதுகிறார். என்றாலும், அதற்காக அவர் தன்னைத் தயாரித்துக்கொள்ளும் அக்கறைகள் ஆச்சர்யப்படுத்துபவை. ஒரு பக்கத்தை நிறைக்க, ஒரு புதிய தகவலையாவது சொல்லவிடத் துடிக்கும் இயல்பே அவருடையது. முன்பின் கணக்குகளை உத்தேசிக்காமல் உள்ளதை உள்ளபடி எழுதும் அவர் எழுத்துகள் முதல் வாசிப்பிலேயே நமக்குள் குடிகொண்டுவிடுகின்றன. பொதுவாக இப்படியான எழுத்தாளர்களை 'காலத்தின் கொடை' என்பார்கள். எனக்கோ அதற்கும் மேலே என்றுதான் சொல்லத் தோன்றுகிறது. இந்த இடத்தில் ஓர் எழுத்தாளர் நமக்குப் பிரியமானவராகவும், பிரமிப்பைத் தருபவராகவும் இருப்பதற்கு எழுத்துக்கு அப்பாலும் பல காரணங்கள் இருக்கின்றன.

தொண்ணூறுகளின் பிற்பகுதியில் ஒரே ஒருமுறை அவரை நேரில் சந்தித்திருக்கிறேன். என்றாலும், அவரை அடிக்கடி பார்த்துக்கொள்ளும் சந்தர்ப்பத்தை அவர் கதைகள் வழங்கியுள்ளன. பல்லாயிரம் மைல்களைக் கடந்த பிரதேசத்தில் அவர் வசித்தாலும், மிகப் பக்கத்தில் பார்க்கும் உணர்வைத் தரக்கூடிய எழுத்து அவருடையது. 'கணையாழி' பத்திரிகையில் உதவியாசிரியராகப் பணியாற்றிய காலத்தில் ஒரு கடுங்கோடையில் அவர் எங்கள் அலுவலகத்திற்கு வந்திருந்தார். சுட்டெரிக்கும் வெயிலைச் சுமந்தபடி அவர் வந்த காட்சி, இன்னமும் என் நினைவில் இருக்கிறது. அதற்குமுன் அப்படியான ஒரு மதிய வேளையில் கருப்புநிற கோட் அணிந்து யாருமே எங்கள் அலுவலகத்திற்கு வந்ததில்லை. எளிய உடைகளைத் தரித்து, ஏழ்மையைக் கக்கும் கண்களுடனே அசோகமித்ரனும் இன்னபிறரும் வந்திருக்கிறார்கள்.

எங்கள் பத்திரிகையில் எழுதுபவர்கள் உயரிய பதவிகளிலும், சமூகத்தில் அந்தஸ்து மிக்கவர்களாகவும் இருந்திருக்கிறார்கள். என்றாலும், நேரே வந்து தம் நூல்களையோ படைப்புகளையோ வழங்குபவர்கள் அவ்விதம் இருந்ததில்லை. 'ரிதம் டப்பிங் ஸ்டுடியோ'வின் ஓர் ஓரத்தில் இரண்டு மேசை நாற்காலியைப்

போட்டுக்கொண்டு அதைப் பத்திரிகை அலுவலகம் என்கிறார்களே என அவரும் நினைத்திருக்கலாம். ஓர் எழுத்தாளருக்குரிய அசலான நடையோ, உடையோ, பாவனையோ இல்லாத ஒருவர், எப்படியும் ஒரு நல்ல கதைகூட எழுத வாய்ப்பில்லை என்றுதான் நினைத்தேன். தவிர, அந்தச் சந்திப்பில் அவர் எனக்கு வழங்கிய நூல்கள் மணிமேகலை பிரசுரத்தால் வெளியிடப்பட்டிருந்தன.

படைப்பாளரைப் பார்க்காமல், அப்படைப்பைப் பிரசுரித்து வெளியிட்ட பதிப்பகத்தை வைத்தெல்லாம் எழுத்தை அனுமானிக்கும் அப்போதைய மோசமான போக்கிற்கு நானும் விதிவிலக்கல்ல. இன்றைக்கு அப்படியான போக்கு பெருமளவு குறைந்திருக்கலாம். அதுமட்டுமல்ல, அப்போது என்னை நான் கொம்புமுளைத்த சிறுபத்திரிகையாளனாகக் கருதிக்கொள்ளும் நிலையிலுமிருந்தேன். தோற்றத்தில் அவர் ஓர் உயரதிகாரியாகத் தெரிந்தாரே அன்றி, எழுத்தாளர் என்கிற ஜாடை கொஞ்சமுமில்லை. அன்பும் ஆவலுமாக அவர் அளித்த நூல்களை, சிரத்தையில்லாமல் பெற்றுக்கொண்டோமே என்கிற சிராய்ப்பு இப்போதும் என் நெஞ்சில் இருக்கிறது.

அடுத்த முப்பதாண்டுகளில் வீரியமாக வெளிப்படப்போகும் ஒரு படைப்பாளரை அத்தனை அலட்சியத்துடன் அணுகியவிதம் வெட்கப்பட வைக்கிறது. எழுத்தாளர் எஸ்.பொன்னுதுரையின் பரிந்துரையுடனே அவர் என்னைச் சந்திக்க வந்திருந்தார். ஆனாலும், அவருக்கு நான் உரிய இடத்தை வழங்கவில்லையோ என்றுதான் இதை எழுதும் வேளையிலும் தோன்றுகிறது. என் சொற்களிலும் நடவடிக்கையிலும் தென்பட்ட விளையாட்டுத்தனத்தை அவர் பொருட்படுத்தவில்லை. பொறுப்பான வேலையில் ஒரு பொடியனை அமரவைத்திருக்கிறார்களே என அவர் எண்ணியிருக்கலாம்.

அந்தச் சிறிய சந்திப்பில் என்மீது அவர் கொண்டுவிட்ட அபிப்ராயத்தைக் காட்டிக்கொள்ளாமல், 'நாம் இருவரும் இணைந்து ஏன் ஒரு தேநீர் அருந்தக்கூடாது...' என்றார். 'அருந்தலாமே' எனத் தலையசைத்துவிட்டு, அவரை மேலும் கீழும் ஒருமுறை பார்த்தேன். எங்கள் அலுவலகத்திற்குப் பக்கத்தில் ஒரு டீக்கடை உண்டு. அதைக் கடையென்று சொல்வது பேச்சுக்குத்தான். மற்றபடி, அங்கே அமர்ந்தெல்லாம் டீ குடிக்கும் வசதியில்லை.

நடிகர்திலகம் சிவாஜிகணேசனின் வீட்டுக்கு எதிர்ப்புறம் அமைந்திருந்த டீக்கடை அது. தெருவோரக் கடையென்று அ.மு.வே அச்சந்திப்பைப் பற்றி பின்னொரு சந்தர்ப்பத்தில் எழுதியிருக்கிறார். அந்தக் கடையில்தான் தமிழின் ஆகப்பெரும் எழுத்தாளர்களாக இன்று அறியப்படும் பலருடனும் நான் டீ அருந்தியிருக்கிறேன்.

மணிக்கணக்காக அந்தக் கடையின் முன்னே நின்று இலக்கியத்தைக் கற்றிருக்கிறேன். ஆனாலும், கோட்டும் சூட்டுமாக வந்திருந்த ஒருவருடன் அங்கே நின்று டீ குடித்துப் பழக்கமில்லை என்பதால் தயங்கினேன்.

எளியவர்கள் புழங்குமிடத்தில் ஓர் உயரதிகாரியை நிறுத்துவதா என்று யோசித்து, 'சார்... பக்கத்தில் ஒரு கடையுண்டு. இருந்தாலும், இந்தக் கோலத்தில் அங்கே நின்று குடித்தால் சரி வராதே' என்றேன். உடனே அவர் அணிந்திருந்த கோட்டைக் கழற்றிவிட்டு, என்னுடன் வருவார் என்பதுதான் என் எதிர்பார்ப்பு. ஆனால், அவரோ 'நான் காரில்தான் வந்திருக்கிறேன். வேண்டுமானால் வேறு எங்கேயாவது ஒரு நல்ல கடைக்குப் போவோமா' என்றார். என்னைச் சந்தித்துப் பேசிய அந்த இரண்டுமணி நேரமும் அவர் அந்தக் கோட்டைக் கழற்றவே இல்லை என்பதுதான் விசேஷம்.

எதற்காகவும் தன்னையோ, தன் இயல்பையோ மாற்றிக்கொள்ளாத அந்தத் தன்மைதான் அவர் கதைகளின் அடிப்படை. கடந்த இருபத்தைந்து ஆண்டுகளில் அவர் எழுத்துகளை எங்கே கண்டாலும் ஆர்வத்துடன் வாசிப்பவர்களில் நானும் ஒருவன். அது கட்டுரையா, கதையா, நேர்காணலா என்றெல்லாம் பார்ப்பதில்லை. அவர் பெயர் தாங்கியிருந்தால் போதும். எந்த உருவமும் பெயரும் எழுத்தாளராகப் பார்ப்பதில் முதலில் எனக்குச் சங்கடம் ஏற்படுத்தினவோ, அதே உருவமும் பெயரும் ஆழப் பதிந்துவிட்டன. அடுக்கடுக்காக அவர் சொல்லிச் செல்லும் தேசங்களையும் மனிதர்களையும் வாசித்த பிறகு, பெயர்களிலும் உருவங்களிலும் ஒன்றுமே இல்லை எனத் தெரிந்துவிட்டது.

எங்கள் அலுவலகத்திற்கு அவர் வந்துபோன அன்று, அலுவலகப் பையன், 'இவரும்கூட எழுத்தாளரா சார்?' என்றான். அந்தக் கேள்வியில் தொக்கியிருந்த குதர்க்கமும் குறும்புமே தமிழிலக்கியச் சூழல். எழுத்தாளரென்றால் அவருக்கென்றொரு அகமும் முகமும் தேவை என்றிருந்த நிலையை, சுக்குநூறாக உடைத்தெறிந்த பெருமை அவருக்கே உரியது. முதல் சந்திப்பில் அவர் வழங்கிய நூல்களை மிகத் தாமதமாகவே வாசித்தேன். வாசிக்க வாசிக்க என்னுள்ளிருந்த அழுக்குகளும் அலட்சியங்களும் வெளியேறின. அதன்பிறகு மனிதர்களை அணுகுவதிலும், அவர்களைப் பொருட்படுத்துவதிலும் உள்ளார்ந்த மாற்றங்கள் நிகழ்ந்தன.

எழுத்தாளனோ, பத்திரிகையாளனோ அல்லது இன்னபிற துறையைச் சேர்ந்தவனோ யாராக இருந்தாலும் முதலில் அவன்

குரலைக் கேட்கவேண்டும் என்கிற எண்ணத்தை அக்கதைகளும் கட்டுரைகளும் தோற்றுவித்தன. முத்துலிங்கம் 'எலுமிச்சை' சிறுகதையின் முகப்பில் கு.அழகிரிசாமியின் 'குமாரபுரம் ஸ்டேஷன்' கதையைக் குறிப்பிட்டுச் சில வார்த்தைகளை எழுதியிருப்பார். பொடிபோடுவதுபோலவும், வெடிபோடுவதுபோலவும் அவர் சொல்லத் தொடங்கும் ஒவ்வொரு கதையிலும் ஏதோ ஒன்றின் தொடர்ச்சியைக் காணலாம். 'நம்முடைய செயல், இன்னொரு காரியத்திற்கு எப்படி உதவுகிறது' என்பதைச் சொல்லவே கு.அழகிரிசாமியைத் துணைக்கு அழைத்திருப்பார். என்னைப் பொறுத்தவரை முத்துலிங்கத்தின் கதைச்செயலும் வாசகனை நல்வழிப்படுத்தும் காரியமே என்பதில் சந்தேகமில்லை.

எங்கே தகவலைச் சொல்கிறார், எங்கே நம்முடைய தலையை வருடிக்கொடுக்கிறார் என்றே தெரியாதபடி மிக லாவகமாக அவர் கதைசொல்லும் முறை, கடந்த முப்பதாண்டுகளில் வேறு ஒரு சிலருக்கு வாய்த்திருந்தாலும், முத்துலிங்கத்தின் பாணியே முதன்மையானது. என்னை ரொம்பவும் கவர்ந்த 'ரி' என்னும் சிறுகதையை இதுவரை எத்தனை முறை வாசித்திருப்பேன் என்பதற்குக் கணக்கில்லை. இசையும் பாடலுமாக என்னுடைய வாழ்க்கை அமைந்திருப்பதால் அடிக்கடி அக்கதையை வாசிக்கத் தோன்றும்.

இசையமைப்பாளர் இமானிடம் அக்கதையை விவரித்து ஒருமுறை பேசியபோது, `அய்யாவுக்கு இசை தெரிந்திருக்கிறது என்பது விஷயமில்லை. அதை எத்தனை அழகாகக் கதையில் வைத்திருக்கிறார் பாருங்கள்' என்றார். அக்கதையில், 'காம்போதி, தோடி போல இது பணக்காரர்களுக்கு உண்டான ராகம் கிடையாது. என் போன்றவர்களுக்காக ஏற்பட்டது. மார்கஹிந்தோளம்' என்றுவரும்.

ஆரோகணத்தில் எட்டு ஸ்வரங்களும், அவரோகணத்தில் ஏழு ஸ்வரங்களும் பயின்றுவரும் அந்த ராகத்தின் மாதிரியை அக்கதை நிமத்தம் எனக்காக இமான், வாசித்துக் காட்டியது தனி அனுபவம். அவரோகணத்தில் 'ரி' விடுபடும் ராகமே அது. இந்தச் செய்தி தெரியாத ஒருவர் அக்கதையை வாசித்தால் புரியாமல் போய்விடக்கூடும் என்பதால் அவரே ஸ்வரங்களின் பட்டியலையும் கொடுத்திருக்கிறார். இந்தக் கரிசனமே முத்துலிங்கத்தை வாசகர்கள் கொண்டாடக் காரணம்.

மிக மெல்லிய உணர்வுகளைக் கடத்த தி.ஜானகிராமன் பாத்திரங்களுடன் இசையைப் புழங்கவிடுவார். அவருக்குப் பின் ஓரிருவர் அவ்வகையான படைப்புகளைத் தந்திருக்கிறார்கள்.

எனினும், அந்தக் கண்ணியை அறுபடாமல் தொடர்பவர்களில் முத்துலிங்கம் முக்கியமானவர். 'ஜகதலப்பிரதாபன்' கதையில் தன்னுடைய அண்ணன்கள் எம்.கே.டி பாகவதருக்காகவும், பி.யு.சின்னப்பாவுக்காகவும் அடித்துக்கொண்ட காட்சிகளை விவரித்திருப்பார். 'விருந்தாளி' கதையில் ஜெகனுடன் இணைந்து கேட்ட காருக்குறிச்சியின் கரகரப்பிரியாவைக் காட்டியிருப்பார். அக்கதையில் இடம்பெற்ற,'நீ அங்கே / நான் இங்கே / பெண்ணே இரவு நகர்கிறது / வீணாக' என்னும் உருதுக் கவிதையைப் போல நானும் சில கவிதைகளை எழுதிப் பார்த்திருக்கிறேன். அப்படி எழுதப்போய் இறுதியில், 'மேலும் / மீன்கள் படகைக் கண்டுபிடிக்கவில்லை / பறவைகள் விமானத்தை / நான் காயகல்பத்தை' என்கிற தேவதச்சன் வரை வந்து சேர்ந்தது தனிக்கதை.

இளவயதில் இருந்தே இசையுடனான முத்துலிங்கத்தின் உறவை 'உண்மை கலந்த நாட்குறிப்புகள்' நூலில் காணமுடியும். பர்வதராசகுமாரி என்னும் பெயருடைய தன் அக்கா, பாட்டு கற்கத் தொடங்கிய சம்பவத்தை அத்தனை எள்ளலுடன் விவரித்திருப்பார். 'அக்காவின் சித்ரவதை ஸ்வர வரிசைகளில் ஆரம்பித்தது' என்று அதில் வரும் ஒருவரி தமாஷானது. கருக்கு மட்டைக் குரலுடைய அக்காவும் கஷ்டப்பட்டுப் பாட்டு கற்றிருக்கிறார். ஒருகட்டத்தில் அம்மாவும், பாட்டு வாத்தியாரும் பெரும் பிரயத்தனப்பட்டு 'யாரோ அவர் யாரோ' என்னும் கீர்த்தனையைக் கற்பிக்கிறார்கள்.

ஒவ்வொரு நாளும் அப்படி பாடுவதைக் கேட்ட யாரோ ஒரு நபர், வீதியில் நின்று, 'நான்தான் அது, நான்தான்' என்று கத்திவிட்டு ஓடியிருக்கிறார். அடையாளத்தை மறைத்துக்கொண்ட அந்த நபரை, கடைசிவரை கண்டுபிடிக்க முடியாத அப்பா, 'இனிமேல் அந்தக் கீர்த்தனையைப் பாடவேண்டாம்' எனத் தடைபோட்டிருக்கிறார். பாட்டுவாத்தியாரும் சரியென்று அடுத்த கீர்த்தனையைச் சொல்லித்தர ஆரம்பித்திருக்கிறார். அது, 'காரணம் கேட்டு வாடி சகியே / காதலன் சிதம்பரநாதன் இன்னும் வராத காரணம் / கேட்டு வாடி' என்னும் கீர்த்தனை.

அதையும் அக்கா கர்மசிரத்தையுடன் பாடத் தொடங்கிய இரண்டொரு நாளில், அதற்கும் அப்பாவால் தடைபோடப்படுகிறது. காரணம், சிதம்பரநாதன் என்னும் பெயரில் ஊரில் ஓர் இளம் பையன் இருக்கும் தகவல் தெரிந்ததுதான். அந்தக் காலத்தில் பெண்களை எப்படியெல்லாம் அதீத ஜாக்கிரதையுடன் அப்பாக்கள் வளர்த்திருக்கிறார்கள் எனச் சிந்தித்தால் சிரிப்பு வரும். அப்பா பிரச்னைகளைத் தவிர்க்க அந்தக் கீர்த்தனைக்குத் தடைபோட்டதும்,

வாத்தியார் அடுத்த கீர்த்தனைக்குத் தாவி, 'எப்போ வருவாரோ / எந்தன் கலிதீர /எப்போ வருவாரோ' என ஆரம்பித்திருக்கிறார்.

ஏறக்குறைய ஒருமாத காலம் பல்லவியை அக்கா பிடித்துக்கொண்டதும், அநுபல்லவிக்கு வந்திருக்கிறார். அநுபல்லவிக்கு வந்ததும், மறுபடியும் அப்பா முன்னைவிட அதிகக் கோபத்துடன் பாடலை நிறுத்தும்படி வாத்தியாரைக் கடிந்திருக்கிறார். பிரச்சனை என்னவெனில், 'எப்போ வருவாரோ / எந்தன் கலிதீர எப்போ வருவாரோ / அப்பர் முதல் மூவரும் ஆளுடை அடிகளும் / செப்பியதில்லை சிதம்பரநாதன்' என்ற இந்தக் கீர்த்தனையிலும் சிதம்பரநாதன் வருவதுதான். அது, 'கோபாலகிருஷ்ண பாரதியார் எழுதிய அற்புதமான கீர்த்தனை. அதில் வரக்கூடிய சிதம்பரநாதனுக்கும் எனக்கும் ஒரு சம்பந்தமுமில்லையே' என்பதுபோல வாத்தியார் விளக்கியிருக்கிறார்.

பிறகு ஒருவழியாகச் சமாதானமடைந்த அவர், ஒவ்வொரு கீர்த்தனையையும் படிப்பிக்கத் தொடங்குமுன் தன்னிடம் முழுதாகப் பாடிக்காட்ட வேண்டும் என்றிருக்கிறார். உலகப் பாடல் வரலாற்றிலேயே சிதம்பரநாதனுக்குத் தணிக்கையும் தடையும் முத்துலிங்கத்தின் அப்பாவால்தான் போடப்பட்டிருக்கிறது. பின்னும் அக்கா கற்றுக்கொண்ட சங்கீதத்தைப் பற்றியும் அவள் பாட மறுத்த ஒரு கீர்த்தனையைப் பற்றியும் அதே பதிவில் சொல்லியிருக்கிறார். நக்கலும் நையாண்டித்தனமுமாக ஆரம்பித்த பாட்டுப் பயிற்சிக்கு உள்ளே சில சொட்டுக் கண்ணீர்த் துளிகளையும் அக்கா சேமித்து வைத்திருந்ததை அறிய துக்கமானது. நான் சொல்லவருவது, சங்கீதத்தின் அடிப்படையோ அல்லது கேள்விஞானமோ இல்லாமல் எழுத்திற்குள் சங்கீதத்தைச் செப்பமாகக் கொண்டுவரமுடியாது என்பதுதான்.

அதே நூலில் 'நான் பாடகன் ஆனபோது, பாதிப் பாடல்தான் கேட்கிறது' ஆகிய பதிவுகளை வழிந்தோடும் புன்னகையுடன் வாசிக்கலாம். நான் பாடகன் ஆனபோது பதிவில், 'நான்கே வரி எழுதி, என் பாட்டுக் கஷ்டத்தைப் போக்கிய ஔவைக்கு நன்றி' எனத் தெரிவித்திருப்பார். 'பாலும் தெளிதேனும்' என்ற நான்கே வரி எழுதி முத்துலிங்கத்தின் அன்பைப் பெற்ற அதே ஔவை என்னிடமும் நா.முத்துக்குமாரிடமும் ஏகத் திட்டு வாங்கியிருக்கிறாள். இளையராஜாவிடம் பாட்டெழுதிய அனுபவமுள்ளவர்கள் பலரும் ஔவையைத் திட்டியிருப்பார்கள் என்றே நினைக்கிறேன். 'எந்தப் பாட்டுக்கு இசை நன்று' என அந்தக் கிழவி சொல்லியிருக்கிறாள் என்பதை முத்துலிங்கம் குறிப்பிட்ட பதிவில் சொல்லாமல் விட்டிருக்கிறார்.

முத்துலிங்கத்தின் பத்திகளில் நான் வாசித்து மகிழ்ந்த இன்னொன்று, டோறொன்டோ பல்கலைக்கழகப் பேராசிரியர் செல்வேந்திரன் பற்றியது. 'நினைத்தபோது நீ வரவேண்டும்' பாடலுக்காக ஓர் அதிகாலையில் அவர் அடித்த தொலைபேசி மணியிலிருந்து அப்பத்தி தொடங்கும். டி.எம்.சௌந்தர்ராஜன் பாடி மிகப்பிரலமான அப்பாடலை எழுதியவர் யாரெனத் தெரிந்துகொள்ளத்தான் அவர் முத்துலிங்கத்தை அழைத்திருக்கிறார். ஆனால், அதையே ஒரு சாக்காக வைத்து, செல்வேந்திரனைப் பற்றி முத்துலிங்கம் தீட்டியிருக்கும் சித்திரம் இருக்கிறதே அது அபாரம். செல்வேந்திரனின் கேள்விக்கான பதில், என். எஸ். சிதம்பரம்.

ஒருமுறை செல்வேந்திரனிடம்,'ஆயிரக்கணக்கான பாடல்களைச் சேகரித்துக் கேட்டு வருகிறீர்களே? அவற்றில் எது உங்களை மிகவும் கவர்ந்தது?' எனக் கேட்டிருக்கிறார். அதற்கு அவர், 'அமைதியில்லா தென் மனமே' என்ற பாடலைச் சொல்லியிருக்கிறார். பின்னும் விடாத உரையாடலில் அவரின் எதிர்கால ஆசை என்ன என்பதுவரை அக்கட்டுரை நீள்கிறது. நான்கூட திரைப்படத்தில் நடிப்பதை செல்வேந்திரன் தன் வாழ்நாள் ஆசையாகச் சொல்வாரென்று எதிர்பார்க்கவில்லை.

நான்கைந்து பக்கமே வரக்கூடிய அந்தப் பத்தியில் சின்னதாக ஒரு செல்ல விமர்சனமும் செய்திருப்பார். 1951இல் வெளிவந்த 'பாதாள பைரவி' திரைப்படத்தில் இடம்பெற்ற 'அமைதியில்லா தென் மனமே' பாடல், அதன்பிறகு எனக்குமே பிடித்துப்போனது. தஞ்சை ராமையாதாஸ் எழுதி, கண்டசாலா இசையமைத்த பாடல். 'இனிதாய் தானே இசை மேவிடுதே / இதயத்தில் கோகில கீதம்' என்னும் இடத்தில் பி.லீலா, கண்டசாலாவைவிட, ஒருபடி மேலே உருகியிருப்பார். முத்துலிங்கம் எழுதும்வரை அத்திரைப்படத்தில் எனக்குப் பிடித்த பாடலாக இருந்தது 'உயிருடன் உனைக் காண்பேனோ' என்னும் பாடல்தான்.

பாட்டும் கூத்துமாகக் கழிந்த இளமைக் காலத்தில், இசை அவர் வாழ்வில் வகித்த பங்குதான் பின்னாட்களில் கதைகளாக வெளிப்படுகின்றனவோ என்னவோ? 'ஐயாவின் கணக்குப் புத்தகம்' நூலில் 'இந்து' பத்திரிகைக்கு அவர் அளித்த பேட்டி ஒன்று இடம்பெற்றிருக்கிறது. அதில் 'இலக்கியம் தவிர்த்து எது இல்லாமல் தன்னால் வாழவே முடியாதென்றால் அது இசைதான்' என்றிருக்கிறார். 'சோர்விலும் மகிழ்ச்சியிலும் இசையே மனத்தைச் சமநிலைப்படுத்துகிறது' என்றதுடன், எழுத்தாளர் வெங்கட்சுவாமிநாதன் பரிசளித்த கர்நாடக இசைக் குறுந்தகட்டை

அவ்வப்போது கேட்பதாகவும் கூறியிருக்கிறார். கூடவே, என் மகள் காவ்யாவை மனத்திலிருத்தி நானெழுதிய, 'கண்ணம்மா கண்ணம்மா அழகுப் பூஞ்சிலை' பாடலைப் பற்றியும் சொல்லியிருக்கிறார்.

இமான் இசையில் 'றெக்க' திரைப்படத்தில் இடம்பெற்ற அப்பாடலை, 'செல்பேசியில் ஏற்றி நூறு தடவைக்குமேல் கேட்டேன்' என்றிருக்கிறார். திரைப்பாடல்களைக் கேட்டாலும், பிடித்தாலும்கூட அதுகுறித்துப் பல எழுத்தாளர்கள் சொல்வதில்லை. ஓர் இலக்கியவாதியெனில் அவர் சினிமாவையோ, சினிமாப் பாடல்களையோ பேசினால் ஆகாது, அடுக்காது என்கிற எண்ணமே அது. ஆனால், முத்துலிங்கமோ வாய்ப்பு கிடைக்கும்போதெல்லாம் இசை பற்றியும், சினிமாப் பாடல்கள் பற்றியும் தன்னுடைய அபிப்ராயங்களைத் தெரிவித்திருக்கிறார்.

பல சமயங்களில் திரையிசையும் தமிழிசையும் அவருள் ஏற்படுத்தும் மாயங்களைப் பகிரங்கப்படுத்தியிருக்கிறார். கதைகளின் ஊடேயும் அவற்றைப் பகிர்ந்து பார்வைக்குத் தந்திருக்கிறார். இன்னொரு நேர்காணலில் என்னுடைய 'கூடமேல கூடவச்சி' பாடலைப் பற்றியும் அவர் சொல்லியிருப்பதைக் கவனித்தேன். இசையும் பாடலும் அது எந்த ரூபத்தில், என்ன பெயரில் வெளிப்பட்டாலும் அதை அவர் ரசித்துவிடுகிறார். 'கண்ணக் காட்டு போதும்' என்ற பாடலைக் கேட்டுவிட்டு, அவர் எங்கிருந்தோ அழைத்து வாழ்த்தியதை மறப்பதற்கில்லை. டொரான்டோ பல்கலைக்கழகத்தில் தமிழ் இருக்கை அமைப்பது தொடர்பாக ஒரு பாடல் வேண்டுமென அவர் கேட்டதும், நானும் இமானும் மனமுவந்து ஒப்புக்கொண்டதற்குக் காரணம், இசையாலும் அவர் எங்களுடன் இணைந்திருந்தார் என்பதே.

தமிழுக்காக எக்காரியத்தை அவர் முன்னெடுத்தாலும் உடனிருக்கவும் உறுதுணை புரியவும் என் போல பலர் காத்திருக்கிறார்கள். இந்த நம்பிக்கையை அவர் சாத்தியப்படுத்தியிருக்கிறார். நுண்கலைகளில் அவருக்குள்ள ஆர்வத்தை எழுத்துகள் வழியே அறியலாம். குறிப்பாக, இசை குறித்தோ பாடல்கள் குறித்தோ அவர் எங்கே எழுதினாலும் பேசினாலும் எனக்கு ரூமியின் 'ஒவ்வொன்றுக்கும் தத்தம் இனத்தைச் சென்றடைவதிலேயே இன்பமுண்டாகிறது. ஒரு பொருளின் ஒரு பகுதி, அதன் முழுமையில் போய்க் கலப்பதில் இன்பமடைகிறது' என்கிற வாக்கியங்கள் நினைவுக்கு வரும். அவ்வாக்கியங்கள் ரூமியின் 'கிதாபுல் மஸ்னவி'யில் வருவது.

முழுமை, இன்பம், இனம் ஆகிய மூன்றையும் ஒருசேர உணராமல் படைப்புகளின் ரகசியங்கள் பிடிபடாது. எழுத்தாளர் அ.முத்துலிங்கத்தின் வெற்றியென்பது அம்மூன்றையும் நமக்கு வழங்குவதாக அமைந்திருக்கிறது. அங்கதம், நையாண்டி, எள்ளல், பகடி, நகைச்சுவை எனப் பல்வேறு வகைகளை வைத்திருக்கிறோமே அவை அனைத்தையும் அ.முத்துலிங்கத்தின் எழுத்துகளில் பார்க்கமுடியும். ஐயாவின் கணக்குப் புத்தகம் நூலில் 'இருகவிகள்' என்றொரு பத்தி இடம்பெற்றிருக்கிறது. அப்பத்தியில் இரண்டுபேரைப் பற்றி எழுதியிருக்கிறார். அதில், ஒருவர் பெருங்கவிக்கோ என்றழைக்கப்படும் வா.மு. சேதுராமன்.

தமிழில் கவிதைகள் போல அதிகம் எழுதியவர்களில் அவரும் ஒருவர். வகைதொகையில்லாமல் அவர் பெயரில் பல கவிதை நூல்கள் வந்திருக்கின்றன. அவரை முத்துலிங்கம் சந்தித்த உடனே, 'நீங்கள் ஏன் சினிமாவுக்குப் பாட்டெழுதப் போகவில்லை?' என்றிருக்கிறார். அதற்கு வ.மு.சேதுராமன் அளித்த பதிலும் செருப்பு சபதமும் வயிறுகுலுங்கும் சிரிப்பை வரவழைப்பது. சேதுராமனின் கவிதைகளை அறியாதவர்கள்கூட, அவர் மீசையின் நீளத்தைக் கண்டு வியப்பார்கள். முத்துலிங்கம் சேதுராமனின் மீசையை உவமிக்க, கம்பராயாணத்திலுள்ள தோள் கண்டார் தோளே கண்டாரைச் சொல்லியிருப்பது அதிருசி. இடதுபக்க மீசையைப் பார்க்கும் ஒருவர், வலதுபக்க மீசையும் பார்க்க வருவதற்குள் ஒருநாள் முடிந்துவிடும். மீசைக்குப் பேர்போன சேதுராமனின் சினிமா ஆசை களேபரமானது.

சேதுராமன் முதலில் சான்டோ சின்னப்பா தேவரிடம் பாட்டெழுதப் போயிருக்கிறார். மூன்று பாடல்களை எழுதியுமிருக்கிறார். ஆனால், அப்பாடல்கள் வேறொரு கவிஞரின் இடையீட்டால் தடைபட்டிருக்கிறது. பாட்டெழுதியதோ தடைபட்டதோ முக்கியமில்லை. அந்தச் சூழலில் சேதுராமன் எடுத்துக்கொண்ட சபதம்தான் முக்கியம். அந்தச் சபதம் என்னவெனில், பாட்டெழுதும்வரை செருப்பு அணிவதில்லை என்பதுதான். பாட்டுக்கும் செருப்புக்கும் ஒரு சம்பந்தமும் இல்லை. ஆனால், ஏதோ ஒன்றைச் சபதமாக எடுத்துக்கொள்ள நினைத்த வா.மு.சே., அங்கேயே அவர் காலில் அணிந்திருந்த செருப்பைக் கழற்றிவிட்டு வந்திருக்கிறார். கவிதைக்கான அணி இலக்கணத்தைப் பிழையறக் கற்றிருந்த அவர், காலணியைக் கழற்றிவிட எத்தனித்தது காலத்தின் கொடுமையல்லாமல் வேறென்ன?

செருப்பணியாமல் பலநாள் பாடல் வாய்ப்புகளை எதிர்நோக்கியிருந்த சேதுராமனுக்கு, பின்னொரு சமயத்தில்

இளையராஜாவிடம் எழுதும் வாய்ப்புக் கிட்டியிருக்கிறது. எழுதி, கழற்றிய செருப்பை அணியப் போகையில் அந்தப் படம் நின்றுவிட்டதாகச் சொல்லியிருக்கின்றனர். பாட்டு போடுவதைவிட செருப்பு போடுவதில் அவருக்கு எழுந்த அக்கறையால் மீண்டும் முயன்றிருக்கிறார். எண்ணியதுபோல அடுத்தொரு வாய்ப்பும் வந்திருக்கிறது. 'ஞாயிறு திங்கள்' என்கிற புதுவிதமான தலைப்பில் தொடங்கப்பட்ட படத்திற்கு எழுதும் வாய்ப்பு. சனிக்கிழமை அழைத்து பாட்டெழுதச் சொல்லியிருக்கிறார்கள். அவரும் எழுதியிருக்கிறார். 'ஞாயிறு' அதாவது, ஞாயிற்றுக்கிழமைப் பாடல் பதிவுக்குமுன் தன்னை வந்து பார்க்கும்படி அப்படத்தின் தயாரிப்பாளர் சொல்லியிருக்கிறார். அவரும் போயிருக்கிறார். போனால் தயாரிப்பாளர் வீடு நிறைய கூட்டம். விசாரித்தால், 'நேற்று இரவே மாரடைப்பால் தயாரிப்பாளர் இறந்துவிட்டார்' என்றிருக்கிறார்கள். அதாவது, 'ஞாயிறு மரணம். திங்கள் இறுதிச் சடங்கு' என்றாகியிருக்கிறது. அதன்பின் சேதுராமன் செருப்பை அணிந்தாரா, இல்லையா என்பதை, பத்தியைப் படித்துத் தெரிந்துகொள்ளவும்.

இந்தக் கதையை அல்லது உண்மையை முத்துலிங்கத்தின் வார்த்தைகளில் வாசிக்கும்பொழுது ஒரு வார்த்தைப் பிசிறில்லை; ஆக ஜாக்கிரதையாக எழுதியிருக்கிறார். சேதுராமனே படித்தாலும் அதில் பொதிந்துள்ள பகடியை ரசித்துவிடுவார். முன்பின்னாகச் சொல்லிச்செல்லும் வார்த்தைகளில் ஒரு காட்சியும் வாழ்க்கையும் கண்முன்னே தெரிந்துவிடும். பல தருணங்களில் அவர் கட்டுரைகளும் கதைகளுக்கு உண்டான சுவாரஸ்யத்தைத் தந்துவிடுகின்றன.

எழுத்துகளுக்கு இடையே சதா ரீங்கரிக்கும் லயம் ஒன்றுள்ளது. மேலும்கீழுமாகப் பரவும் ஸ்தாயிபோல இடையறாமல் தொடரும் அவர் எழுத்துகளும் நாத நகர்வுகளே என்பது என் அபிப்ராயம். 'இசைப் பயிற்சி' என்னும் தலைப்பில் ஜானகிராமன் எழுதிய சிறுகதையை இத்துடன் இணைத்துப் பார்க்கலாம். இசைக் குறிப்புகளை உள்வாங்கி எழுதுவது அத்தனை எளிதல்ல. இசையின் தாத்பரியங்கள் தெரிந்திருந்தால் ஒழிய அவ்வகை எழுத்தைத் தொடமுடியாது.

'காதிலே கேட்ட இசை' என்றொரு அற்புதமான பதிவை அ.முத்துலிங்கம் தன்னுடைய 'அமெரிக்க உளவாளி' நூலில் தந்திருக்கிறார். அது, மார்க்சிய அறிஞர் கைலாசபதி பற்றிய நினைவுக் குறிப்பு. கைலாசபதியின் மனைவியும் மகள் சுமியும் பேசிய தொலைபேசி உரையாடலை உள்ளடக்கியது. மரணத்திற்குச் சிலமணி நேரத்திற்கு முன் காதுகள் கேட்க முடியாத வைணவ

இசை தன்னுள் ஓடுவதாக, கைலாசபதி சொல்லியிருக்கிறார். 'அந்த இசை உனக்கும் கேட்கிறதா?' என அருகில் இருந்த மனைவியிடம் கேட்டிருக்கிறார். அவரும் அவருடைய மகிழ்ச்சிக்காக, 'ஆம்' என்று பொய் சொல்லியிருக்கிறார். அத்தனை பொய்களும் அன்பின் நிமித்தமே சொல்லப்படுகின்றன.

மருத்துவமனையில் படுத்த படுக்கையில் இருந்த கைலாசபதி, தன்னுள் ஓடும் இசையால் ஒளிர்முகத்துடன் உயிர்விட்டிருக்கிறார். இந்தக் குறிப்பை முத்துலிங்கம் எழுதியுள்ள நுணுக்கத்துடன் புரிந்துகொள்வது அவசியம். 'உண்டாலம்ம இவ்வுலகம்' எனும் இளம்பெரும்வழுதியின் புறநானூற்றுப் பாடலை மேசையில் எழுதிவைத்திருந்த கைலாசபதியும், இறுதியில் இல்லாமல்தான் போயிருக்கிறார். முத்துலிங்கத்தின் முதல் சிறுகதை நூலுக்கு கைலாசபதி முன்னுரை வழங்கியிருக்கிறார்.

அதுமட்டுமல்ல, ஆரம்பகால எழுத்து முயற்சிகள் பலவற்றுக்கும் அவரே உதவியிருக்கிறார். என்றாலும், கால ஓட்டத்தில் வெவ்வேறு நாடு, வேலை என்றாகிவிட இருவரும் சந்திக்கும் வாய்ப்பே ஏற்படாமல் போயிருக்கிறது. இடையில் கைலாசபதி மரணமுற்ற பிறகு அவர் மகள் சுமி, முத்துலிங்கத்தின் வாசகியாகக் கிடைத்திருக்கிறார். ஒரு சிறுகதையாளனுக்குக் கிடைக்கக்கூடிய அல்லது கிடைக்கவேண்டிய உச்சபட்சக் கௌரவமென்று நான் இதைத்தான் நினைக்கிறேன். விடுபட்ட உறவுகள், மனிதர்கள், நினைவுகள் எல்லாவற்றையும் இணைத்துவிடும் மையமே படைப்பு. 'நான் நிரந்தரமானவன் அழிவதில்லை. எந்த நிலையிலும் எனக்கு மரணமில்லை' என்று கண்ணதாசன் எழுதுவார். அ.முத்துலிங்கத்தின் விஷயத்திலும்கூட நினைவுகளும், உறவுகளும் எழுத்தால் மீண்டிருக்கின்றன.

தன்னை வளர்த்த, தன் வளர்ச்சியில் அக்கறை காட்டிய ஆசிரியர் அல்லது நண்பர் என்கிற விதத்தில் அக்கட்டுரை எழுதப்படவில்லை. மார்க்சிய அறிஞருக்குள் வைணவ இசை என்னும் பதத்தை, மேலெழுந்தவாரியாகப் புரிந்துகொள்ளக்கூடாது. இசையின் பாகுபாடுகள், மன அமைப்பின் ரேகைகள் ஆகியவற்றுடன் இணைத்துப் பார்த்தால், அப்பதத்தின் அடர்த்தி மிகுந்துவிடும். இசையுடனே மரித்த கைலாசபதியின் சாம்பல், பிந்தைய ஆண்டில் திருவையாற்றை ஒட்டியோடும் காவிரியில் கரைக்கப்பட்டதாகவும் அக்குறிப்பிலிருந்து அறியலாம். எங்கேயோ பிறந்த கைலாசபதியின் மூச்சில் மும்மூர்த்திகளும் கலந்திருந்தனர் என்பது வேறு எவரும் சொல்லாதது.

உலக எழுத்தாளர்கள் பலரையும் முத்துலிங்கம் நேர்காணல் செய்திருக்கிறார். ஒவ்வொருவரைச் சந்திக்கும்பொழுதும் அவருக்குள் ஏற்பட்ட மனமாற்றங்களையும் மகிழ்ச்சிகளையும் பகிர்ந்திருக்கிறார். அவர்கள் எழுதும் முறை, எழுதுவதற்கான முன் தயாரிப்புகள் பற்றியும்கூட. அம்மாதிரியான முயற்சிகள் இலக்கிய உலகிற்கு வளம்சேர்ப்பவை. ஒரு நேர்காணலுக்கு அவர் செலவிட்ட நேரத்தில் மூன்று நான்கு சிறுகதைத் தொகுதிகளை வெளியிட்டிருக்கலாம். ஆனால், அவருக்கு, தன்னை விடவும் தமிழிலக்கியச் சூழலுக்குத் தேவையான தகவல்களைத் தருவதே முக்கியமாகப்பட்டிருக்கிறது.

இன்று உலகத்தில் எழுதிவரும் பலரைப் பற்றிய தரவுகளையும் ஒரு தமிழ் இளைஞன் குறிப்பாக, தமிழ் இலக்கிய வாசகன் தெரிந்துவைத்திருக்கிறான். எனில், அதற்கான முழு உழைப்பையும் அவர் ஒருவரே செய்திருக்கிறார். எழுத்தாளனின் குண இயல்பை வைத்து அவன் படைப்புகளை அளவிடுவதா என்பதற்கும் அவரிடம் பதிலுண்டு. 'படித்ததை எப்படி மறப்பது?' என்றொரு கட்டுரை. அக்கட்டுரையில் பாப்லோ நெரூடாவின் அந்தரங்க விஷயமொன்றைக் குறிப்பிட்டிருக்கிறார். பாரதி, ஷேக்ஸ்பியர், சார்ல்ஸ் டிக்கின்ஸ், ருட்யார்ட் கிப்ளிங், ஜேம்ஸ் ஜாய்ஸ் பற்றிய குறிப்புகளும் இடம்பெற்றிருக்கின்றன. தமிழ்ச் சூழலில் எழுத்தையும், எழுத்தாளனையும் இணைத்துப் பார்க்கும் போக்கே இருக்கிறது என்பதைப் பகிர்ந்துவிட்டு, மோசமானவர் என்று கருதப்படும் ஒருவர் எழுதிய அற்புதமான படைப்பை எப்படி மறப்பது எனக் கேட்டிருக்கிறார்.

அக்கட்டுரையை வாசித்தபிறகு மீண்டும் ஒருமுறை நெரூடாவின் 'புக் ஆப் கொஸ்டீன்ஸ்' நூலைப் படிக்கத் தோன்றியது. விடையற்ற கேள்விகளின் வியாக்கியானமே வாழ்க்கை. எப்படி பார்த்தாலும் படைப்பும் படைப்பாளனும் வேறுவேறுதான்.

தனிப்பட்ட முறையில் முத்துலிங்கத்தின் படைப்புகள் என்னைக் கவர்வதற்கு அவருடைய பழந்தமிழ் இலக்கியப் பரிச்சயமே பிரதான காரணம். நவீனத்தில் அவருக்கு எந்த அளவிற்குப் புலமையும் புரிதலும் இருக்கிறதோ அதே அளவிற்குப் பழந்தமிழையும் சாறாக்கித் தன் படைப்புகளில் கலந்துவிடுகிறார். அமெரிக்காவிற்குப் போயிருந்தபோது அங்கே ஆபிரகாம் லிங்கன் மிகப் பிரம்மாண்டமாக எழுப்பியுள்ள போர் வீரர்கள் மயானத்தைப் பார்க்கிறார். பார்த்தவுடனேயே அதுபற்றி எழுதவேண்டுமெனத் தோன்றுகிறது. மயானத்தின் அழகை, ஒழுங்கை, ஆச்சர்யத்தை

விவரிக்க வேண்டியவர், அங்கே இருந்து குறுங்கோழியூர்க்கிழார் என்னும் புறநானூற்றுப் புலவனைப் பார்க்கிறார்.

மண்ணுக்காக உயிர்நீத்த வீரர்களை அமெரிக்கா எவ்விதம் பார்க்கிறது என்பதைவிட, நாம் நம்முடைய சங்க இலக்கியத்தில் எப்படி பார்த்திருக்கிறோம் என்பதுதான் அவருக்கு முக்கியம். அதற்காக, புறநானூற்றின் இருபதாம் பாடலை மேற்கோளாகக் கொடுக்கிறார். இருபது வரிகளைக் கொண்ட அப்பாடலில், 'பிறர்மண் உண்ணும் செம்மல்; நின் நாட்டு /வயவுறு மகளிர் வேட்டு உணின் அல்லது/ பகைவர் உண்ணா அருமண் ணினையே' என்னும் வரிகளும் உண்டு. அந்த வரிகளை மட்டும் 'உன்னுடைய மண்ணைக் கர்ப்பிணி பெண்கள் மட்டுமே உண்ணுவர். எதிரிகள் உண்ண முடியாது' எனத் தேவைக்குத் தக்கவாறு எளிய தமிழில் பெயர்த்துச் சொல்லியிருக்கிறார்.

'கடலாழம், உலகப் பரப்பு, காற்று வாழும் திசை, ஆகாயம் என எதை அளந்தாலும் உன்னை அளக்கமுடியாது. உன் ஆட்சிக்கு உட்பட்டவர்கள் அல்லது உன் நிழலில் வாழ்பவர்கள் உன்னுடைய அறிவு, இரக்கம், கண்ணோட்டம் ஆகியற்றை அறியலாம். தீயின் சூட்டையும் வெயிலின் சூட்டையும் அறிவாரே அன்றி, வேறு சூடுகளை அவர்கள் அறியார். நிலத்தை உழும் கலப்பையைத் தெரியுமே தவிர, பகைவரைத் தாக்கும் கருவியோ ஆயுதமோ தெரிந்திருக்கச் சாத்தியமில்லை. அதுபோலவே பகைவரின் மண்ணை நீ உண்ணலாம். ஆனால், உன்னுடைய மண்ணை கர்ப்பிணிப் பெண்கள் மட்டுமே உண்ணுவர்' என்பதாகச் செல்லும் மிக நீண்ட பாடல் அது. மொத்தப் பாடலையும் சொல்லாமல் தேவையான அளவுக்குச் சுருக்கி, அதே சாரத்தை அக்கட்டுரையில் அளித்திருக்கிறார்.

'வணங்குவதற்கு மண்' என்னும் தலைப்பைத் தந்துவிட்டதால் அக்கட்டுரையின் இறுதியில் இன்னுமொரு புறநானூற்றுப் பாடலைத் தந்திருக்கிறார். அது, மாங்குடிக்கிழாரால் எழுதப்பட்டது. முதலாவது பாடல், மண்ணைக் காக்கும் அரசனைப் பற்றியது. மாங்குடிக்கிழாரின் பாடலோ ஒன்றுமில்லாமல் போன மண்ணைப் பற்றியது. இரண்டு பாடலையும் பொருத்தமான சொற்றொடர்களின் பின்னணியில் கொண்டுவந்து இணைப்பதுதான் முத்துலிங்கத்தின் சாதுர்யம். 'நிலம் என்னும் நல்லாள்' கதையை இங்கே ஒருமுறை நினைத்துக் கொள்ளலாம். அறிவையும் தகவலையும் ஒருவர் எந்த இடத்தில் இணைக்கிறார் என்பதை வைத்தே அவரின் ஆற்றலையும் ஆளுமையையும் கணக்கிட்டுவிடலாம்.

‘பயங்கரமான ஆயுதம்’ என்றொரு கட்டுரை. அக்கட்டுரையில் பரணர் எழுதிய குறுந்தொகைப் (24) பாடலைப் பற்றிய விவரத்தையும் வியப்பையும் தெரிவித்திருப்பார். ஏழு நண்டுகளால் மிதியுண்ட அத்திப்பழம்போல் என்ற உவமைக்கு, முத்துலிங்கம் வழங்கிய விளக்கத்தை வேறு எங்குமே நான் வாசித்ததில்லை. ‘கருங்கால் வேம்பின் ஒண்பூ யாணர்’ எனத் தொடங்கும் அப்பாடல் ஆறே அடிகளையுடையது. தலைவி சொல்வது போல் அமைந்த பாடல். முல்லைத் திணை. ‘எனக்கும் அவருக்குமான உறவை அல்லது காதலைப் புரிந்துகொள்ளாத ஊர்ப்பெண்கள், இஷ்டத்திற்கு வாய்க்கு வந்ததெல்லாம் பேசுகிறார்கள், அது எப்படி இருக்கிறதென்றால் பல நண்டுகள் மிதித்துக் குழைந்துபோன அத்திப்பழம்போல் இருக்கிறது’ என்கிறாள்.

எழு என்று பாடலில் வருவதை ஏழு எனவும் பொருள்கொள்ள இடமிருக்கிறது. எழு எனில் பல என்னும் பொருளும் உண்டு. எனவேதான் முத்துலிங்கம், எழு என்பதை ஏழு நண்டுகள் எனக் கணக்கிட்டு 56கால்கள் என்று குறிப்பிட்டிருக்கிறார். ஆக, அவர் கணக்குப்படி ஒரு நண்டுக்கு எட்டுகால். ஏழு நண்டா, பல நண்டா என்பது முக்கியமில்லை. நண்டுகளால் மிதியுண்ட அத்திப்பழமே பாடலுக்கும், பாட்டுடைத் தலைவிக்கும் முதன்மை. இந்தப் பாடலுக்கு அவர் இரண்டு உதாரணங்களைத் தந்திருக்கிறார். ஒன்று, இராமாயணத்தின் இறுதிக்காட்சியிலிருந்து. மற்றொன்று, நைஜீரிய நாவலாசிரியர் சீனுவா ஆச்சிபி எழுதிய Things Fall Apart என்னும் நாவலிலிருந்து. இரண்டையும் அவர் ஒரே கோட்டில் கொண்டுவந்து நிறுத்தும் அழகை ரசித்து மிரண்டுபோனேன்.

அதேபோல, ‘கேட்டனை ஆயின் நீ வேட்டது செய்ம்மே’ என்கிற கோவூர்க்கிழார் பாடல் குறித்தும் ஒரு கட்டுரையில் பகிர்ந்திருக்கிறார். போரில் வென்ற கிள்ளிவளவன், தன்னிடம் தோற்ற மலையமானின் இரு பாலகர்களையும் யானையின் காலில் மிதிபட்டுச் சாகச் செய்ய எண்ணுகிறான். அதற்கான தயாரிப்புகளில் அவன் இறங்கி, ஆணையிடும் சமயத்தில் அரண்மனைக்கு வரும் கோவூர்க்கிழார், ‘பெரிய புகழ்ப் பரம்பரையில் வந்த நீ ஒன்றுமறியாத பாலகர்களை இத்தனை கொடூரமாகக் கொல்ல நினைக்கலாமா? நான் சொல்வதைச் சொல்லிவிட்டேன். பிறகு நீ செய்வதைச் செய்’ என்கிறார். அதைக் கேட்ட கிள்ளிவளவன் அப்பாலகர்களை விடுதலை செய்திருக்கிறான்.

அநீதி நடக்கும்போது கல்வியாளர்களும், கலைஞர்களும் அமைதியாக இருக்கக்கூடாது என்பதை எத்தனையோ நூற்றாண்டுகளுக்கு முன்னே நம்முடைய முன்னோர்கள்

சொல்லியிருக்கிறார்கள். ஆனாலும்கூட, நம்மில் சிலர் மௌனமாகக் கடக்கிறோம் என்பதல்ல, அப்படியான அநீதிக்குத் துணையிருக்கிறோமே என்றும் முத்துலிங்கம் அக்கட்டுரையில் வருந்தியிருக்கிறார். அக்கட்டுரையை அவர் எழுதும்போது உலகத்தில் நிகழ்ந்த இரண்டு மாபெரும் அநீதிகளைக் கண்டித்திருக்கிறார். அமெரிக்க ஜனாதிபதியும் கனடிய ஆளுநர் மிக்கேல் ஜானும் ஒருமுறை சந்திக்கிறார்கள். அந்தச் சந்திப்பின் பின்னணியில் சில சம்பவங்கள் நிகழ்ந்துள்ளன. ஆனால், ஊடகங்கள் அச்சந்திப்பையும் நிகழ்வையும் வேறுமாதிரி சித்திரித்துள்ளன. அதாவது, கனடாவுக்கு இளவயதில் அகதியாக வந்த மிக்கேலும் கருப்பர் என்பதால்தான் ஒபாமா சலுகை காட்டுகிறார் என்பதாக. புயலில் பாதிக்கப்பட்ட மக்களுக்கு ஓர் அரசு, இன்னொரு அரசிடம் உதவி கோருவதோ அதை உள்ளன்போடு ஏற்றுக்கொள்வதோ தவறே இல்லை. ஆனாலும்கூட அதற்குக் கண், காது, மூக்கு வைத்து எழுதக்கூடிய பத்திரிகைகளை முத்துலிங்கம் மிகக் கடுமையாக அக்கட்டுரையில் கடிந்திருக்கிறார்.

மற்றொரு நிகழ்வு, சூடான் மக்களுக்கு ஆதரவாகக் குரல்கொடுத்த ஹாலிவுட் நடிகர் ஜார்ஜ் க்ளூனியின் கைது தொடர்பானது. இரண்டு முக்கியமான சம்பவங்களின் பின்னணிக்கு அவர், கோவூர்க்கிழாரை மேற்கோளாகத் தந்திருப்பது கவனத்துக்குரியது. அதே பாடலை, பேராசிரியர் கோ.கேசவனும் தன் 'மண்ணும் மனித உறவுகளும்' நூலில் 'புலவரும் புரவலரும்' என்கிற தலைப்பில் வேறு வகையில் அணுகியிருக்கிறார். கேசவன், மார்க்சியக் கண்ணோட்டத்துடன் பார்த்த ஒரு புறநானூற்றுப் பாடலை, முத்துலிங்கம் இன்னொரு கோணத்தில் பார்த்திருப்பது என்னை ஆச்சர்யப்படுத்தியது. மக்களின் முகமாகவும் குரலாகவும் எழுத்தாளர்கள் செயல்படுவதையே முத்துலிங்கமும் விரும்புகிறார்.

எழுத்தாளர் பாவண்ணன் ஒருமுறை தாம் எழுதிய இருபது குழந்தைப் பாடல்களை அனுப்பிவைக்க, அதை முன்வைத்து முத்துலிங்கம் எழுதியுள்ள 'மூன்று குருட்டு எலி' கட்டுரையும் குறிப்பிடத்தக்கது. ஒன்றை முன்வைத்து எழுதும்போதே அதன் தொடர்ச்சியாக வேறுசில சிந்தனைகளும் தகவல்களும் அவர் விசைப்பலகையை நோக்கி வந்துவிடும்போல. அக்கட்டுரையில், 'எலிகளை வெட்டுவதிலிருந்து, பட்சிகளைச் சுடுவதிலிருந்து, மனைவியை அடைத்துவைப்பதிலிருந்து, கிழவனைக் கழற்றி எறிவது வரை வன்முறை மெல்ல மெல்லப் பரவுகிறது' என்றிருப்பார்.

அக்காவின் சங்கீதத் தீட்சையைப் பற்றி 'உண்மை கலந்த நாட்குறிப்புகள்' பதிவை எழுதும்போதே அதன் தொடக்கத்தை,

பாகிஸ்தானில் ஒரு பாடலுக்கு எதிராக நடந்துகொண்டிருந்த வழக்கிலிருந்துதான் ஆரம்பித்திருப்பார். 'ஓ, பர்வீன் நீ உப்பு மிகுந்தவளாக இருக்கிறாய்' என்கிற இப்ரார் உல்ஹக்கின் பாடல், அப்போது பாகிஸ்தானின் பட்டிதொட்டியெல்லாம் பிரபலமாகியிருக்கிறது. எது பிரபலமானாலும் அதற்கு எதிராகவும், ஆதரவாகவும் குரல்கள் எழுமில்லையா? அப்படித்தான் அப்பாடலுக்கு எதிராகவும் ஒரு பெண் நீதிமன்றத்தில் வழக்கு தொடுத்திருக்கிறாள்.

அதுகுறித்து அக்காவிடம் உரையாடும் முத்துலிங்கம், "உப்புக்குப் பதில் 'இனிப்பு கூடியவளே' என்றிருந்திருந்தால் பிரச்சனை இல்லைதானே?" என அக்காவிடம் கேட்டிருக்கிறார். அதற்கு அவர் அக்கா, "அவளுக்கு என்ன பிரச்னையோ" என வருந்தியிருக்கிறார். அத்துடன் நில்லாமல் "இனிப்பென்றால் பொய், உப்புதான் உண்மை. உண்மை சுடும்" என்றிருக்கிறார். சங்க இலக்கியத்தில் பல பாடல்களில் உப்பு வருகிறது. உப்பு பெறாத விஷயமென்று சொல்வோம். உண்மையில் உப்புதான் பழந்தமிழர் வாழ்க்கையில் பெரிய விஷயமாக இருந்திருக்கிறது.

உப்பை, அமிழ்தம் என்று அழைத்த குறிப்புகள் நிறைய உள்ளன. தண்டி உப்பு யாத்திரையில் இந்தியச் சுதந்திரம் முன்னகர்ந்த வரலாறும் உண்டு. காந்தியின் உப்புச் சத்தியாகிரகத்தைப் பற்றி எத்தனையோ நூல்கள் வந்துவிட்டன. முத்துலிங்கம், ஏதோ ஓர் இடத்தில் உப்பை விவரித்து, கபிலரையும் பாரியையும் எழுதப்போக, எனக்கு பறம்புமலையின் வளங்களைத் தெரிந்துகொள்ளும் ஆர்வம் ஏற்பட்டது. விளைவாக, குதிரையையும் உப்புவண்டியையும் இருவேறு காலத்தின் காட்சியாக வடித்த கபிலரின் அதி அற்புதப் பாடலைப் படித்துக்கொண்டேன்.

ஒருகாலத்தில் தம் பறம்புமலையைச் சூறையாட மூவரசர்களும் படையெடுத்து வந்தபோது, 'குதிரைகளைக் கணக்கெடுத்துக் கொண்டிருந்த பாரி மகளிர் இன்று குப்பைமேட்டில் ஏறி நின்று, உப்பு வண்டிகளை எண்ணிக்கொண்டிருக்கின்றனர்' என அப்பாடலில் கபிலர் வருத்தப்பட்டிருப்பார். மலையில் வசிக்கும் மக்களுக்கு உப்பு தேவைப்படுவதில்லை. ஏனெனில், தேன், தினை, பழங்கள், வள்ளிக் கிழங்குகள் ஆகியவற்றையே அம்மக்கள் உண்ணுவர். ஆனால், இன்றோ அப்படியான மலையை நோக்கி உப்பு வண்டிகள் ஏறிக்கொண்டிருக்கின்றன. அவ்விதம் உப்பு வண்டிகள், மலைக்கு வந்தால் பிறகு அவை திரும்பிக் கீழே இறங்கும்போது செல்வங்கள் அனைத்தும் கொள்ளையடித்துப் போகப்படுமே என்றும் கபிலர் யோசித்திருக்கிறார்.

இந்த அபாயத்தைத் தடுக்கமுடியாமல் அல்லது அறிந்துகொள்ளாமல் பாரியின் பெண்கள் இருக்கின்றனரே என்னும் துயரமும் அப்பாடலில் தொக்கியிருக்கும். ‘நோகா யானே தேய்கா மாலை’ என்று கபிலர் அப்பாடலில் வேதனைமிகக் குமுறியிருப்பார். ‘இதையெல்லாம் நான் பார்க்காதவாறு என் ஆயுள் போகட்டுமே’ என்றும் கண்ணீர் வடித்திருப்பார். முத்துலிங்கத்தின் சகோதரி, ‘உப்பு உண்மை. உண்மை சுடும்’ என்ற வார்த்தைகளுக்குள் அத்தனையும் இருக்கின்றன. எங்கே சுற்றி எப்படி வந்தாலும் முத்துலிங்கத்தின் படைப்புகள், தமிழிலக்கியத்தின் புதிய மாதிரிகள் என்றே சொல்லத் தோன்றுகிறது. வேறொரு பத்தியில் இதே உணவுக்குப் பட்டியல் போடும் கபிலரை, பட்டினியில் கிடந்திருப்போரோ என, போகிறபோக்கில் செல்லமாகத் தட்டியிருப்பார். ‘கிழங்கு கிண்டியபோது கிடைத்த ரத்தினக் கல்’ என்னும் கட்டுரையில் வெண்பூதி எழுதிய மிக அழகிய குறுந்தொகைப் பாடல் பற்றிய குறிப்புவரும்.

பன்னெடுங்காலச் சங்கப் பாடல்களை இன்று எழுதிவரும் அமெரிக்கக் கவிஞர்களான ஜிம் ஹாரிஸானுடனும், மார்க் ட்வெய்னுடனும் அவரால் பொருத்திப் பார்க்கமுடியும். ‘கொன்று தின்னும் / சிறுவிலங்கின் / பழுதாய்ப் போன பற்கள் போல/ காய்ந்துபோன டோர்டோன் / குட்டிக் காளான்’ என்ற ஜிம் ஹாரிஸனின் கவிதைக்கு, ‘பற்களைப் போல் அமைந்த முத்துகள்’ என்ற சங்கப்பாடல் உவமையை சமன் செய்திருப்பார். வைதேகி ஹெர்பர்ட் வழங்கிய புறநானூறு ஆங்கில மொழிபெயர்ப்பை வரிவிடாமல் வாசித்த தகவல், ‘தோல் தா தோல் தா’ என்ற பாடலுக்கான விளக்கத்திலிருந்து அறியலாம்.

போரிலே கொல்லப்பட்டவனின் தம்பி, கொன்றவனைத் தேடி அலைகிறான் என்பதுபற்றிய கவிதை. அக்கவிதைக்கு ஈடாக எனக்கு வ.ஐ.ச. ஜெயபாலனின் ‘யாழ்நகரில் என் பையன்’ எனத் தொடங்கும் துயர்மிகுந்த கவிதை நினைவுக்கு வரும். முத்துலிங்கமும் அக்கவிதை குறித்து எங்கோ ஓரிடத்தில் குறிப்பிட்டிருக்கிறார். இடைக்கால பக்தி இலக்கியங்கள் குறித்து அவர் பதிந்துள்ள குறிப்புகள், தனி ஆய்வுக்கானவை.

இப்படி சங்கிலித் தொடர்போல, சக்கரத்தின் அச்சுபோல ஒன்றுடன் ஒன்றை இணைத்துக் காட்டுவதே அவர் எழுத்துப் பணியாகத் தொடர்கிறது. பிற நாட்டு எழுத்தாளர்களை நேர்காணல் எடுத்தாலும் அல்லது பிறர் அவரை நேர்காணல் செய்தாலும் இந்தத் தொடர்ச்சியைக் கோடிட்டுக் காட்டாமல்

அவர் இருப்பதில்லை. கதைகளில் இந்த இணைப்பை அவர் முதலில் இருந்தே செய்துவருகிறார். 'பூமாதேவி' என்றொரு கதை. அக்கதையில் திடீரென்று 'திருக்குறிப்பு நாயனார்' தோன்றுவார்.

அவர் கதையை வாசிக்கும் இன்றைய தலைமுறைக்கு ஏகாலியைப் பற்றியோ, பெரியபுராணத்தைப் பற்றியோ தெரிந்திருக்க வாய்ப்பில்லை. என்றாலும், துணிச்சலுடன் அவர் அச்செய்திகளை கதைகளின் ஊடாகச் சொல்லிச் செல்வார். அதுவரை தெரியாமல் இருந்தாலும், அக்கதைகளைப் படித்ததும் புராண, இதிகாசச் செய்திகள் அவனுக்குள் புகுந்துவிடும். கதையின் போக்கிலோ கதாபாத்திரங்களின் நேர்த்தியிலோ இடைஞ்சல் ஏற்பட்டுவிடாமல் பக்குவமாக ஒவ்வொன்றையும் நுழைத்துவிடுவதில் அவருக்கு அவரே நிகர்.

நுழைத்துவிடுவதில் என்று வெகு ஜாக்கிரதையாகவே சொல்லுகிறேன்; திணித்துவிடுகிறார் என்றால் அதற்கு வேறு அர்த்தம். நான் முன்பே சொன்னதுபோல கண்டு, கேட்டு, உற்றுணர்ந்த விஷயங்களை வலிந்து சொல்லாமல், அப்படியொரு சந்தர்ப்பம் வரும்வரை அவர் காத்திருக்கிறார். வரும்போது அதை நாசூக்காகச் சொல்லி நல்லதை மட்டுமே பார்க்கவைக்கிறார். 'மனுதர்மம்' கதையில்கூட ஏகப்பட்ட துணைக்கதைகளை உள்ளீடாக வைத்திருக்கிறார். தோண்டத் தோண்ட ஜீவசாகரம்போல் அவர் சுரந்துதரும் கதைகளில் பழையவை, புதியவை என்கிற கணக்கெல்லாம் இல்லவே இல்லை.

சிபிச் சக்ரவர்த்தியும் எல்லாளனும் வரக்கூடிய அதே கதையில் ராமனும் போதிசத்துவரும் வருவார்கள். கதை எங்கேயோ போகிறதே என யோசித்தால் அது, எங்கெங்கோ போய்விட்டுக் கடைசியில் உரிய இடத்திற்கு வந்துவிடும். எழுந்து பறக்கத் தயாராயிருக்கும் விமானம், மறுபடி வேறு ஓர் ஓடுதளத்தில் ஓசையில்லாமல் இறங்குவது போல எது ஒன்றையும் மென்மையுடன் சொல்லிவிடுகிறார். கதையின் சூட்சுமத்தை வெற்றிலைப் பெட்டியில் வைத்திருந்தால், அப்பெட்டியின் நீள அகலங்களைச் சொல்லாமல் விடுவதில்லை. மர்மங்களை அவிழ்க்கும் நொடியிலும் அதிர்வோ ஆவேசமோ கொள்வதில்லை.

எனக்குத் தோன்றியதைச் சொல்லிவிட்டேன் என்பதுபோலத்தான் ஒவ்வொரு கதையின் முடிவுகளும் அமைந்திருக்கின்றன. 'விசா இல்லாத ஊருக்கு அவன் போய்விட்டது தெரியாமல், கணேசன் திரும்பத் திரும்ப அவரை அழைத்துக்கொண்டிருந்தான்' என 'விசா'

கதையை முடித்திருப்பார். எங்கே அவர் கதையை முடிக்கிறாரோ அங்கிருந்து நமக்குள் வேறு ஒரு கதை ஆரம்பிக்கும். 'மகாராஜாவின் ரயில்வண்டி' கதையை எடுத்துக்கொண்டால் 'ஒன்பது துளைகள் கொண்ட நீள்சதுர பிஸ்கட்டைச் சாப்பிடும்போது ஒரு கித்தாரின் மணம் வருவதை என்னால் தடுக்க முடியாமல் போகிறது' என்றிருப்பார். சாதாரண சம்பவங்களே ஆனாலும், அதைச் செவ்வியல் தன்மையுடன் சிருஷ்டித்துவிடும் பேராற்றல் அவருடையது.

கதைகளைப் பட்டியலிட்டுச் சொல்லத் தொடங்கினால் இக்கட்டுரை இப்போதைக்கு முடியாது. 'ஒவ்வொன்றுக்கும் தத்தம் இனத்தைச் சென்றடைவதிலேயே இன்பமுண்டாகிறது' என்ற ரூமியின் வாசகத்தைத்தான் முடிவிலும் சொல்ல விரும்புகிறேன். கடந்த முப்பதாண்டுகளில் அவர் அபாரமான பங்களிப்பை, தமிழுக்குத் தந்திருக்கிறார்.

ஒரு கதை என்றாலும், கட்டுரை என்றாலும் அதை அவர் எழுதும்போதே ஒன்றிரண்டு உபச்செய்திகளும் அவருள்ளிருந்து வெளிப்படுகிறது. காரணம், அவர் சிந்தனைகளும் கருத்துகளும் பன்னெடுங்காலத் தமிழிலக்கியத்தின் தொடர்ச்சி. இரு துருவங்களையோ முகாம்களையோ சேர்ந்த எழுத்தாளர்கள் தற்செயலாக எங்கேனும் சந்தித்துக்கொண்டால் என்ன பேசுவார்கள், பரஸ்பரத்துடன் கைகுலுக்கியோ சிரித்தோ விடைபெறுவார்களா அல்லது, வலிந்து ஒருவரை ஒருவர் வியப்பதுபோலக் காட்டிக்கொள்வார்களா எனப் பல சமயங்களில் யோசித்திருக்கிறேன்.

அப்படி ஒரு காட்சியைக் காணும் சந்தர்ப்பமும் எனக்கு வாய்த்தது. ஆனால், அது சகிக்கக்கூடியதாக இல்லை. ஒருவர்மேல் ஒருவர் கொண்டிருந்த கசப்புணர்வே மிஞ்சியது. இருவருமே தமிழுக்கு நிறைய செய்திருக்கிறார்கள். வாழ்வின் விழுமியங்களை, அறக்கோட்பாடுகளை வலியுறுத்துபவர்கள். சமூக அரசியலைக்கூடக் கூர்ந்து விமர்சிப்பவர்கள். அப்படியிருந்தும், ஒருவரையொருவர் பார்க்காததுபோல முகத்தைத் திருப்பிக்கொண்டு சென்றது, சுள்ளென்று சுட்டது. இந்தப் பார்வையிலிருந்தே முத்துலிங்கத்தின் அயலகப் படைப்புகளுடனான கலந்துரையாடலைக் கவனிக்கிறேன்.

அவர், உலகத்தில் இன்று முக்கியமான எழுத்தாளர்களாக அறியப்படும் பலருடனும் கலந்துரையாடியிருக்கிறார். அவர்கள் படைப்புகளில் தென்படும் நல்ல அம்சங்களைப் புரிய வைத்திருக்கிறார். வார, மாத, ஆண்டுக்கணக்கில் காத்திருந்து

அவர்களுடைய நேர்காணல்களைத் தொகுத்துத் தந்திருக்கிறார். அவை காலத்திற்கான ஆவணங்கள் போன்றவை. ஓர் எழுத்தாளர் சமகாலச் சகஎழுத்தாளரை எப்படி அணுகுகிறார், அவர்களை எப்படி எப்படியெல்லாம் உள்வாங்குகிறார் என்பதைப் பொருத்த விஷயமது. தனக்கு வாய்க்காத ஏதோ ஒன்றை அல்லது தனக்குப் பிடிபடாத ஏதோ ஒன்றை இன்னொருவர் கண்டடைந்திருக்கிறார் என்பது பரந்த மனத்தின் வெளிப்பாடுகளே அன்றி வேறில்லை.

ஏனைய எழுத்தாளர்களுடன் உரையாடும் வேளைகளில் அவர் ஒரு தேர்ந்த பத்திரிகையாளனாகவும், துப்பறிவாளனாகவும் செயல்படுவதைக் கவனிக்கலாம். அப்படி அவர் எடுத்த நேர்காணல்கள் அனைத்துமே முக்கியமானவை. எழுத்தினால் புகழ்பெற்ற டேவிட் செடாரிஸ், மொகமட் நஸீகு அலி, ஷ்யாம் செல்வதுரை, வார்ரென் கரியோ, மேரின் ஆன் மோகன்ராஜ், ரோபையாஸ் வூல்ஃப், டேவிட் பெஸ்மாஸ்கிஸ், அலிஸ் மன்றோ உள்ளிட்ட பலரை அவர் நேர்கண்டிருக்கிறார். அந்த நேர்காணல்களில் ஒரு தமிழ் வாசகன் தெரிந்துகொள்ள நிறைய உண்டு. நுட்பமான கேள்விகள் மூலம் அவர் தன்னையும் தன் விரிந்த வாசிப்பையும் வெளிப்படுத்தியிருக்கிறார் எனவும் சொல்லலாம்.

தனக்கு முன்னே அமர்ந்திருக்கும் ஆளுமையின் நிறைகுறைகளை அலசி, அவரிடமிருந்து பற்றிக்கொள்ள அல்லது கற்றுக்கொள்ள வேண்டிய குறிப்புகளைத் தந்திருக்கிறார். நவீன தமிழ் எழுத்தாளார்கள் பலர் தவறவிட்ட செயலாகவும் இதைக் கருதலாம். ஆங்கிலத்தில் மட்டுமல்லாது அனைத்து மொழிகளிலும் என்னென்ன நிகழ்ந்துவருகின்றன என்பதை ஆராய்ந்து, அதைக் கடைக்கோடி தமிழ் வாசகனுக்குக் கொண்டுவந்து சேர்த்த அக்கறை அவருடையது. சில எழுத்தாளர்களைச் சந்திக்கமுடியாத சூழல் அமைந்தபோது, தொலைபேசியிலேயே உரையாடலை நிகழ்த்தியிருக்கிறார். தீவிரமான வாசிப்பும் தேடலும் இல்லாத ஒருவருக்கு இது சாத்தியமே இல்லை.

சங்க இலக்கியத்தின் கீழ்முனையிலிருந்து, உலகப் படைப்புகளின் மேல் முனை வரை பார்த்தும் படித்தும் அவர் ஏற்படுத்தும் பாலமுயற்சிகள், பயனுள்ளவை. அவர் எடுத்த நேர்காணல்களில் அதிகமும் நான் ரசிப்பது அவருடைய குறும்புகளை. எதிரே இருப்பவரைச் சுண்டியிழுக்கும் சொற் கோவைகள் அவருடையவை. விமர்சனங்களைக்கூட வெறுப்பை உண்டாக்காத வண்ணம் முன்வைக்கும் பக்குவம். சொல்வதற்கெல்லாம் தலையாட்டிவிட்டு, அதை அப்படியே காகிதத்தில் கக்காத துணிச்சல் அவருடையது. சொல்லப்போனால், பல முன்னணி எழுத்தாளர்களின் பதில்களைவிட, முத்துலிங்கத்தின் கேள்விகள் காத்திரமானவை.

குறிப்பாக, காம இலக்கிய எழுத்தில் புகழ்பெற்ற மேரின் ஆன் மோகன்ராஜை தொலைபேசியில் அழைத்து அவர் கேட்டிருக்கும் கேள்விகள் எதிர்பாராதவை. அப்படியான இலக்கியத்தின் தேவை, முக்கியத்துவம் எத்தகையது என்பதைக்கூட நேர்காணலின் இறுதியில் கொடுத்திருக்கிறார். உலகத்தாலும் விற்பனையாலும் ஒருவர் கவனம் பெறுகிறார் என்பதால் மட்டுமே அவரை அவர் உரையாடலுக்கு அழைப்பதில்லை. 'எதற்காகக் காம இலக்கியம் முக்கியமெனக் கருதுகிறீர்கள்' என மேரி ஆன் மோகன்ராஜைக் கேட்கையில் அவர், 'செக்ஸ் என்னும் அனுபவத்தை பாவம் என்று பயமுறுத்தி வைத்திருக்கிறார்கள். அது இன்பத்தைத் துய்க்கும் ஓர் அனுபவம். ஆனால், அதைத் தண்டனை ஆக்கிவிட்டார்கள். ஓர் ஆணும் பெண்ணும் சம்மதித்துக் கலவி செய்வதில் என்ன தப்பு இருக்கிறது' என்று பதிலளித்திருக்கிறார். எல்லாவற்றையும் பொறுமையுடன் கேட்டு எழுதிய முத்துலிங்கம் முடிவில், 'கடைசி வரை தன்னுடைய பேச்சில் திருமணம் என்றோ கணவன் என்றோ மேரி ஆன் குறிப்பிடவில்லை' என்றிருக்கிறார். உரையாடலின் இறுதியில் சம்பந்தப்பட்ட எழுத்தாளரைப் பற்றிய அபிப்ராயங்களைச் சொல்லாமலும் இருப்பதில்லை.

அவரின் 'Bodies in motion' என்கிற நாவலின் அத்தியாயங்களைத் தனித்து வாசிக்கையில் சிறுகதைகளாகவும் சேர்த்துப்பார்க்கையில், நாவலுக்கான பூரணத்தை அடைவதையும் பாராட்டியிருக்கிறார். எழுத்திலும் இசையிலும் ஒரே நேரத்தில் பயணிக்கும் மொகமட் நஸீஹு அலியுடனான நேர்காணல் என்னை அதிகமும் கவர்ந்தது. ஆப்பிரிக்காவின் கானாவைச் சேர்ந்த இளம் ஏழுத்தாளர். அவர் எழுதிய 'Prophet of zongo street' என்னும் சிறுகதை நூலால் கவனத்திற்கு வந்தவர். வேறு ஒரு நேர்காணலில் அலி, 'வி.எஸ்.நய்பால் எல்லாக் காலத்துக்குமான எழுத்தாளர்' என்றிருக்கிறார். அதை முன்வைத்து முத்துலிங்கம் ஒரு கேள்வியைக் கேட்க, அவரும் உரிய பதிலை ஆர்ப்பாட்டமில்லாமல் தந்திருக்கிறார்.

அப்போது, 'நய்பால் முப்பதிற்கும் மேலான புத்தங்கள் எழுதியிருக்கிறார். என்றாலும், அவர் 29 வயதில் எழுதிய A house for Mr.Biswas தானே இன்றும் சிறந்ததாகச் சொல்லப்படுகிறது. எனில், அதற்குப்பின் அவர் வளரவில்லையா? அவரை எப்படி எல்லாக் காலத்திற்குமான எழுத்தாளர் எனச் சொல்லமுடியும்?' என்ற கேள்விக்கு அலி, 'எழுத்தாளர்களுக்கு அபூர்வமாக ஏற்படும் ஓர் உன்னதத் தருணத்தை எல்லாப் படைப்புகளிலும் பார்க்கமுடியாது' என்றிருக்கிறார்.

தன்னைவிட வயதிலும் அனுபவத்திலும் குறைந்த ஒருவரிடம் பேசியதுபோலவே அது இருக்கிறது. ஆப்பிரிக்க இலக்கியத்தின் சந்துபொந்துகளில் நுழைந்தெல்லாம் கேள்விகளைத் தொடுத்திருப்பார். அந்த நேர்காணலிலும் அமைந்த முத்தாய்ப்பு வரிகள், ஒரு தந்தைக்கு உரிய அக்கறையுடனும் ஆசீர்வாதத்துடனும் அமைந்திருக்கும்.

ஆப்பிரிக்காவின் பெண் எழுத்தாளர் அமினாட்டா ஃபோர்னாவிடம் எடுத்துள்ள நேர்காணல் இன்றைய சிறுகதை, நாவலாசிரியர்களுக்கு உதவுக்கூடியது. ஒரு கதை எப்படி சொல்லப்படவேண்டுமென அமினாட்டா அதில் பகிர்ந்திருக்கிறார். அத்தியாயங்களின் முதல் வரியை மின்னலைப்போல் அமைக்கக்கூடியவர் அமினாட்டா. அது ஏன், அது எப்படி, அது எதற்கு என்றெல்லாம் வரிசையாக முத்துலிங்கம் கேட்டிருக்கிறார். 'பெண் பிரச்சனைகளைப் பெண்தான் எழுதவேண்டுமா?' என்ற கேள்விக்கு அமினாட்டா அளித்துள்ள பதில், இலக்கியத்தை வகைமையாகப் பிரித்துப் பார்ப்பவர்களுக்கானது. அந்த நேர்காணலில் அமினாட்டா, Arthur Japin என்கிற டச்சு எழுத்தாளார் பற்றிக் குறிப்பிட்டிருப்பார். அத்துடன், அவர் எழுதிய *'The two hearts of Kwasi Boachi'* என்கிற நூல், கறுப்பின மக்களின் பிரச்சனையைப் பற்றியது எனவும் தெளிவுபடுத்தியிருப்பார்.

எழுத்தாளன் சமூகத்தையும் மக்களையும் அணுகும் தன்மையில்தான் ஒவ்வொன்றும் வித்தியாசப்படுகிறதே தவிர, அவர் இன்ன மதம், நிறம், சாதி, இனம் என்பதில் எதுவுமே இல்லை. முத்துலிங்கமும் எழுத்தை அப்படித்தான் பார்க்கிறார் எனக் கருதுகிறேன். அமெரிக்க எழுத்தாளர் டேவிட் செடாரிஸிடம் 'உங்களுடைய பல கதைகள் ஒருபால் சம்பந்தப்பட்டிருப்பது நீங்கள் வேண்டும் என்றே செய்த ஒன்றா?' என்றிருக்கிறார். ஒருபால் விருப்பக்காரரான அவர் அதற்கு ஒளிவுமறைவில்லாமல் தந்திருக்கும் விடை ஆச்சர்யமில்லை; அவரை நேர்காணல் காண்பதற்கு முன்பாக அவருடைய எல்லா எழுத்துகளையும் வாசிக்காமல் அப்படி ஒரு கேள்வியை அவர் கேட்டிருக்க முடியுமா என்பதுதான். ஒரு நேர்காணலைக்கூட ஏதோ கேட்டு வைப்போமே என்கிற தொனியில் முத்துலிங்கம் செய்யவில்லை.

விளையாட்டு வீரர், விஞ்ஞானி, விஞ்ஞானி ஆக முடியாமல் எழுத வந்தவர், மொழியறிஞர், திரை நடிகர், முன்னேறத் துடிக்கும் தொழிலதிபர் என யாரை நேர்கண்டாலும், அவர்களைப் பற்றி அதுவரை வெளிவந்த தகவல்களை முழுமையாகப் படித்துவிட்டே சந்திக்கிறார். அப்படி ஓர் அழகான சந்திப்பை

ஜார்ஜ் எல் ஹார்ட்டுடன் நிகழ்த்தியிருக்கிறார். ஜார்ஜ் எல் ஹார்ட், கலிஃபோர்னியா பல்கலைக்கழகத் தமிழ்ப் பேராசிரியர். அதைவிட, அவர் ஏ.கே. இராமானுஜத்தின் மாணவர். இலத்தீன், கிரேக்கம், இரஷ்யன், ஜெர்மன், ஃப்ரெஞ்ச், ஆங்கிலம் எனப் பன்மொழிகளில் புலமை மிக்கவர். தமிழையும் மலையாளத்தையும் நேரடியாகப் பேசவும் எழுதவும் முடிந்தவர். பல்கலைக்கழகத்தில் ஒரே நேரத்தில் நான்கு துறைகளுக்குத் தலைவராக இருப்பவர்.

அப்படிப்பட்ட ஒருவரைச் சந்திப்பதே பெரிய விஷயம் என்றிருக்க, அவரிடம் தமிழைப் பற்றியும் தமிழிலக்கியம் பற்றியும் விரிவாக முத்துலிங்கம் பேசியிருக்கிறார். 'புறநானூற்றில் பதினைந்து பெண் கவிஞர்கள் வருகிறார்கள். எனில், அந்தக் காலத்தில் பெண் கல்வி கற்பதற்குத் தடையேதும் இருந்திருக்காதுதானே?' என முத்துலிங்கம் கேட்க, 'எங்கள் மூதாதையரிலும் பார்க்க இன்றைய தமிழர்கள்தாம் பெண் விடுதலைக்கு எதிர்ப்பானவர்கள்' என்றிருக்கிறார். அத்துடன் 'தாந்தினி என்னை அறியவில்லை / நான் நீலாம்பல் இதழ்போலக் / கருவண்ணமாக இருக்கிறேன் / தவறாக அல்லவோ கூறுகிறான் / சரஸ்வதி வெள்ளையென்று' என்ற சமஸ்கிருதப் பெண்கவி கன்னட ராணி விஜ்ஜாகாவைப் பற்றிக் குறிப்பிட்டிருக்கிறார்.

ஆழ்ந்தகன்ற புலமையாளரிடம் என்னென்ன கேட்க வேண்டுமோ அத்தனை கேள்விகளையும் ஒன்றுவிடாமல் கேட்டிருக்கிறார். நேர்காணலில் ஓரிடத்தில், 'சிருஷ்டி இலக்கியத்திற்கும் மொழிவளர்ச்சிக்கும் இலக்கணம் தேவையில்லை' என்று ஜார்ஜ் எல் ஹார்ட் சொல்லியிருக்கிறார். தமிழிலக்கியச் சூழலில் பல ஆண்டுகளாக நிகழ்ந்துவரும் விவாதமே அதுவென்றாலும் சங்க இலக்கியத்திலும் நவீன இலக்கியத்திலும் நுட்பமான அறிவுடைய அவர் அப்படி சொல்லியிருப்பதைக் கடந்துபோகமுடியவில்லை. அந்த நேர்காணலில் ஜார்ஜ் எல் ஹார்ட்டிற்கு சமஸ்கிருதம் கற்பித்த சேஷாத்திரிநாதன் பற்றியும் சில செய்திகள் உண்டு. வைதீகத்திலிருந்தும், சனாதனக் கூட்டிலிருந்தும் கல்வியைக் காப்பாற்ற எண்ணுபவர்கள் அனைவரும் படிக்கவேண்டிய நேர்காணல் அது.

முத்துலிங்கத்தை வேறு எவரை விடவும் நான் தனித்துப் பார்ப்பதற்கு அவர் படைப்புகளின் ஊடாகச் செய்துவரும் இப்படியான பணிகளுமே காரணமாக அமைகின்றன. 'பிரபலமான ஒருவரைக் கண்டு மவுனமாக இருப்பதிலும் பார்க்க மோசமானது, அவரிடம் மோசமான கேள்விகளைக் கேட்பது' என்று முத்துலிங்கம் எங்கோ ஓரிடத்தில் சொல்லியிருக்கிறார். அதனால் அவர் மீதோ அவர் படைப்புகள் மீதோ எனக்குக் கேள்விகளே எழுவதில்லை.

உண்மையில், அவர் படைப்புகளைப் படித்தவுடன் 'நாற்று நடும் பெண்கள் / எங்கும் சேறு / அவர்கள் பாடல்களைத் தவிர' என்கிற ரைஸானின் ஹைக்கூ மனநிலைக்குப் போய்விடுகிறேன். களங்கமோ கறையோ படாத எழுத்தை, காற்றையும் காதலையும்போல அள்ளிக் குளிப்பதுதான் ஒரே வழி.

கருப்புநிறக் கோட்டணிந்தபடி முதலில் நான் பார்த்த முத்துலிங்கத்தை, தற்போது ஒட்டுமொத்த தமிழுலகமும் பொன்னாடை போர்த்தி மகிழ்விப்பதை மனக்கண்ணில் பார்க்கிறேன். அவரே ஒரு நேர்காணலில் 'சிந்தனைக்குப் பின்னே ஓர் அடி தள்ளித்தான் எழுத்து இருக்கிறது. அது சமமாகவே முடியாது' என்றிருக்கிறார். அவரைப் பற்றிய என் சிந்தனைகளும் அப்படித்தான். மீண்டும் ஒருமுறை சென்னையின் தெருவோர டீக்கடையில் நின்றபடி அவருடன் தேநீர் அருந்தும் ஆசை பிறக்கிறது. ஒரு பொருளின் ஒரு பகுதி அதன் முழுமையில் போய்க் கலப்பதைத் தவிர, வேறேதும் இன்பமிருக்கிறதா என்ன?

<small>(யுகபாரதி கவிஞர், கட்டுரையாளர், திரைப்படப் பாடலாசிரியர், ஏறக்குறைய இரண்டாயிரம் திரைப்படப் பாடல்களை எழுதியுள்ளார்.)</small>

16

Take A Bow – R.S. Saha

Appadurai Muttulingam's stories often offer perspective by having characters from wildly different societies and/or ways of living in the same story. A veteran and his parents who have led a far cushier life *(The Good Earth)*. A mother from Sri Lanka visiting her son that has settled down in Canada *(After Yesterday)*. A refugee and a Canadian woman *(The Witch's Sister)*. This juxtaposition of people, and the clashes that occur due to their differences, offer readers a straightforward and personable way of reading about the "other". By "other" I mean anyone that is not part of a group that the reader might consider themselves a part of. For example, in the case of the three stories I mentioned, I would be part of the "has a cushy life in a Western country" group of people. The civil war veteran, the mother, and the refugee are "others" to me.

What must be appreciated about Muttulingam in these stories is that there is no arrogance. While individual characters might behave a certain way, the overall tone of his stories is matter—of—fact acceptance. No side is overtly portrayed as correct. Things simply are. Everyone is a product, in a major or minor way, of their society and/or environment with plenty to learn from other people. Like Amanda does from her refugee lover in *The Witch's Sister*.

This simple acceptance is what grew my respect for Muttulingam. It's easy to look at people who do not know the same things that you know, and call them stupid. To take your knowledge, opinions, and world view as the correct one and denigrate anything else as lesser or – if you're particularly audacious – outright wrong. Muttulingam could have very easily brought an imperious perspective to his stories. As a man that has traveled the world and learned a vast amount of things, he could have his less—traveled characters be simple fools. Or, despite his travels, he could have held onto the belief that his way of living or thinking is the correct one and have a judgemental attitude to outsider thoughts. Instead, his stories reflect an acceptance, a celebration, of diversity.

Reading his story Son of A Chameleon is what cemented my previous thoughts. The story is about a man from Sri Lanka that has traveled around a vast chunk of the world. He makes it to Greece, travels the world as part of his job on a ship, loses his job, joins the Turkish mafia, and, eventually, finds himself back in Greece. This time under the custody of immigration officers. All this occurs in a period of roughly four years, leaving him a man of many stories that are wildly unbelievable. It transforms him into a man without fear for what is to come because of all that he has seen. What could have wrought this transformation if not an exposure to a variety of people? It's not a simple case of a man becoming jaded after a difficult life. This man, this son of a chameleon, considers the whole world his. If it is of this world, it is not something he will fear. If he does not fear it, then why should we?

Well. There are plenty of reasons to still fear it. A single glance at any news page gives enough reasons. However, the positivity in Muttulingam's stories is refreshing and, more importantly, necessary. Abject despair and cynicism at the world's affairs can keep us safe but for any real positive change to occur, there needs to be positivity and hope. At the very least, there needs to be perseverance like we see in Mahesh, the main character of Muttulingam's The Girl on The Train. Mahesh, a refugee, is conned, abandoned, subject to racism, and starved throughout the story to the point of contemplating suicide. Yet he does not kill himself. He keeps going, using whatever will power is latent in him, and even has the guts to fall in love at first sight. It was an extremely endearing moment for me in that story. Here's a man that has been kicked repeatedly into a metaphorical pulp, and still his heart flutters like a butterfly upon seeing a woman. And still, he keeps going. Just as we must.

Not all of Muttulingam's stories end happily like Mahesh's. Seelan's story, The Good Earth, ends in his death. He is a veteran suffering from trauma whose parents find him again after decades of separation. They bring him to Canada, where they've created a luxurious life for themselves and their son cannot adjust. Seelan's problems that result from culture shock are compounded by his experiences in the war. He goes from starving with a gun forever at his side to defenseless and full of food at a moment's whim. Who Seelan has become is incompatible with who his parents have become and both sides lack the knowledge on how to bridge that gap. It's a reality faced by thousands and thousands of families around the world: One's own flesh and blood, heart of hearts, has become the other.

They try, of course. To understand. To help. They try. But, for whatever reason, they fail. What's the solution here? The answer, as vague as it may seem, is in Muttulingam's stories. Travel. Educating oneself. Experienc— ing things outside of what we already know. All of that will help us put ourselves in the other's shoes. At the very least, it'll open our minds and hearts to listening to them. I'm not so naive as to think that knowledge and wisdom guarantee the survival of the million 'Seelan's in the world. Or, to extrapolate to other problems we face, that knowledge and wisdom is enough to bring positive change. I do think it would help. I believe the positivity, perseverance, and perspective in Muttulingam's stories are what we need. If we can't have those three, then we must, at the bare minimum, emulate Muttulingam's respect for humanity.

It's the through line that I see twining twixt the threads of his stories. Respect. Whether or not the reader can find it between the characters of Muttulingam's stories, between the 'Mahesh's and the lying white men, they can see it in the author himself. He respects humanity and the world we've made.

And with it he gives us stories.

(R.S. Saha, Austin, USA – Writer and translator, working as a staff reader for Maine Review magazine.).